असली-तसली नसलेली!

असली-तसली नसलेली!

(कथासंग्रह)

संजीव ठकार

दिलीपराज प्रकाशन प्रा. लि.
२५१ क, शनिवार पेठ, पुणे - ४११०३०.

असली-तसली नसलेली / Asali-Tasali Nasalelee

प्रकाशक
राजीव दत्तात्रय बर्वे,
मॅनेजिंग डायरेक्टर,
दिलीपराज प्रकाशन प्रा. लि.,
२५१ क, शनिवार पेठ,
पुणे - ४११ ०३०

५६९, शुक्रवार पेठ,
पुणे - ४११००२

प्रथमावृत्ती : २५ नोव्हेंबर २०१२

प्रकाशन क्रमांक : १९६०

ISBN : 978-81-7294-945-7

टाईपसेटिंग :
पितृछाया मुद्रणालय,
९०९, रविवार पेठ,
पुणे - ४११ ००२

मुखपृष्ठ :
अनिल उपळेकर

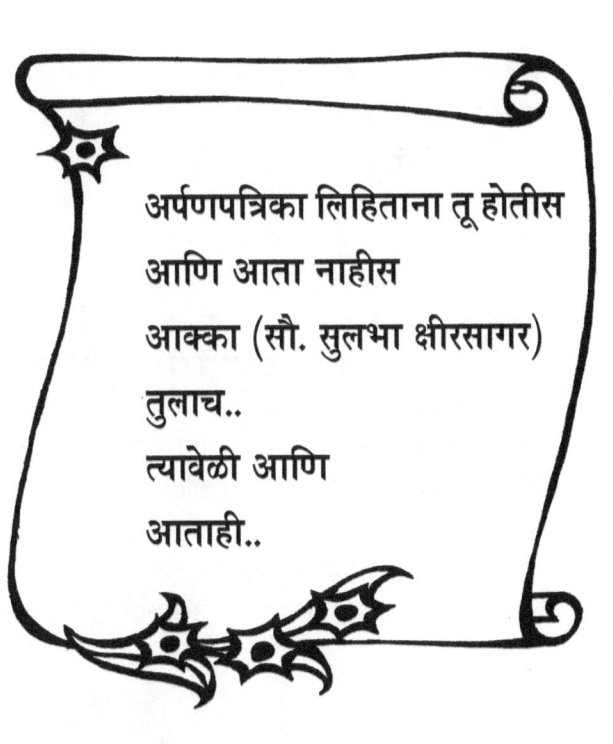

अर्पणपत्रिका लिहिताना तू होतीस
आणि आता नाहीस
आक्का (सौ. सुलभा क्षीरसागर)
तुलाच..
त्यावेळी आणि
आताही..

आभार

हा माझ्या कथांचा तिसरा संग्रह. अनेकदा साध्या घटनांमुळे कथा सुचतात. कधी लगेच कागदावर अवतरतात तर कधी मुरून मुरून आपखुशीनं प्रकट होतात. अनेक कथांची बीजे ही व्यवहारातून गवसली आहेत. यातील काही कथा श्री. भानू काळे, सौ. मंगला गोडबाले, श्री. सुबोध जावडेकर, ज्योत्स्ना देवधर, श्री. शंकर सारडा, श्री अनिल किणीकर, श्री. प्रकाश पानसे यांनी आवर्जून वाचून तशी पोचपावती आणि दादही दिलेली आहे, त्याबद्दल कृतज्ञता.

तसेच मित्रगणांतील संतोष पाटील, सुहास पावगी, शैलजा काळे, रतनसिंग राजपूत, पल्लवी क्षीरसागर यांचीही (धसक्यानं बहुतेक) नेहमी विचारणा असते. 'सध्या काय लिहिताय?' म्हणून या सर्वांच्या स्नेहांमुळे बहुधा हा कथासंग्रह सिद्ध झाला.

त्या सर्वांचे तसेच दिलीपराजच्या ज्यूली थॉमस व मुखपृष्ठ चित्रकार अनिल उपळेकर यांच्या सहकार्याचेही हे फळ आहे. श्री. राजीव बर्वे यांचे आभार मानावे तेवढे थोडेच.

अनुक्रम

असली-तसली
नसलेली!

बनसोडेला गेली दहा-बारा वर्षं मी ओळखतो. आम्ही दोघे एकमेकांना आपले मित्रही म्हणवतो. तो कलेक्टर ऑफिसमध्ये कामाला. मी आर्किटेक्ट. आमची कामं लवकर होण्यासाठी आम्ही नव्वद टक्के आर्किटेक्ट मंडळी सरकारी कचेऱ्यांतल्या लोकांशी 'अरे-तुरे, यार-दोस्त' करत सोयीचं, मैत्रीचं नातं जोडतो. त्या नात्यानं तो माझा मित्र लागत होता.

पहिल्यांदा त्याची-माझी ओळख झाली, तेव्हा तो एन. ए. विभागातला कारकून होता. त्याच्याकडे माझी एक केस होती. जेमतेम तीन हजार चौरस फुटांचा प्लॉट बिगरशेती करून घ्यायचा होता. पुणे महानगरपालिकेकडून प्लॅन पास झाला होता. त्याच्या प्रती वगैरे जोडून एन. ए. चा अर्ज भरून प्रकरण दाखल करायचं होतं. ते त्याच्या अखत्यारीत होतं. त्याच्या साहेबांची सही झाली, की कलेक्टरची सही होणं ही फक्त फॉरमॅलिटी असायची. कलेक्टर ऑफिसमध्ये वरिष्ठांना 'साहेब' व कारकून मंडळींना 'भाऊसाहेब' म्हणायची प्रथा होती, आजही आहे.

तर तेव्हा बनसोडे माझ्या ओळखीचा झाला. ओळखीचा झाला म्हणून दर प्रकरणात द्यायला लागणाऱ्या पैशांत काही कमी नसायचं. प्लॉटचं क्षेत्रफळ पाहून साहेबांची रक्कम ठरायची. त्याच्या अमुक टक्के रक्कम बनसोडेची असायची. साहेबांना आम्हांला भेटायला वेळच नसायचा. त्यामुळे रक्कम सांगणाराही बनसोडे आणि साहेबांना ती देऊन सही आणणाराही बनसोडेच. कलेक्टर-साहेबांची रक्कम आमच्या त्या पैशांत अंतर्भूत नसायची. कारण कलेक्टरनं पैसे मागावेत इतकी काही आमची प्रकरणं मोठी नसायची.

तीन-चार वर्षं तिथे काढल्यावर बनसोडेची बदली दुसरीकडे झाली. त्याच्या जागी मोहिते आला. तोही माझा मित्र झाला. तसलाच.

दोन-अडीच वर्षांपूर्वी बनसोडे परत आला कलेक्टर कचेरीत. पण आता तो भाऊसाहेबांचा साहेब झाला होता. माझ्याकडेही आता बऱ्यापैकी आणि मोठी एन. ए. ची कामं येत होती. बहुतांशी बनसोडेच्या एरियातली आणि अर्थातच कलेक्टरनं 'सार्थ' दखल न घेण्याजोगी.

बनसोडे आता सफारीत यायला लागला कामावर. पूर्वीचा शर्ट, चपला असा पेहेराव जाऊन चार-पाच सफारी आलटूनपालटून घालायचा. बुटाला चकचकीत काळं पॉलिश असायचं. कलप लावून केसही तितकेच काळे कुळकुळीत केले होते. त्या केसांच्या पांढऱ्या पोटऱ्या उघड्या पडायला लागल्यावर लगेच त्या काळ्या बुरख्यात लपवल्या जायच्या. मिशाही बहुतेक रंगवायचा. रोजच्या रोज दाढी करत असला, तर कधी कधी बारीक पांढरे खुंट दिसायचे. नाकीडोळी चांगला, रंगानं उजळ आणि उंच. शिवाय भरदार अंगापिंडाचा बनसोडे कुणाची धडकन चुकवण्याइतका नसला, तरी दिसायला चांगला होता. बनसोडे हे आडनाव त्याला विशोभित होतं. राजेभोसले, शिर्के असली आडनावं त्याला फिट्ट बसली असती.

तो साहेब झाल्यावर दोन-तीन महिन्यांनी माझं एक काम निघालं म्हणून कलेक्टर ऑफिसला गेलो तर तिथल्या टिपिकल सरकारी केबिनच्या दारावर त्याच्या नावाची पाटी होती. सरळ आत गेलो. तो एकटाच होता. कानात करंगळी फिरवत आत्मानंदात बुडालेला. गुडघे वर घेऊन टेबलाच्या कडेला टेकवून खुर्चीत पाठीमागे रेलला होता. मला पाहताच खुर्ची सोडून उभा राहिला आणि हात पुढे करत माझ्याशी शेकहँड केला. त्या पकडीतली अनौपचारिकता व आनंद मला जाणवला. त्याच्या बोटांतली सोन्याची वळी माझ्या पंज्याला रुतू लागली. एकंदरीत साहेब झाल्यावरही जुनी ओळख विसरला नव्हता तर! मी त्याच्याकडे हसत बघत होतो. 'काय किती दिवसांनी भेटतोय आपण...' वगैरे पठडीतली, 'अरे' किंवा 'अहो' चा वास न लागलेली निवडक वाक्यं बोलत होतो. "तुम्ही भेटलाच नाहीत हो बरेच दिवसांत", म्हणत त्यानं माझा अरे-अहोचा संभ्रम मिटवून टाकला. मग मी मोकळा होत "हो ना, तुमचं दर्शनच नाही." अशी सुरुवात केली. एकंदरीत नव्या स्वरूपात आमची ओळख पुढे सुरू राहिली.

बनसोडेकडचं एक काम झाल्यावर मी रीतिरिवाजाप्रमाणे 'चला चहा घेऊन येऊ' म्हटलं. चहा हे निमित्त असतं. अर्धा अर्धा कप चहा घ्यायचा आणि ठरलेल्या रकमेचं पाकीट त्या व्यक्तीच्या हवाली करायचं ही ती पद्धत. पण

जुनी. आजकालची पोरं एवढी लांबण लावत नाहीत. काम झालं की टेबलाचा ड्रॉवर ओढतात. आपण त्यात पाकीट टाकायचं असतं. त्याही पुढची काही-सरळसरळ टेबलापाशी नोटा मोजून घेतात. तर हं, मी विचारल्यावर बनसोडे लगेचच तयार झाला चहाला यायला. चहा घेताना आमचं मोकळेपणानं बोलणं झालं. 'अहो जाहो' च्या महिरपीतलं.

बोलताना 'अहो जाहो' म्हटलं नाही तरी बनसोडेनं अंगी बाणवलेली नवी साहेबी रीतभात मात्र बऱ्यापैकी सैलावली होती. हातपाय लांबवत आळोखेपिळोखे देऊन झाल्यावर पुढे आलेला स्पेशल चहा त्यानं फुर्रफुर्रून प्यायला आणि मुख्य म्हणजे चहाचं बिल स्वत: दिलं. कारण पाकीट उघडल्यावर मला कळलं, की सुट्टे पैसे नाहीयेत. हॉटेलवाल्याकडे शंभर सुट्टे नव्हते. बनसोडेनं वरच्या खिशात हात घालून नोटांची चवड काढली आणि हजार मग पाचशे आणि शंभराच्या नोटांच्या आत असलेल्या दहाच्या नोटेतली एक काढून काउंटरवर ठेवली. बडीशेप तोंडात टाकत असताना न राहवून माझ्या तोंडून कॉमेंट निसटली. म्हणालो, "आजचा दिवस मी सुवर्णाक्षरांत लिहून ठेवण्याजोगा आहे. आज एका सरकारी अधिकाऱ्यानं एका आर्किटेक्टला चहा पाजला." बनसोडेला त्यातली खोच कळली आणि "काय राव, बस्स का!" म्हणत पूर्वीच्या बनसोडेसारखी त्यानं माझ्या पाठीवर थाप टाकली.

त्यानंतर लगेच पाठोपाठ उद्भवलेल्या दुसऱ्या एका प्रपोजलच्या निमित्तानं परत मला बनसोडेच्या ऑफिसला जावं लागलं. बनसोडे मला पाहताच खुशालला. खुलेपणानं हसला आणि मी त्याला प्रपोजलची माहिती द्यायला लागल्यावर "जाऊ द्या हो, चला चहा मारून येऊ." म्हणत मला हाताला धरून कलेक्टर कचेरीसमोरच्या हॉटेलात घेऊन गेला. या वेळेस आमच्या बऱ्यापैकी मनमोकळ्या गप्पा झाल्या. घरगुती चौकशा झाल्या.

तो हिंगण्याला राहत होता. त्याच्या घरी आईवडील, तो, त्याची बायको व दोन मुलं होती. दोघांनाही इंग्रजी शाळेत घातलं होतं. धायरीला तीन गुंठे जागा घेतली होती. तिथे बंगला बांधणार होता तो. गावी दोन एकर बागायती मळा घेतला होता. त्यात विहीर, पंप, चार खोल्यांचं घर वगैरे सुविधा होत्या. कोंबड्या, अल्सेशियन कुत्राही होता. मी बुचकळ्यात पडलो. एवढ्या सलगीनं एकमेकांशी बोलावं इतकी काही आमची जवळीक नव्हती. पण मग 'असतो एकेकाचा मूड' म्हणत मी बुचकळ्यातनं उठून बाहेर पडलो.

मीही सांगितलं आमच्या कोथरूडच्या फ्लॅटबद्दल. सांगण्यासारखं काय

होतं खरं तर? इन मीन तीन खोल्यांचा फ्लॅट. खरं तर अडीचच, पण तीन म्हटलं की बरं वाटतं. एकुलती एक मुलगी चौथीतली, नोकरीतली बायको असा तपशील सांगितल्यावर त्यानं "वहिनी कुठे जातात कामाला?" विचारलं. मी "वरदा सहकारी बँक, सहकारनगर शाखा" सांगितलं.

"मुलीची शाळा कोणती? सकाळची की दुपारची?"

"आदर्श मराठी शाळेत जाते ती. दुपारची असते तिची शाळा. बारा ते पाच."

"मग इतर वेळी तिच्यासोबत कोण असतं?"

"'कोण असणार? सकाळी आम्ही बाहेर पडताना पाळणाघरात सोडतो. तिथून रिक्षावालेकाका तिला शाळेत घेऊन जातात. संध्याकाळी परत पाळणाघरात सोडतात आणि आम्ही घरी येतो तेव्हा आणतो झालं तिला परत घरी. घरात मोठं माणूस कुणी नाही, त्यामुळे पाळणाघरात ठेवायला लागतं. तुला सांगू का बनसोडे..." माझ्या तोंडून बोलता बोलता एकदम पूर्वीसारखा त्याचा एकेरी उल्लेख झाला. त्याला तो जाणवला आणि "बोल ना, काय सांगत होतास?" म्हणत त्यानं माझ्या टेबलावर विसावलेल्या हाताला स्पर्श केला. दोघं एकमेकांकडे पाहत तोंडभर हसलो. औपचारिकपणे व्यक्त होत राहिलेली आमची एकमेकांसाठीची संबोधनं फुल पँटीतून एकदम हाफ चड्डीत आली. एकदम दोघांना एक वेगळाच आपलेपणा प्रकर्षानं जाणवला. आम्ही मस्त हुशारलो. मग मी अर्ध्यात सुटलेलं वाक्य पुरं केलं.

"आम्हा मध्यमवर्गीय मंडळींची घरं म्हणजे लॉजेस असतात रे! रात्री आणि रविवारी राहण्यापुरती. दिवसभर कुलूप घातलेली. रात्रीचं जेवायला आणि अंग टाकायला आम्ही घरात येतो. दिवसभर आमच्या घरात फक्त शांतता. ना मुलांचं ओरडणं, खिदळणं, ना बांगड्यांची किणकिण, ना कपड्यांची सळसळ. फक्त फ्रिजची घिर्र घिर्र. बस्स, बाकी काही नाही." माझ्या थोड्या इमोशनल वक्तव्याकडे साफ दुर्लक्ष करत त्यानं चमकत्या नजरेनं विचारलं.

"कोणी नसतं दिवसभर? पाहुणेरावळे?"

"कुठं राहिली पाहुणे यायची पद्धत सध्या? त्यातनं आमचे सगळे नातेवाईक, बहिणी, भाऊ सगळे पुण्यातलेच. एकमेकांकडे फक्त काही कार्यक्रमानिमित्त येणंजाणं. एरव्ही जमत नाही कुणाला. प्रत्येकाकडे नवरा-बायको दोघंही बिझी. कुणाकडे जायचं झालं तर फोन करून जातो. म्हणजे गेल्यावर कुलूप बघायला नको!" मी चहाचा कप तोंडाला लावला.

"आयला! मजा आहे की." असं म्हणत त्यानंही कप तोंडाला लावला. त्यात कसली आली मजा असं नवल करत, तो हसतोय म्हणून मीही आपलं हसून टाकलं. मग आम्ही निघालो.

त्यानंतर दोन-तीन वेळा मी ऑफिसात दुसरीकडे काही काम निघाल्यानं गेलो असता बनसोडेकडे चक्कर टाकून आलो. एकदा पहिल्यासारखा बाहेर पडून चहा झाला. 'सुवर्णाक्षरा'त लिहिण्याची कॉमेंट आठवून दोघंही हसलो. हातावर टाळी दिली. दोनदा आसपासच्या माणसांमुळे फक्त हात हलवत निरोप घेतल्यासारखं, दखल घेतल्यासारखं किंवा ओळख दाखवल्यासारखं करत परतायला लागलं. अर्थात तेव्हा माझं त्याच्याकडे काही काम नव्हतं.

त्यानंतर मात्र त्याच्याकडे काम निघालं. एका बऱ्यापैकी प्लॉटच्या बिगरशेतीचं प्रकरण होतं. ते सबमिट करून बनसोडेच्या केबिनमध्ये असं असं आहे, बघ जरा लवकर काढता आलं तर सांगायला गेलो. "काही काळजी करू नको, बघतो." म्हणत तो वाजू लागलेला फोन कानाशी लावून बोलू लागला. खुणेनेच 'जातो' सांगत मी निघालो. त्यानंतर चार दिवस झाल्यावर मला बनसोडेचा ऑफिसमध्ये फोन आला. काहीतरी प्रॉब्लेम आला असणार. तरीही तो प्रॉब्लेम, मी जेव्हा गेलो होतो तेव्हा न सांगता बनसोडेनं मला फोन करून सांगावा, याचंही मला बरं वाटलं. हे चांगल्या ऑफिसरचं लक्षण होतं आणि मैत्रीच्या भावनेची अस्सल खूणही होती. मी सुखावून फोनवर बोलू लागलो.

"काय म्हणतोस मित्रा, आज साक्षात तुझा फोन? अहोभाग्य-" वगैरे नमनी बोलून झाल्यावर म्हटलं, "बोल, काय प्रॉब्लेम आहे?"

"तू आला नाहीस दोन दिवसांत, हाच प्रॉब्लेम आहे! अरे राजा, तुझं प्रकरण मंजूर झालंय. गरमगरम आहे. वाफा येतात तोवर घेऊन जा. शिळं करू नकोस. हा: हा: हा:"

मला धक्काच बसला. चार दिवसांत प्रपोजल सँक्शन? अरे, इतक्या दिवसांत फारतर बनसोडेंच्या इनवर्ड रजिस्टरमध्ये नोंद झाली असती. मी जे ऐकतोय तेच बनसोडे म्हणतोय ना, हे जाणून घेण्यासाठी, खात्री करून घेण्यासाठी मी त्या अनुषंगानं फोनवर बोललो आणि ते चक्क खरं निघलं. स्टाफच्या देखत खुर्चीतल्या खुर्चीत जेवढी टुण्णदिशी उडी मारता येईल तेवढी मारत, हलकेच शीळ घालत, बोटांनी टेबलावर तुडतुडीत ताल धरला आणि खराडे साहेबांना फोन लावला.

खराडे म्हणजे कोथमिरे-खराडे बिल्डर्समधले खुशालराव खराडे. वडगाव

धायरीतल्या पाचापैकी तीन स्कीम्स त्यांच्या असायच्या. आता कोथरूड साईडला घुसले होते. त्यांनी कसं काय देव जाणे, हे प्रपोजल माझ्याकडे दिलं. बनसोडेच्या जिवावर मी ते त्यांना पंधरा दिवसांत काढून देतो म्हणून सांगितलं होतं. पहिलंच काम होतं. इंप्रेशन मारायलाच हवं होतं. म्हणजे इतर कामांचा सिलसिला सुरू झाला असता. बनसोडेची अंदाजे रक्कम सांगताना मी त्या गणितात आणखी पाचशेची भर घालून खराडेसाहेबांना सांगितली. लगोलग काम केल्याबद्दल तितकी वाढीव रक्कम सांगणं मला माझं कर्तव्य वाटलं.

तेही उडालेच. ''अरे जोशीसाहेब, चांगली बातमी आहे. पैसे घेऊन कोणाला तरी पाठवतो. आता भूमिपूजनाचा मुहूर्त लवकरचा धरायला हवा. मस्त बातमी दिली बरं का जोशीसाहेब. च्यायला! आता कोथरूड-वारज्याकडची तरी सगळी कामं तुमच्याकडे दिली पाहिजेत...''

''फक्त तिथलीच?'' मी मध्येच विचारलं.

''नाही हो. बाकीचीही देऊ इतर ठिकाणची. मग तर झालं?'' म्हणत हसत खराडेसाहेबांनी आणि मी, दोघांनीही फोन ठेवला. खराडे-कोथमिरेंचा मासा आता चांगला गळात अडकला म्हणत, मी खुशीत अवेळी चहा मागवला आणि रात्री दोन पेग मारायचे ठरवले. डोक्यात आणखी एक आयडीयेची वीज चमकून गेली. एकटं जाण्यापेक्षा आला बनसोडे तर त्यालाही बाहेर काढावं. नुसत्या चहावर वाढणारी किडकिडीत मैत्री पेगांचं टॉनिक मिळाल्यावर चांगली सरसरून वाढेल. लगेच बनसोडेला फोन केला, पण तो बाहेर गेला होता.

दुसऱ्या दिवशी सकाळी काही जाणं झालं नाही बनसोडेकडे. दुपारी चारनंतर जाऊ म्हणत डबा खायला ऑफिसमध्ये आलो आणि पाचच मिनिटांत बनसोडेचा फोन आला.

''तुझं प्रकरण घेऊन येतोय. जेवायला बाहेर जाऊ. डबा नको खाऊस एवढ्यात.''

''हो, चालेल की. पण रात्री गेलो तर? एखादा पेग लावूयात. तू चिकन मी पंजाबी.''

''नो नो यार. आताच मूड आहे. साल्या दुपारी एखाद्‌ दुसरा पेग घेतलास तर भटा, तू काही गटारात लोळत नाही पडायचास. लेका कधी नव्हे ते...'' त्याचं लेका, भटा, यार, साल्या वगैरे मैत्रीचं शेलक्या विशेषणांचं मला जरा नवल वाटलं. इतका कसा हा इसम आपला दोस्त बनून राहिलाय? दुपारचं मी ड्रिंक घेत नाही कधी. पण तो काही यमनियम नाही. चला. अपवादाला सामोरं

जाऊ, म्हणून मी लोकापवादाची पर्वा न करता. "ओक्के" म्हणून टाकलं.

बनसोडे ऑफिसात दाखल झाला. सेंटनं घमघमता. नव्या सफारीत, गुळगुळीत दाढीनं आणि काळ्या कुळकुळीत केसानं 'आज तो बडे अजीब नौक झोक, रंग नूर है जनाबके' असं म्हणायचा विचार होता. पण आवरला. नाहीतर त्याच्या फसफसत्या उत्साहाचं चेकाळण्यात रूपांतर झालं असतं. 'या साहेब, बसा बॉस, बोला रावजी.' झाल्यावर त्यानं त्याच्या ब्रीफकेसमधून चक्क खराडे प्रकरणाच्या एन. ए. ची ऑर्डर काढून माझ्यासमोर ठेवली. माझे डोळे विस्फारले. "आयला ग्रेटच आहेस हं तू! वाटलं नव्हतं..." इत्यादी पंचारती झाल्यावर मी त्याचा हात हाती घेऊन शेकहॅण्डद्वारे माझी कृतज्ञता, आनंद त्याला कळवण्याचा मनापासून प्रयत्न केला. पाकिटातून त्याची रक्कम पाचशे रुपयांच्या वाढीव मानधनासकट काढून त्याच्यासमोर ठेवली आणि हसत त्याच्याकडे बघत म्हणालो, "आभार मानत नाही, नाहीतर मारशील मला. पण हे घे. पाचशे जास्तीचे आहेत."

"उचल ते आणि घाल रे पाकिटात. असा डोळे वटारून बघू नकोस." म्हणत बनसोडे हसू लागला. तेव्हा त्याच्या कुरळ्या केसांची कपाळावरची बट डळमळली. "चल ऊठ, क्वार्टर घेऊन तुझ्या घरी जायचंय. बरोबर खायला घेऊ काहीतरी. चकणा, रोट्या, भाजी आणि पुलावही घेऊन ऐशमध्ये बसू. तंगड्यावर तंगड्या टाकून! आपापल्या बरं का रे!"

मलाही झटकन हसू आलं. त्या नादात मी कबूलही करून टाकलं, माझ्या घरी बसायचं. मी मान डोलवत असताना त्यानं पुस्ती जोडली, "सगळा एक्स्पेन्स माझा बरं का!" मला तो बनसोडेच आहे का दुसरं कोणीतरी त्याचं मायावी रूप घेऊन माझ्यासमोर येऊन बसलंय, हे पडताळण्यासाठी त्याच्यापासून सहा इंचांवर जाऊन बारीक नजरेनं न्याहाळायचा मोह अनावर झाला. पण मी "का रे, काही विशेष?" एवढंच विचारलं.

"आज हॅपी बर्थ डे आहे राजे आमचा."

"अरे व्वा! अभिनंदन! अजून पाच लाख सात हजार आठशे ब्याण्णव वर्षांचं आयुष्य लाभो तुला!" नाटकीपणानं पुकारा करत परत त्याच्याशी खणखणीत शेकहॅण्ड केला.

बकार्डी रमची बाटली, काजू, चिझलर्स आणि खाण्यातल्या उच्च उच्च शेलक्या चिजांच्या गाडाभर पिशव्या घेऊन आम्ही माझ्या घरी निघालो. जाताना मुडात येऊन बनसोडे शिट्टी वाजवत होता. काही ना काही बोलत होता.

घरी आलो. आरामात ग्लासात बकार्डी ओतून तिच्यात कोक ओतून

चियर्स करत प्यायला बसलो. मॅटिंगवर फतकल मारून चकण्याचे बकाणे भरत होतो. पहिला पेग पोटात गेला न गेला तोवर बनसोडेनं उठून आपल्या ब्रीफकेसमधून एक व्हिडीओ कॅसेट काढली. ''लाव तुझ्या व्हीसीपीमध्ये घालून. इंग्लिश पिक्चरची आहे. हॉट आहे खूप.''

मीही धुनकीत होतो. काहीतरी अचकटविचकट बोलत मी ती कॅसेट व्हीसीपीमध्ये सरकावून प्ले चं बटन दाबलं. ब्लू फिल्म होती ती पाऊण तासाची. फक्त बरीच सॉफ्ट होती. हार्ड पोर्नो नव्हती. कॉलेजमध्ये असताना पाहिल्या होत्या असल्या, याहूनही भारी; पण लग्नानंतर आला नाही योग. तो हा असा आला. दारू, सिगारेट पीत हातानं चाचपडत हाती लागेल ते तोंडात टाकत आम्ही फिल्म पाहिली आणि नंतर मस्तपैकी अजूनही ऊबदार असलेल्या पंजाबी खान्यावर आडवा हात मारला. पान चघळत थोडे आडवे झालो. थोड्या वेळानं उठून बघतो, तर साडेपाच वाजले होते, आता ऑफिसला जाण्यातही काही अर्थ नव्हता. फोन करून तसं कळवलं, 'कुणाचा फोन आला, तर घरी करायला सांगा.' म्हणून सांगितलं आणि चहा करून बनसोडेला पाजला. मीही प्यायलो. त्याला रिक्षा स्टँडवर सोडलं. ''घरी जा आता रिक्षा करून. मी नाही येत तुला सोडायला. पण घरीच जा बरं का रे!'' माझ्या वक्तव्यावर त्यानं माझ्या पोटात ठोसा मारून त्यातली खोच आपल्या ध्यानात आल्याचं मला जाणवून दिलं. 'बरा दिसतोय माणूस मैत्रीला. इतपत आणि असल्या; कधीतरीच्या,' असा विचार माझ्या मनात त्याला 'बाय' करताना आला.

खराडे-कोथमिऱ्यांचं दुसरं आणि मोठं प्रपोजल माझ्याकडे आलं. वारज्याचं. तीन एकराचा प्लॉट. अडीच-तीनशे फ्लॅट्स. कागदपत्रं जमवून ते सबमिट करायला मी आणि खराडेच गेलो होतो. तिथे मी बनसोडेच्या केबिनमध्ये जाऊन त्याच्याशी खराडेंची गाठ घालून दिली. मग तिघेजण समोरच्या इराण्याकडे जाऊन चहा घेऊन आलो. दोघांना एकमेकांची ओळख करून देताना मी त्यांचं मोठेपण नाटकी शब्दांनी खुलवून अतिशयोक्तीचा आधार घेत सांगितलं. दोघांच्याही चेहऱ्यावर लाजरं हसू उमटलं आणि हातांत हात आले.

खराड्यांचं काम अवघड नसलं तरी अगदी सोपंही नव्हतं. अनेक किचकट नियमांच्या भिंगामधून त्याचं परीक्षण करणं भाग पडणार होतं. माझ्या दृष्टीनं काही डाव्या बाजूही होत्या त्या प्रपोजलच्या. पण झालं तर झालं. निसटून गेलं तर बरंच होईल. काढल्या त्रुटी तर बघू नंतर. म्हणून ते प्रकरण डेरेदाखल केलं. थोड्या दिवसांनी बनसोडेनं मला फोन करून बोलावून घेतलं त्याच्या केबिनमध्ये

कुणी भेटायला आलेलं नसल्यानं आम्हाला निवांतपणे बोलता आलं.

बराच वेळ बोलणं झाल्यावर त्यानं काढलेल्या त्रुटी आणि आक्षेप चांगलेच बुचमारू आहेत हे जाणवलं. त्यांच्या गलीवरून ते प्रपोजल कोलताही आलं असतं. हिल स्लोप अेरियाचं सर्टिफिकेट नसणं, अॅप्रोज रोडच्या बाबतीत वाद असणं आणि कसलंही रिझर्व्हेशन नसल्याच्या निर्वाळ्याचं मनपाचं पत्र नसणं अशा महत्त्वाच्या गोष्टी निसटलेल्या होत्या. ''तरीसुद्धा तुझ्यासाठी प्रयत्न करतो. साहेबांनी काढलंच काही, तर समजावून सांगतो.'' या त्याच्या समारोपावर ''तू आहेस, मग कसली आली काळजी! तू नक्कीच करशील, अशी खात्री आहे माझी. खराडेसाहेबही तुझी योग्य ती जाण ठेवतील.'' असं उत्तम मधाचं बोट लावून ठेवलं आणि प्रपोजलचा पाठपुरावा करायच्याऐवजी बनसोडेचा फोन येईतोवर शांत बसून राहायचं मी ठरवलं. खराडेंशी बोलून ठेवलं. बऱ्यापैकी रक्कम तयार ठेवायला सांगितलं. ''देऊ की पंधरा-वीसपर्यंत.'' म्हणत त्यांनी आपली ऑफर स्पष्ट केली. मलाही ती ठीक वाटली

आणि तीन आठवड्यांनी बनसोडेचा फोन आला. मी थक्क झालो. या सगळ्या खटाटोपाला दीडएक महिना तरी नक्की लागेल, असा माझा होरा होता. पण पठ्ठ्या भलताच कार्यतत्पर निघाला. मी उत्साहानं डोलतच खराड्यांना फोन लावला आणि बनसोडेच्या या सिक्सरची माहिती दिली. तेही चाट पडले ''अगदी पक्की दोस्ती दिसते जोशीसाहेब तुमची आणि त्याची. नुसत्या पैशासाठी कुणी इतकी इफिशियन्सी दाखवणार नाही. एनी वे, थँक्स. पैसे पाठवून देतो, आजच.'' म्हणत त्यांनी फोन ठेवला.

अगदी पक्की मैत्री? त्याची आणि माझी? बऱ्यापैकी ओळखीला कुणी मैत्री म्हणतात का कधी? पण हा बनसोडे आपल्या केसेसच्या बाबतीत फारच तडफेनं वागू लागलाय हे मी मनाशी मान्य केलं. पैशासाठी त्यानं असं करावं असंही काही नव्हतं. काही नाही केलं तरी पैसे त्याच्यापर्यंत चालत जायचे. आताच्या केसमध्ये तर त्याला विव्हळून केळं खायला भरपूर चान्स होता. समोरच्याला हतबल करून मग त्याचा उद्धार करायचा अतिउपकारक आव त्याला आणता आला असता. पण मग मी त्याचा धनी असल्यासारखा मला कसंही करून खूष करायचा प्रयत्न केल्यासारखा का वागतोय? मलाही कोडं सुटेना. काय कारण असावं, ते मला ताडता येईना.

पुढच्या आठवड्यात सवड सापडल्यावर मागच्यासारखाच तो दुपारी फोन करून माझ्या ऑफिसवर येऊन थडकला. पुन्हा सगळं मागच्यासारखंच.

तशीच कॅसेट, ड्रिंक, खाणं. सगळं मागच्याची झेरॉक्स. त्याच्या ऐन बहरात असता तो एकदम म्हणाला, "जोश्या, चांगला झकास फ्लॅट आहे हं तुझा. आवडला आपल्याला. चारी बाजूनं झाडं खिडक्यांसमोर कुणाच्या खिडक्या नाहीत. शांतता आहे. कसला गजबजाट नाही. आयडियल आहे हं साला", असं म्हणत त्यानं डावा डोळा मारत खूण केली.

"का रे बाबा, गाठलंस वाटतं कोणतंतरी पाखरू?" त्याच्या बोलण्याला पूर्णपणे बगल देत मी दुसराच, पण त्या अनुषंगाचा प्रश्न विचारला.

"काय सांगू यार, असं 'मार डाला' आहे की बस्स! घायाळ झालोय मी. चटका लावलाय म्हण ना. मॅरीड आहे. पण ते जाऊ दे. मला कधीतरी दुपारी तुझ्या फ्लॅटची चावी लागेल हं. अशाच अधल्या मधल्या वारी. तिला घेऊन मी येईन इथे. आमच्याबरोबर तूही यायचंस. आजूबाजूच्या माणसांना संशय यायला नको म्हणून. मग थोड्या वेळानं तू जरा बाहेर जाऊन दोन-अडीच तासानं ये. आम्ही जाऊ, मग तू कुलूप लावून बाहेर पड."

त्याच्या त्या तारेत बोलण्यावर मी अवाक् होऊन डोळे फाडफाडून तोंड उघडं टाकून पाहत राहिलो. मला बोलणंच सुचेना. तो तर्र झाला होता, तरी पूर्णपणे शुद्धीत आणि स्थिर होता. सजग होता. दारू पिऊन झालेलं बरळणं नव्हतं ते. फक्त त्याचे विचार दारू पिऊन जाणिवा सैलावल्यावर बोलण्यात उतरले होते. दारू पिऊन भिंगुळवाणा झालो असलो तरी मला त्याचा हा, मी एक प्रकारे भडवेगिरी करायचा प्रस्ताव, अजिबात पसंत पडला नाही. चेहऱ्यावरचे संतापाचे, नाराजीचे भाव लपवण्यासाठी माणसं नेहमी घेतात तसा मी हसण्याचा आश्रय घेतला. खो खो करत हसत, 'विनोद करतोयस मोठा झक्क' असा आविर्भाव आणत म्हणालो, "च्यायला! मला बाहेर लटकावून ठेवत आत मजा मारणार ना रे हरामखोरांनो! ब्लू फिल्म पाहून ब्लू ड्रामा करणार की काय?" मी टाळीसाठी हात पुढे करत म्हणालो. पूर्ण शुद्धीत असूनही अचकटविचकट बोलत मी गलिच्छ झालो.

"व्वा! काय पण डायरेक्ट शब्द टाकलायस, मान लिया, ब्लू ड्रामा! मस्त. ब्लू ड्रामाच करणारोत यार आम्ही." बनसोडेही भान पूर्णपणे राखत फिदफिदत बोलला. त्यानं कडकडीत टाळी दिली. नेम न चुकता नेमकी मी पुढे केलेल्या हातावर.

चेकाळत फिदफिदण्यात त्याच्यावर कडी करत मी भयाण घृणास्पद बोलून गेलो, "लेका, मग मी बाहेर कशाला पडू? पाहतो की तुमचा ब्लू ड्रामा

खुर्चीत बसून!'' मला प्रचंड शरम वाटली. किती खालच्या पातळीवर आपले विचार आले, या विचारानं माझ्या मनाची मान शरमेनं खाली गेली. संस्कार काळवंडून ठिक्कर पडले. पण शब्द निसटून गेले होते.

''आणखी काही नाही का? भडव्या तसला, आहेस का तू? मीही काय आलतूफालतू आहे का रस्त्यावर पडलेला, होय रे? ती पण खानदानी आहे. एकदम घरंदाज, चांगली आहे.'' तावातावानं बनसोडे बोलला. त्याच्या तांबारलेल्या डोळ्या-चेहऱ्यात रागाची लाल छटा मिसळली होती. एक मोठा सिप घेण्यासाठी तो थांबला, ''असली-तसली नाही...''

''खानदानी आहे? असली-तसली नसलेली आहे? गळ्यात मंगळसूत्र घालून नवरा सोडून दुसऱ्याबरोबर ॲटॅच्ड बाई....'' माझी नजर बनसोडेच्या चेहऱ्याकडे वळली. क्षुब्ध होऊन त्याचा स्फोट व्हायच्या आत प्रकरण सावरलं पाहिजे, ही जाणीव त्याच्या तडकलेल्या नजरेकडे पाहिल्यापाहिल्या मला झाली आणि मी हसत हसत त्याचा खांदा पकडून हलवत म्हणालो, ''गंमत केली रे तुझी! तुझा चॉइस काय असा-तसा, आलतू-फालतू असणार आहे थोडाच? चल छोडो यार. बॉटम्स अप कर. मी खोळंबलोय तुझ्यासाठी.''

मग इकडचा तिकडचा विषय काढून मी त्याचं लक्ष पांगवायचा प्रयत्न केला. पिणं-खाणं झालं. मग पान खायला गेलो. पान खाऊन पिंका टाकून झाल्या आणि निरोपाचा क्षण आला. काम केल्याबद्दल पुन्हा मी त्याचे आभार मानले आणि खिशातून खराड्यांनी दिलेलं पाकीट काढून द्यायला लागलो. ''राहू दे. आता नाही नेत. नंतर घेऊन जाईन. तुझ्या फ्लॅटची चावी न्यायला येईन तेव्हा.'' बनसोडेची पावलं डगमगत होती, तरी आठवणीचा पक्का होता तो. ''ते नंतर बघू त्या वेळी; पण आता ही जोखीम घेऊन जा तुझी तू.'' असं मी म्हणत असताना तो त्याच्या इशाऱ्यानं थांबलेल्या रिक्षात बसून गेलाही आणि पंधरा हजाराचं पाकीट माझ्या खिशातच राहिलं.

त्यानंतर एक-दोन दिवसांच्या अंतरानं बनसोडेनं खराड्यांचं प्रपोजल पाठवून दिलं. मी लगोलग त्याला फोनवर कॉन्टॅक्ट करायचा प्रयत्न केला. पण भेटला नाही. मी वेळ मिळाला तेव्हा कलेक्टर कचेरीत जाऊन त्याला भेटण्याचा प्रयत्न केला.

पण तो कुठल्याशा प्रशिक्षणाला गेला होता. पंधरा-वीस दिवसांनी येणार होता.

साधारण दीड महिन्याने ध्यानीमनी नसताना अनपेक्षितपणे बनसोडेचा फोन आला. ''काय रे जोश्या, ओळख आहे का? की विसरलास? मी बनसोडे.''

“बोल रे, किती दिवसांनी भेटतोयस!” मीही चकित होऊन बोलायला लागलो. “कुठे गेला होतास? तुझे खराड्यांचे पैसे पडलेत माझ्याकडेच दोन्ही वेळचे. ते घेऊन जा ना बाबा. मला सांभाळायला कहार फुकाचा. गेला होतास कुठे? कसलं प्रशिक्षण होतं?”

“अरे हो-हो! नागपूरला होतं प्रशिक्षण. पुण्यातच प्रमोशन मिळतंय. मोजणीखात्यात. पुण्याच्या मनपामध्ये नवीन गावं येत आहेत ना, त्यांच्या डिमार्केशनचा संपूर्ण चार्ज माझ्याकडे असणार आहे. खूप काम पडणार आहे. ते जाऊ दे. मी येतो तुझ्याकडे. मला तुझ्या फ्लॅटची चावी हवी आहे. तू पण लागणार आहेस थोड्या वेळासाठी. मागचं लक्षात आहे ना आपलं बोलणं झालेलं?” घाईघाईत बनसोडेनं मला मागच्या प्रसंगाची आठवण करून दिली.

त्याच्या त्या थेट मागणीनं मी गडबडलोही आणि क्षणात सावरलोही. आणि झटकन एक थाप ठोकून मोकळा झालो अगदी सफाईदारपणे. “सॉरी यार फिर कभी. आताच मला फोन आला होता, मिसेसची आजी वारली म्हणून. तिकडेच निघालो होतो, तेवढ्यात तुझा फोन आला. नंतर बघू कधी तरी जमेल तेव्हा. आज नको, सॉरी अगेन.”

बहुधा बनसोडेला ही थाप आहे हे कळून चुकलं असावं. त्यानं माझ्याशी दोस्ती, संबंध वाढवायचं कारण माझा दुपारी रिकामा राहणारा, निवांत, गजबज नसलेला फ्लॅट हे असावं. त्याचा प्रस्ताव हलकट होता आणि ती जी कोणी खानदानी असली-तसली नसलेली बाई होती, तिला एखाद्याचं घरच कशाला हवं होतं देव जाणे! हल्ली कित्येक हॉटेल्स अशा कामासाठी उपलब्ध असतात. ॲमॅच्युअर असावी अजून, बनचुकी नसावी. मी विचार करणं सोडून दिलं. खराड्यांनी दिलेले बनसोडेसाठीचे पैसे माझ्याकडेच होते. बनसोडे कधी निवांत भेटला की त्याच्याशी नीट बोलून त्याचे त्याला देऊन टाकावेत पैसे, असा माझा विचार होता. बनसोडे भेटत नव्हता. त्याचं डिपार्टमेंट बदललं होतं आणि तो अफाट कामाला जुंपला गेला होता आणि मुख्य म्हणजे माझं तिकडे अजून काम निघालं नव्हतं.

सहा महिने झाले बनसोडेच्या फोनला. एकदा तो मारुतीनं जाताना ओझरता दिसला. बऱ्यापैकी आर्थिक परिस्थिती वाढलेली दिसते, असा विचार डोकावून गेला मनात. नंतर हळूहळू कुणाकुणाकडून बनसोडे सुसाटल्याच्या बातम्या झिरपत झिरपत माझ्यापर्यंत यायला लागल्या. महानगरपालिकेच्या हद्दवाढीतील

प्रकरणं मोजणीचा दाखला असल्याशिवाय संमत होणारी नव्हती. प्रत्येक बांधकाम परवानगीला तो दाखला आवश्यकच होता. मोठमोठ्या बिल्डर्सनी पुण्याबाहेर एकरांनी जागा घेऊन ठेवल्या होत्या. त्या उजवण्याची वेळ आता आली होती. त्या वेळेस त्यांनी करून घेतलेली डिमार्केशन सर्टिफिकेट्स आता चार वर्षांचा काळ गेल्यानं रद्दबातल झाली होती. आता नवीन मोजणी करून ते प्लॉटचे नकाशे घेणं आवश्यक होतं आणि आता ते सगळं बनसोडेच्या हातात होतं. बनसोडे खोऱ्यानं पैसा गोळा करत होता. लोक आपखुशीनं देत होते. दोन-चार गुंठेवाले कुरकुरत का होईना, सात-आठ हजार देत होते. मग इतर... ती गणितं करताना माझा कॅलक्युलेटर अपुरा पडला. मी ते सोडून दिलं. या अशा पैशाच्या लिंक्स वरपासून खालपर्यंत असतात हे जरी खरं असलं, तरीही बनसोडेनं जन्माची कमाई करून घेतली असणार, यात केसाएवढीही संशयाला जागा नव्हती.

दोन-पाच महिन्यांनंतर बनसोडेचा मला फोन आला. "आहेस ना? अर्ध्या तासात येतो तुझ्याकडे. थोडं काम आहे." जेमतेम 'ये ना' म्हणेतोवर त्यानं फोन ठेवूनही दिला. मी लागलीच ऑफिसबॉयला पाठवून बनसोडेला द्यायची रक्कम बँकेतून काढून आणली. पूर्वीसारखाच तो घरी येऊन वेळ काढणार असेल, असं मनात आलं. पण काढायला एवढा वेळ होता कुठे बनसोडेकडे? हल्ली रात्री आठ आठ वाजेपर्यंत बसून तो प्रकरणं आणि पैसे मोकळे करायचा. येतोय कशासाठी ते कोडं उकलायचा प्रयत्न केला थोडा वेळ आणि मग येतोच आहे, तेव्हा होईल उलगडा म्हणत मी बनसोडेचा विचार मनातून काढायला आणि बनसोडे आत यायला एकच गाठ पडली.

"अरे, ये ये! मी वाटच बघत होतो." म्हणत मी थबकलो. बनसोडेच्या मागून एक भारदस्त रूपवान बाई आत आल्या. नमस्कार-चमत्कार झाल्यावर बनसोडेनं त्याच्या रत्नजडित रोलेक्स घड्याळाकडे बघत थेट मुद्द्यालाच हात घातला.

"अरे, मी फ्लॅट घेतलाय एक खराड्यांच्या स्कीममध्ये; चार खोल्यांचा. मोठा टेरेसही आहे. तो पूर्ण होत आलाय. त्याचं इंटिरियर डिझाइन करायचंय. ते तू करणार आहेस. सगळं उत्तम झालं पाहिजे. पण चार महिन्यांच्या आत. पैशाची काळजी करू नकोस. बजेट तूच ठरव. हा तुझ्या फीचा अॅडव्हान्स." म्हणत त्यानं निष्काळजीपणे पन्नासचं बंडल काढून माझ्या हातात कोंबलं.

"अरे, अॅडव्हान्स वगैरे नंतर बघू. तुझेच पैसे माझ्याकडे पडून आहेत

खराड्यांकडचे. ते आधी ताब्यात घे.'' मी असं म्हणत ड्रॉवर ओढून रबरबँड लावलेलं पैशाचं पुडकं काढणार होतो, तोवर तो उठून उभा राहिला. ''ते राहू दे तुझ्यापाशी. तुझ्या कामाची फी म्हणून इन ॲडव्हान्स. हे बघ, तू आणि पद्मा बघून घ्या सगळं आता. यापुढे उगाच मला त्यात ओढू नका. मी आपला पैशाचा धनी.''

''अरे, चहा-कॉफी'' वगैरे माझ्या उद्‌गारांना कानाआड करून तो निघूनही गेला.

''त्यांची ना कलेक्टरबरोबर मीटिंग आहे!'' रेमंड सूटिंगच्या उंची कापडाचा सफारी. गळ्यात दोन तोळ्याची चेन, मोबाईलचं महागडं मॉडेल, हातात कोडनंबरची सॉफ्ट लेदरची ॲटॅची केस, रेबॅनचा एक्स्पेन्सिव्ह गॉगल असा बनसोडेचा जामानिमा जाता-जाता एकटकपणे पाहत असताना कानावर शब्द आले. गोड आणि आदबशीर. बोटांनी मंगळसूत्राशी चाळा करण्याची लकब होती त्यांची.

''असं होय? तरीच तो गेला घाईघाईनं. तो गेला तसाच, पण तुमच्यासाठी काय सांगू वहिनी, चहा कॉफी?''

''नको म्हटलं तर ऐकणार नाही तुम्ही. म्हणून फक्त अर्धा चहा.'' वहिनींनी हसून सांगितलं. त्यांचे सरळ मोत्याच्या सरासारखे दात चमकले. गालाला किंचित खळी पडली आणि लांब टपोरे डोळे मिस्कील झाले. लांब केसांच्या शेपट्याशी चाळा करणारे त्यांचे गोरे हात खुर्चीच्या हातांवर रेलत त्या सावरून बसल्या.

चहा झाल्यावर त्यांनी माझ्यासमोर त्यांच्या फ्लॅटचा प्लॅन उलगडला. चांगला ऐसपैस फ्लॅट होता. पंधराशे स्क्वेअर फुटांचा. टॉप फ्लोअरचा. प्रशस्त गच्ची आणि आजूबाजूच्या टेकड्या, हिरवाई न्याहाळता येण्याजोग्या मोठमोठ्या खिडक्या. घसघशीत रक्कम पडली असणार. वहिनींनी बोलायला सुरुवात केली तेव्हा जाणवलं की, त्यांनी फार बारकाईनं त्यांना तिथे काय काय हवं, याचा पूर्णपणे विचार केला होता. त्यांच्या विचारात कुठेही संभ्रम नव्हता. त्यांच्या गरजांची माझ्याकडून योग्य ती मांडणी आणि रचना अपेक्षित होती. म्हणजे आम्हा लोकांची सुरुवातीची मगजमारी निकालात निघाली; क्लायंटला काय हवं आहे ते फायनल करायची. आमची मांडणीबद्दल बरीच चर्चा झाली आणि साईटवर भेटायची वेळ नक्की करून आमच्या बैठकीचा समारोप झाला.

वहिनी सुसंस्कृत आणि प्रसन्न हसऱ्या उमद्या व्यक्तिमत्त्वाच्या होत्या. थोड्या अंगासरशी स्थूल. पण दोन पोरांची आई इतपत असणारच. त्यांची

चोखंदळ उच्च निवड त्यांच्या मोजक्या दागिन्यांपासून साडीपर्यंत, पर्सपासून चपलांपर्यंत दिसून येत होती. एखाद्या चांगल्या माणसाच्या संगतीत आपल्याला हुरूप येतो, तसं माझं झालं होतं. मी त्यांच्या पुढच्या भेटीसाठी उत्सुक झालो. त्या नमस्कार करून गेल्यावर आपसूकच मनात विचार आला, इतकी चांगली बायको असूनही बनसोडेला नसत्या गोष्टी सुचाव्यात ना!

नंतर आम्ही साईटवर भेटलो. वावरायला सुटसुटीत होतो म्हणून पद्मावहिनींनी ड्रेस घातला होता. ओढणीनं डोकं झाकून खांद्यावरून ती रुळत ठेवली होती. उन्हाच्या या बंदोबस्ताबरोबरच मोठा गो गो गॉगल लावला होता. लिफ्ट नसल्यामुळे पाच मजले चढून आल्यानं त्यांचा श्वास फुलला होता. केसांची चुकार बट कपाळावर चिकटून बसली होती. आमचं बोलणं, चर्चा बराच वेळ चालल्यावर मध्येच त्यांनी पर्समधून छोटा थर्मास काढला. दोन डिस्पोझेबल कपात चहा ओतला आणि एक माझ्यासमोर केला. त्यांच्या कल्पकतेला मन:पूर्वक दाद देत मी चहा घोटाघोटानं पिऊन भरभरून आभार मानले.

उच्च अभिरुची, साधेपणा पण वेगळेपणाची गोडी, मंद रंगांची आवड आणि एकूणच दाखवेगिरी, भपक्याची नावड यांच्यामुळे त्यांचं इंटिरियर करताना मी मन लावून, आवडीनं केलं. मुख्य म्हणजे त्यांना झाडांची अतिशय आवड होती. तिथेच आमचं गोत्र जमलं. मीही झाडवेडा. अंगचं कौशल्य पणाला लावून मी त्यांची टेरेस गार्डन तयार करून दिली. त्या दिवसांत मी केवळ त्यांच्या एकाच कामानं झपाटल्यागत झालो होतो. जणूकाही इतर कामं करण्यात मला काडीचा रस नव्हता.

त्या संपूर्ण कालावधीत मी वहिनींचं रसिकपण, संवेदनशीलता, नर्म विनोदबुद्धी, नम्रता, आदब आणि खानदानीपणा पाहून भारावला गेलो होतो. एकेका प्रसंगातून त्यांचे हे गुण प्रत्ययास येत होते. दर वेळेस माझ्या मनात यायचं, 'इतकी चांगली बायको सोडून दुसरीकडे हुंगायची काय दुर्बुद्धी सुचली बनसोडेला!' एक विशिष्ट अंतर जपत आमची मैत्री होत राहिली. अनेक विषयांवर गप्पाही व्हायच्या; पण त्यात कसलीही, किंचितही खासगी विचारणा डोकवायची नाही. इंटिरियर काम करताना निरनिराळ्या व्यक्तींशी रॅपोर्ट साधावा लागतो. त्यांच्या आवडी-निवडी, स्वभावविशेष याची जाण ठेवावी लागतेच नाहीतरी. तरी पण हे त्याहून अधिक काही होतं. खास असं त्यांच्या सहवासात मलाही खूप चांगलं, छान वाटायचं.

ते काम मी वेगात पूर्ण केलं. स्पष्ट कल्पना आणि पैशांचा ओघ यामुळे

असली-तसली नसलेली / २३

त्याला हातभार लागला. मुख्य म्हणजे क्लायंटपैकी एकजणच सगळं ठरवणारा होता. त्यात कुणाचीही लुडबुड नव्हती. बनसोडे कधीही फिरकला नाही.

शेवटी पैशाचा हिशोब पुरा करायला आणि देण्याघेण्याची गोळाबेरीज करायला त्याला बोलावलं. तेव्हा जेमतेम अर्धा तास आला कसाबसा. त्या भेटीत वहिनींनी माझ्या कामाची स्तुती केली. काम खूप आवडल्याचं सांगितलं. मी सगळ्यांसाठी थम्सअप मागवला. निरोप देण्यासाठी मी ऑफिसच्या दाराशी गेलो. त्यांच्याबरोबर त्या भेटीत मी तीन-चार वेळा तरी त्या दोघांना घरी यायचा आग्रह केला. दोघांनीही असं ना तसं त्यावर बोलणं टाळलं.

निघताना दाराशी उभं राहिल्यावर मी परत एकदा आग्रहाचं आमंत्रण दिलं. वहिनींचा चेहरा थोडा अस्वस्थ झाला. बोलू का, नको बोलू असा भाव दिसू लागला त्यांच्या चेहऱ्यावर. बोलण्यासाठी तोंड उघडताना त्यांची चलबिचल झाली. ताण वाढू लागला आणि त्या एकदम म्हणून गेल्या. ''येणार होतो एकदा, पण वहिनींची आजी वारली होती तेव्हा.''

मला क्षणभर काहीच कळलं नाही. त्यांच्या डोळ्यांत एकदम विषाद भरून आला आणि मग क्षणार्धात एक उसनी खोडकर छटा. ओढूनताणून किंचित् हसत त्या वळल्या आणि ती दोघं निघाली. मी योग्यायोग्यतेच्या घोटाळ्यात पडलो. सगळ्या तागडी-तराजू, आलेख-मापांना न जुमानणारी त्या दोघांची पाठमोरी एकमेकावलेली आकृती मी पाहत राहिलो. किंचित् असूयेनं?

❖❖❖

त्या सगळ्या प्रकरणाची सुरुवात झाली ती एक डिसेंबरला. जागतिक एड्सदिनाच्या दिवशी. रविवारचा दिवस म्हणजे आरामाचा दिवस. आरामात उठायचं, आरामात आंघोळ, आरामात जेवण वगैरे सगळं प्रथेप्रमाणे. फक्त आमची सई ही प्रथा मोडणारी. तिचं इतर सर्व वारी या प्रथेप्रमाणे. पण रविवारी मात्र घरातल्या सगळ्यांच्या आधी उठून सकाळ, जागर, जनमत, उष:काल या वर्तमानपत्रांतल्या पुरवण्यांतली लहान मुलांसाठीची चित्रं रंगवत बसायची ती. मग मी उठणार, वर्तमानपत्रं व्यवस्थित लावून तिच्यावर रीतीप्रमाणे करवादून मथळे वाचायला घेणार. या सगळ्या नेहमीप्रमाणे जनजागरचं पहिलं पान वाचताना जाणवलं, की उजव्या हाताच्या कोपऱ्यात गुलाबी रंगाची वडी, चॉकलेटची चांदी असं काहीतरी असेल या कल्पनेनं, झटकायला गेलो तर ते निघेना. म्हणून लक्ष देऊन पाहिलं तर ते 'जरूर' कंडोमचं पाकीट होतं. हातानं ते टरकावून काढत ती गुलाबी जाहिरात वाचली. जागतिक एड्सदिनानिमित्त कंडोमची जाहिरात करून त्या कंपनीनं एक फ्री सॅम्पल जाहिरातीवर चिकटविण्याची शक्कल लढवली होती. सगळा प्रकार लक्षात आल्या आल्या मी थोडं हबकूनच आजूबाजूला पाहिलं. एड्सला आवर घालण्यासाठी कंडोमची किती आवश्यकता आहे हे मला पटत होतं, तरी अशा पद्धतीनं ते 'व्हेरी इझीली अॅव्हेलेबल' व्हावं किंवा करावं हे मला रुचलं नाही. 'च्यायला, कईच्या कैच करतात हे साले' असा पुटपुटता आहेर करीत सईचं लक्ष नाहीये असं पाहून चटकन उठलो आणि हातात लपवलेल्या त्या पाकिटाची काहीतरी व्यवस्था लावायचा प्रयत्न करू लागलो. काहीच सुचेना. तेव्हा झटकन ते माझ्या पैशाच्या पाकिटात ठेवून मोकळा झालो. सईच्या सर्वसंचारी विमुक्त हातांना फक्त पाकिटाला हात लावायची बंदी होती. अस्मिताही विचारून किंवा सांगून माझ्या पाकिटाला हात लावायची. सईच्या

हाती ते लागणार नाही याची खात्री झाल्यावर मी हुश्श करत सोफ्यावर विराजमान झालो.

"काय म्हणतोय पिल्ला, कसा आहेस तू? झाली का चित्रं रंगवून?" अशाटाईप विचारणा करत सईशी गप्पा मारत आणि आईनं आणलेला चहा पीत पीत पेपर आणि छायागीत तोंडी लावत मी रविवार सकाळ मस्त ऐशमध्ये एंजॉय केली. अर्थात सकाळचा आधीचा प्रकार पार विसरून गेलो. यथावकाश अस्मिता उठली. उठल्या उठल्या तिनं रोजच्याप्रमाणे उष:कालचा कब्जा घेतला. तिचा पेपर ना तो! तिथे काम करते ती; जाहिरात विभागात. त्यामुळे आधी मोठ्या जाहिराती मग नाटक-सिनेमांच्या जाहिराती आणि वेळ उरलाच तर सगळ्यात शेवटी ती हेडलाइन्स वाचायची. त्यामुळे 'जसवंतसिंग कोण?' वगैरे प्रश्नही तिला बेधडक पडायचे आणि चारचौघांत ते विचारण्याचा निष्पाप, निरागस धीटपणाही तिच्यापाशी होता. तिला चहा गरम करून दिला. तिच्याबरोबर मीही चहाचा स्मॉल पेग घेऊन बसलो आणि यथावकाश आमची रविवारची सकाळ मार्गी लागली.

आरामात आंघोळ, चमचमीत संडे स्पेशल जेवणं झाली आणि मग मंगलाचा 'दिवानगी' टाकायचा असा प्रोग्रॅम सकाळी नाष्ट्याच्या वेळेसच ठरल्यानं अस्मितानं खुशीखुशीत मला मनसोक्त भजी करून वाढली. टीव्हीवरचा दुपारचा प्रादेशिक चित्रपटही बहिऱ्यासारखा न ऐकता टीव्ही बंद ठेवला. सईनंही आर्यमान फारसा न ऐकता बघितला आणि मला बोनस म्हणून दुपारी मैत्रिणी गोळा करून 'ब्यूटी पार्लर ब्यूटी पार्लर' खेळली नाही. त्या दोघींचं मला जपणं सुखावून गेलं. अजूनही आपल्या कुटुंबात आपल्याला मान आहे, अगदीच काही बुजगावणं बनलं नाहीये आपलं, या दृष्टान्तानं मूठभर मांस अंगावर चढलं. जड जेवण झाल्यावर त्यामुळे मला आणखीनच जड वाटू लागलं आणि मी रविवार दुपारच्या हक्काच्या झोपेच्या अधीन झालो.

निवांत झोप झाल्यावर जाग आली तरीही मी चुळबुळत लोळत पडलो होतो. वर्तमानपत्राचं बिल न्यायला आलेल्या पोरासाठी अस्मितानं दार उघडलं आणि 'पेपरचं बिल आलंय. त्याला पैसे द्या. उठा आणि मागच्या रविवारी सकाळ टाकला नाही त्याचे पैसे कापा.' म्हणत ती इस्त्री करायला लागली. रात्रीच्या प्रोग्रॅमसाठी तिने स्वत:चे आणि सईचे कपडे निवडून त्यांना इस्त्री करायचा घाट घातला होता. अजूनही सुस्ती न गेल्यानं आणि राजेपणाचा आवेश न उतरल्यानं बेफिकीरपणे तिला सांगितलं, "दे ना तूच त्याला पैसे, घे माझ्या

पाकिटातून. आणि हे बघ, उगाच रुपया-दोन रुपयांकडे बघत त्याचे पैसे कापू नकोस.'' मग आरामात डोळ्यांवर आडवा हात धरून पायांची फुली करून उजवा तळपाय हलवत मी छानपैकी डुलकीच्या स्वाधीन झालो.

''बाबा, किती झोपताय? चला नं आवरायला लागा. जायचंय की नाही आपल्याला हॉटेलात.'' वगैरे बडबडत सई जेव्हा माझा हात खेचायला लागली, तेव्हा तिला पकडून मी तिच्याशी मस्ती करायला लागलो. ती मला गुदगुल्या करायला लागली. हसणं खिदळणं निवळल्यावर 'आता बास पिल्ला' म्हणत मी लुंगी-टी शर्ट सारखा केला आणि ऑर्डर सोडली. ''अस्मिता, चहा.'' ''आणते थांबा.'' दणदणीत टणक प्रतिसाद आला. 'अंमळ जास्त झाली हं इकडच्या स्वारींची वामकुक्षी. चूळ भरायच्या आधी बरीक चहाची आठवण झाली ती! आणते बापडी.' इतका ऐतिहासिक प्रेमळ रिस्पॉन्स अपेक्षित नसला तरी 'आणत्येय बरं,' 'आणते हं' अशा वाक्यांची मला अपेक्षा होती. तर हे एकदम अनपेक्षितच.

मग चूळबिळ भरून अंदाज घेण्यासाठी मीच डायनिंग टेबलापाशी गेलो. अस्मितानं माझ्याकडे ढुंकूनही पाहिलं नाही. एवढंच नव्हे तर चक्क ती माझी नजर टाळत होती. ढणाढणा पेटलेल्या गॅसवर एकीकडे दूध, तर दुसरीकडे चहा उकळत होता. तिच्या मुद्रेवर कठोर भाव होते. दात आवळत ती निर्धारानं मौन पाळतेय हे मला जाणवलं. मी बुचकळ्यात बुडून गेलो. आईचं आणि तिचं काहीतरी खुसपटलं म्हणावं तर आईसमोर चहा ठेवताना तिनं तो आदबीनं ठेवला आणि माझ्या पुढ्यात मात्र आदळला होता. काही सुचेना म्हटल्यावर फुर्रर्रकन चहाचा घोट घेऊन म्हटलं, ''मस्त, झकास झालाय हं चहा!'' माझं बोलणं कानाआड करत तिनं भांडी विसळायला घेतली. काहीतरी विचारायचं म्हणून मी विचारलं, ''दिलंस बिल पेपरचं?''

''दिलं! पाकिटातले पैसे घेतले तुमच्या!'' पाकिटातले आणि तुमच्या या शब्दांवर जोर देत तिनं करकरीत आवाजात म्हटलं. त्या वेळेस तिचे डोळे श्रीदेवीसारखे वटारे आणि नादिरासारखे खुनशी दिसत होते. 'असेल बाबा काहीतरी' असं मनाशी म्हणत मी इकडंतिकडं करत वेळ काढला. टीव्ही समोर बसलो. अशोक-लक्ष्याचा 'य' वा पिक्चर झेपेल तेवढा वेळ बघितला आणि सई आणि अस्मिताला कंबाइण्डली म्हणालो, ''चला घ्या आवरायला, दीड तासानंतर निघायचंय. आपल्याला...''

''माझं डोकं दुखतंय. मी नाही येणार. तुम्हाला जायचं असेल तर जा.''

ठाम तिरसटल्या आवाजात अस्मितानं निक्षून सांगून वाटाघाटीला, संवादाला जागाच ठेवली नाही. पेनल्टी म्हणून सईला पावभाजी आणि आइस्क्रीम कबूल केल्यावर ती टणाटणा उड्या मारत खेळायला गेली. आईही थोडी खुशालली. नाहीतरी तिला हल्लीच्या थिल्लर हिंदी पिक्चरची आवड नव्हतीच. तिला देवाधर्माचे सिनेमे हवे असायचे. तिला बरंच वाटलं. जागरण टळलं म्हणून.

काहीतरी बिनसलंय अस्मिताचं हे कळत होतं; पण नेमकं काय ते कळत नव्हतं. मी सकाळपासून घडलेल्या घटनांचा आढावा घेतला, पण काही आढळलं नाही. आपल्याकडे काही कुणी बोट दाखवू शकत नाही म्हटल्यावर निर्धास्त झालो. तिचा मूड सुधारण्यासाठी दोन तीन पी. जे. मारून झाले. पण कळी काही खुलेना म्हटल्यावर गप्प झालो. स्थितप्रज्ञासारखा टीव्ही पाहून झाल्यावर उठलो आणि लीनाला फोन लावला.

"लीना, संजू बोलतोय. झाली का उद्याची तयारी. लौकर नाही जमलं तर किमान वेळेवर ये स्वारगेटला. काढलीत मी रिझर्व्हेशन्स... हे बघ, स्लॅबचं ड्रॉइंग घे बरोबर. साईटवरची ड्रॉइंग्ज एकदम खराब झालेली असतात. आपलं आपल्याबरोबर असलेलं... नाही, लेक्चर कुठे मी... बरं ते जाऊ दे उद्या नक्की ये वेळेवर... एकदा तू स्लॅब चेक केलीस की बरं वाटेल मनुभाई पटेलांना... सुनील कसा आहे... ठीक आहे. मग भेटू उद्या."

लीना आणि सुनील हे जोडपं आर. सी. सी. डिझायनर होतं. लीना माझी मैत्रीण. तिचा नवरा म्हणून सुनीलही मित्र झालेला. लीना पहिल्यापासून बोल्ड. ॲडव्हान्स्ड, एकदम मोकळी. अय्या-इश्शऐवजी आयला-च्यायला वाली. बऱ्याचदा घरी आलेली. माझे सगळे जॉब तीच हँडल करायची. मला काय लागतं काय नको असतं, ते तिला व्यवस्थित माहीत असायचं. स्त्रीऐवजी एक व्यक्ती म्हणून वावरणारी. व्यावसायिक आणि खाजगी जीवनातही. माणगावच्या मनूभाई पटेलांच्या बिल्डिंगची स्लॅब चेक करायची म्हणून मी तिला घेऊन दुसऱ्या दिवशी सकाळी जाणार होतो. मनूभाईच्या प्रोजेक्टचं काम सुरू झालं होतं तरी अजून नकाशांवर सरकारी मान्यतेचे शिक्के बसले नव्हते. अलिबागच्या टाउन प्लॅनिंगच्या ऑफिसमधल्या सगळ्यात मोठ्या साहेबाला तीन हजारांचं पाकीट देऊन शिक्के उठवून घेणं हेही काम मला या फेरीत करायचं होतं. पैसे मी शनिवारीच बँकेतनं काढून आणले होते.

अस्मिताचे कान आमच्या बोलण्याकडे होते. माणसांचे कान ताठ होत नाहीत किंवा टवकारले जात नाहीत म्हणून बरं; नाही तर... प्रयत्नपूर्वक सहजतेचा आव आणून अस्मिता म्हणाली, "उद्या जाताय का माणगावला? बोलला नाहीत.

आता सकाळी पाचला गजर लावून उठणं भाग आहे हं...'' अनिच्छेचा एक जड सुस्कारा सोडून ती गाल आणखी फुगवून आणि कपाळावर आठ्यांचं जाळं पसरवून घुम्म बसून राहिली.

रात्रीचं जेवण अर्थात सकाळी उरलेलं. आईपुरता ताजा भात टाकलेला. मला कोणतीही गोष्ट वाया गेलेली आवडत नाही. त्यामुळे काहीही बोलणं अशक्य होतं. कारण अस्मिताला डोकं दुखत असल्यानं जेवायचं नव्हतं आणि सईला पावभाजी-आईस्क्रीमचा मलिदा कबूल केलाच होता. अस्मिताची डोकेदुखी पोलिटिकल होती यात काहीही शंका राहिली नव्हती. फक्त कारणाचा थांगपत्ता लागेना. आमच्या संसाराचे नवे नव्हाळीचे दिवस राहिले नसल्यानं म्हणून मीही रुसवा काढणं, खोदून खोदून विचारणं वगैरेतलं काही न करता दुसऱ्या दिवशीच्या प्रवासाची बॅग भरून आडवा झालो. एका कुशीवर पडून डोळ्यांसमोर पुस्तकं धरून पाठी एकमेकांकडे करून आम्ही दोघं आणि मध्ये सई अशी बेडवरची मांडणी होती.

मंगळवारी आल्यावर अस्मिताचा चेहरा खिन्न, निराश दिसत होता. निरिच्छ, उदास भाव चेहऱ्यावर आणून तिनं माझ्यासमोर चहा ठेवला. प्रवासाचा शीण नाहीसा करणारा गरमागरम आल्याचा चहा! वा! मी झडप घालून चहाचा कप हातात घेऊन पहिला घोट घेतला. अस्मिताला पुन्हा एकदा दाद दिली, तरी तिची नजर आपली तशीच. चहा पिऊन आता ताबडतोब या प्रकरणाची तड लावावी असा माझा विचार होता. आईही देवळात गेली होती. सई बाहेर रस्त्यावर खेळत होती. तिनं मला पाहिलं होतं. पण अस्मितानं सुरुवात केली होती या प्रकरणाला, तर आपण त्याबाबत आर्जवं, अजिजी, रुसवा काढणं न करता बेफिकीरपणाचा आव आणावा, असाही विचार माझ्या मनात होता. या सगळ्याचं नेमकं कारण काय, याची मला प्रचंड उत्सुकता होती तरी मी उतावळेपणा न करायचं ठरवलं. मी डोळ्यांच्या कोपऱ्यातून तिच्याकडे पाहत होतो आणि शांतपणे चवीचवीनं चहा पीत होतो. तिची अस्वस्थता वाढत होती. मग शेवटी तिनंच बोलायला सुरुवात केली.

''कसा झाला प्रवास?''

''एकदम झकास! आरामात! काय मस्त सीनसीनेरी दिसते तामणी घाटात. धुक्यानं सगळी जमीन वेढलेली आणि डोंगराचे माथे तेवढे वर आलेले. इतकं रोमँटिक वातावरण होतं की काय सांगू...''

''रात्री मनूभाईंकडेच राहिलात ना? झोप लागली? डासबीस'' शोधक

टोकदार नजरेनं ती इतक्या बारकाव्यात का शिरतेय ते मला कळेना. पण मनूभाईंकडे मुक्काम या कल्पनेनंच मी वैतागलो. एकदम म्हणून गेलो. "का? चांगली हॉटेलं नाहीत की काय माणगावात? तिथल्याच एका हॉटेलमध्ये रूम बुक करायचा विचार होता आमचा. पण मग लीनाच्या काका-काकूंकडे आम्ही राहायला जायचं ठरवलं. तिथे जाऊन धडकलो तर काका काकू मुंबईला गेलेले. रामूदादा वॉचमननं आम्हाला दार उघडून दिलं. आम्ही त्याला गावात पिटाळून क्वार्टर आणि जेवण आणायला सांगितलं. बरोबर फरसाण-दाणेही. त्यानंही डोकं चालवून इंग्लिश पिक्चरची व्हिडिओ कॅसेट आणली. एकदम मस्त धमाल. रात्रभर नुसता धिंगाणा. ऐश केली ऐश! रात्री दोन-अडीच वाजता थकून डोळा लागला आमचा..." माझ्या डोळ्यांसमोरून सगळं चित्र सरकत असल्यानं मी अगदी रस घेत उत्साहानं सगळं सांगत राहिलो. अस्मिताकडे नजर जाताच तिचा लालेलाल झालेला नाकाचा शेंडा आणि डोळ्यांतला पाण्याचा पडदा पाहून कोड्यात पडलो. हे काय लचांड आणखी?

तेवढ्यात सई धावत धावत आली धापा टाकत ओरडली, "बाबा, मला तिकिटं..."

"येस पिल्ला!" म्हणत मी पाकीट काढून बसची तिकिटं काढणार तोच सईनं खट्याळपणे माझं पैशाचं पाकीट हिसकावलं. तिनं तसं केलं हे पाहताच अस्मितानं चवताळून ते आपल्या ताब्यात घेण्यासाठी झडप घातली. त्यांच्या हिसकाहिसकीत ते खाली पडून त्यातली नाणी, नोटा, व्हिजिटिंग कार्ड्स, अस्मिताचा लग्नाआधीचा फोटो, सई पिल्लूचा लहानपणचा आणि गणपतीचा मोठेपणीचा फोटो या समस्तांनी जमिनीवर लोळण घेतली. आश्चर्यानं त्या सगळ्या चीजवस्तूंकडे पाहत अस्मितानं त्यातली तिकिटं शोधून सईच्या हातात कोंबून तिची बाहेर पिटाळणी केली आणि ती आवेशानं पाच हजार वॅटचे डोळे रोखून मला सामोरी आली.

"खोटं बोलू नका." ती गरजली. "रबरबँड लावलेले सगळे पैसे उधळलेत ना! कुठल्या महागड्या हॉटेलात जाऊन राहिलात? कशाकशावर पैसे खर्च केलेत बोला. थांबा, चांगली हडसूनखडसून विचारते लीनाला." तिचं ओरडणं.

"लीनाला? लीनाला कशाला? सुनीलला विचार. लागल्यास आत्ताच्या आत्ता फोन करून विचार. त्याच्यादेखत तुझे ते पैसे लिफाफ्यात घालून अलिबागच्या साहेबांना दिलेत. तोही होता माझ्यासोबत; साहेबांना भेटलो तेव्हा..." रागारागानं मी खेकसलो. हॉटेलात दारू पिण्यात आणि मजा करण्यात पैसे उडवल्याचा

उघडउघड आरोप मला सहन झाला नाही.

अस्मिता आ वासून बघत राहिली. माझ्या नजरेला नजर देणं साधेना तेव्हा पापण्या झुकवत मवाळ सादळलेल्या आवाजात म्हणाली, "म्हणजे सुनील आला होता तुमच्याबरोबर माणगावला?"

"हो. लीनाला ताप आला होता म्हणून तो आला माझ्याबरोबर. स्लॅब त्यानं तपासली काय किंवा तिनं तपासली काय सारखंच. म्हणून तर आम्ही धमाल केली अलिबागच्या बंगल्यावर. लीना आणि मी गेलो असतो तर तशी धमाल तरी करता..." वाक्य पूर्ण करायच्या आत तिच्या डोक्यात काय चाललं होतं याची लख्ख कल्पना मला आली आणि मी सटकलो.

"मी आणि लीना? तुला वाटलंच कसं असं? माझी चांगली मैत्रीण आहे ती. तुझीसुद्धा. ती असलं काही करेल? आणि मी? मला तर आरपार ओळखतेस ना तू? मग? मी. मी असं वागेन? हेच ओळखलंस का मला? काय तुझी अक्कल! मूर्ख आहेस." माझ्या तोंडून शब्दांची फैर सटासट झाडली जात होती. आवेश ओसरल्यावर मी तिच्याकडे पाहत राहिलो. मनात आलं- 'चायला, या बायका पराचा कावळा करताना नवऱ्याचं आजवरचं वागणं, रेकॉर्ड काहीही लक्षात कसं घेत नाहीत? दुसरं निष्ठाबिष्ठा सगळं आपल्यालाच आहे असं का समजतात? नवरा आणि फॉर दॅट मॅटर दुसरी बाई इतकी थिल्लर असते की काय? आणि आपला नवरा म्हणजे मदनाचा अवतार किंवा हृतिक रोशन, समजतात की काय; जरा दुर्लक्ष झालं की इतर बायका पळवायला टपल्याच...! ती खाली मान घालून कसला विचार करत होती देव जाणे!

"ते रबरबँड लावलेले पैसे तुम्ही जसेच्या तसे लिफाफ्यात भरले न पाहता?"

"हो. न पाहता. त्यात काय पाहण्यासारखं? ते पैसे मी आधीच वेगळे काढून रबरबँड लावून ठेवले होते." तिचा रोख कशावर आहे ते मला कळेना. मी आपलं सरळपणे उत्तर दिलं राग आवरून.

"कर्म माझं! अहो, त्याला मी 'ते' अडकवून ठेवलं होतं!"

"ते? ते म्हणजे काय?'

"ते हो, ते जरूरचं पाकीट तुम्ही पैशाच्या पाकिटात ठेवलेलं." ती अडखळत म्हणाली. मी गोंधळात पडलो. ती काय म्हणतेय तेच मला कळेना. आणि दोन मिनिटांत माझ्या डोक्यात भक्कन् प्रकाश पडला. मी ओरडलो, "काय गाढव आहेस गं तू..." ते पाऊच, मी लीनाबरोबर बाहेरगावी जायला निघणं, पाकिटातल्या तीन हजारांच्या नोटा यातून सुतावरनं ती स्वर्गास पोचली

होती तर! मग मी तावातावानं रविवार सकाळची हकिगत तिला सांगितली. लगोलग उसळून उपहासानं कुजकट हसत ती म्हणाली, "अहो, सईचा हात न लावण्याजोगी तुमचं पाकीट ही काय एकच जागा होती. सरळ कचऱ्याच्या टोपलीत का नाही टाकलंत ते..."

आपल्याला जे सुचलं नाही ते हिला बरोब्बर झटकन सुचलं हे जाणवल्यावर मी तिच्या बुद्धिमत्तेकडे अवाक् होऊन पाहत उद्गारलो, "खरंच की! पण ते मला सुचलंच नाही." दोन-चार क्षण गप्प राहिल्यावर मी एकदम उसळून तिला म्हणालो, "अगं, पण ते रबरबँडला अडकवून कशाला ठेवलंस त्या नोटांच्या..."

"पाकिटातून नोटा किंवा कार्ड काढताना पडून तुमची शोभा व्हायला नको म्हणून. मागे नाही का तुमच्या नकळत सईनं तिची बांगडी तुमच्या खिशात टाकली होती शर्टाच्या. कागद काढताना ती कार्पोरेशनच्या साहेबांच्या टेबलावर टणकन् पडली. तुम्हीच तर सांगितलंत ना! तसं काही या वेळेस व्हायला.."

"शहाण्या आहात, विद्वान आहात!" कोपरापासून हात जोडत मी म्हणालो, राग न आवरता आल्यानं फणफणलो, "अगं माझ्या मूर्खे, अगं माझ्या गाढवेऽऽ, ते तसंच पैशांबरोबर अलिबागच्या साहेबांकडे गेलंय! झाली का पंचाईत! तो खवळला तर पास होईल का प्लॅन मनूभाईंचा..."

"त्या पाकिटावर काय 'कडून सप्रेम भेट' असं तुमचं नाव लिहिलं होतं? काही प्रॉब्लेम येणार नाही! मी सांगते ना, 'असली' दहा पाकिटं त्यांच्या खिशात रोज जमा होत असतील. त्यांना काय कळणारे तुम्ही दिलेलं पाकीट ते आहे ते!" हसत टाळी वाजवत ती पुन्हा माझ्यासाठी चहा आणायला स्वयंपाकघराकडे वळली. हताशपणे मान आडवी हलवत शर्टाची बटणं मोकळी करत मी पुटपुटलो, "घोडी बरोब्बर ओळखते मला चहा कधी हवा असतो ते." एकंदरीत ते कारण होतं तर त्या वेडपट बाईच्या रुसण्याचं.

दोन दिवस दोन रात्री छान गेल्या. तिसऱ्या रात्री जेवणं झाल्यावर टीव्हीसमोर ठाण मांडून बसणं किंवा स्टारडम, फिल्मफेअर डोळ्यांसमोर घेऊन लोळण्याऐवजी तिनं सईचं कपाट धुंडाळण्यास सुरुवात केली.

"काय पसारा घालतेय. तो आवरल्याशिवाय झोपू नकोस." सुपारी चघळत कॉटवर पहुडत मी तिला म्हणालो.

"अहो, गोची झालीये. गेल्या रविवारच्या जनमतमध्येही ती गुलाबी जाहिरात आलीये म्हणे पाकिटासह." अस्मिता सईच्या खेळण्यांची टोपली उलथीपालथी करत म्हणाली.

"मग?" येड्याबागड्यासारखा काही न कळून मी विचारलं.

"अहो,... आपल्याकडे जनमत येतो आणि गेल्या रविवारचा अंक मी रद्दीतून काढून बघितलाय. त्यात नुसतीच ती जाहिरात आहे." 'नुसतीच' वर जोर देत अस्मितानं जाहिरातीवर चिकटवलेलं पाकीट गहाळ झाल्याचं सुचवलं.

'अरे बापरे' म्हणत मी उजव्या हाताच्या पंजात माझी हनुवटी पकडली. सईच्या हाती ते लागलं असेल तर? अनेक शक्यता माझ्या कल्पनेत फेर धरू लागल्या. सईच्या खेळण्यांत पाळणाघराच्या पिशवीत, दप्तरात ते कुणी पाहिलं तर तिच्या आई-बापांची कोणत्या शब्दांत संभावना होईल, हे जाणवल्यावर माझी पेंग उडाली. खाडकन डोळे उघडून 'माय गॉड' म्हणत मी अस्मिताच्या मदतीला धावलो. दोघांनी सगळीकडे शोधलं. सईची पर्स, खोट्या दागिन्याच्या पेट्या, वह्या-पुस्तकं, रंगपेट्या-कंपास जे जे दुरूनही तिच्या संबंधातलं होतं ते सगळं आम्ही धुंडाळलं. काहीही हाती लागलं नाही. आमच्या दोघांवरचा ताण वाढला होता. सई शांत झोपी गेली होती. तिच्या निष्पाप शांत चेहऱ्याकडे पाहून तिला उठवून आडून पाडून विचारावं असंही वाटेना. तिला काहीच माहिती नसावी असं ठामपणे वाटत असताना अधूनमधून शंकेनं आम्ही घेरले जात होतो. कारण सापडत नव्हतं ते. शेवटी उद्या बघू म्हणत आम्ही झोपायचा निर्णय घेतला.

त्यानंतरचा दिवस सईचे किरकोळ लाड करत, चुचकारत माहिती काढण्यात गेला. मी माझ्या कामाची वस्तू हरवलीय म्हणत तिला ते सापडलंय का याचा अंदाज घेतला. अस्मितानं तिच्या मैत्रिणींच्या घरी सहज गेलीय असं दाखवत कुठं काही सुगावा लागतोय का ते पाहिलं. सईनं काही प्रताप केले नाहीयेत याचा कानोसा घेतला. पण व्यर्थ! कुठेही काही आगळंवेगळं, भलतंसलतं आढळलं नाही. जाऊ दे, बघू काय होईल ते या विचारानं आम्ही दोघं नेहमीसारखेपणाचा आव आणत पण दबकूनच वावरत राहिलो घरात.

शनिवारी संध्याकाळी घरी आलो. हातपाय तोंड धुऊन चहा घेतला. त्या दिवशी अस्मिता वेळेवर आल्यानं तिच्या हातचा चहाचा योग नशिबी होता. सईचं पाऊल खाण्यापिण्यासाठी आणि झोपण्यापुरतं घरात टिकत असल्यानं ती घरी नसणं अगदी स्वाभाविक होतं. चहा झाल्यावर आई म्हणाली,

"संजू, औषधं संपलीयेत माझी. आणून देतोस का?"

"दे प्रिस्क्रिप्शन. देतो आणून." टीव्हीवरच्या बातम्या संपल्यावर मी म्हणालो. आई उठली. तिच्या कप्प्यातली साड्यांच्या मागची औषधांची प्लास्टिकची

पेटी तिनं काढली. ती पाहिल्यावर मला एकदम जाणवलं. 'अरेच्या! सईचा हात लागणार नाही अशी ही तिसरी जागा. माझं पाकीट पहिली, कचऱ्याची बादली दुसरी आणि ती बॉक्स तिसरी. औषधाखाली असलेलं प्रिस्क्रिप्शन काढून कोणती औषधं किती आणायची हे समजावून सांगण्यासाठी आईने ते फडकवलं आणि.... आणि त्यातून आम्ही दोन-तीन दिवस शोधत असलेली चीज साक्षात खाली पडली. अवाक्‌पणे आ वासत मी आणि अस्मिता एकमेकांकडे बघायला लागलो. हबकलोच एकदम. मी अंदाज घेत चाचरत विचारलं, "काय गं हे?" पंच्याहतरीच्या आईला ते सगळं अनोळखी होतं.

"देव जाणे! असेल चॉकलेट-च्युईंगम. नव्या कंपन्या माल खपवण्यासाठी फ्री सँपल देतात ना तसं ते आलं पेपरातून गेल्या रविवारी. पेपर स्टुलावर आणून ठेवत होते, मी सकाळी. तेव्हा त्यातनं पडलं. सई उठलीच पेपरवाल्याच्या घंटीनं. तेवढ्यात तिच्या नजरेस पडलं असतं तर सकाळी सकाळी आकांडतांडव केलं असतं त्या च्युईंगमसाठी. मग तुझं रागावणं, ओरडणं, फटकावणं झालंच असतं मागोमाग. म्हणून मी ते लपवलं माझ्या औषधाच्या बॉक्समध्ये. तू पण ठेव लपवून. तिला मनाई केलीय दातांच्या डॉक्टरांनी च्युईंगम-चिक्की वगैरे खायला. दाढेत चांदी वगैरे भरून आली तेव्हा तीच सांगत होती. आठवतंय मला." आईच्या अनेक आठवणी निघाल्या असत्या एकमेकीतून म्हटल्यावर मी ते घेऊन आतमध्ये जाऊन केरात टाकून आलो. अस्मिताही काहीतरी कारण काढून आत आली. आईला ऐकू जाऊ नये म्हणून आम्ही स्वयंपाकघरात नि:शब्दपणे खदाखदा हसून घेतलं डोळ्यांत पाणी येईतोवर.

रविवारी मी मुद्दामहून गजर लावून उठलो. सगळी वर्तमानपत्रं तपासून घेतली. धुणं झटकावं तशी पानं न् पानं झटकून खात्री करून घेतली. सगळीच निरुपद्रवी निघाली. तेवढ्यात अस्मिता उठली. तिनंही लगबगीनं बारीक नजरेनं सगळी खात्री करून घेतली. आई फिरून परत येईस्तोवर आणि अर्थातच सई उठेतोवर आमचे चावट जोक मारून झाले सगळ्या प्रकारावरून.

सकाळी दोनदा चहा, डिश भरून उपमा, जेवायला बटाटेवडे, बिरडे, आम्रखंड असा बेत मांडून अस्मितानं आठवड्यापूर्वीच्या जेवण आणि पिक्चरचं घोडं दामटलं. दुपारी चार वाजताच तिनं आवरायला सुरुवात केल्यावर मी पडल्या पडल्याच विचारलं. "सहाचा तर शो नाही ना पहायचा?"

"नाही नऊचाच आहे त्याआधी छान ठिकाणी जेवण घ्यायचं बाई! पण जेवणाआधी मी थोडं शॉपिंग करणार आहे. चालेल ना?"

जहागिरी बहाल करावी अशा आवेशात मी म्हणालो, ''जरूर, नो प्रॉब्लेम!''

''सईला दोन फ्रॉक, घरात घालायला, मला एक साडी आणि बरा मिळाल्यास एक ड्रेस घेऊ या का?''

''जरूर.''

''तुम्हालाही शर्ट घेऊ या! दोन तरी शर्ट हवेत बाई.''

''जरूर.''

''वाढदिवस आहे ना तुमचा गुरुवारी. तुमच्यासाठी आणखी काय घेऊ या?''

''जरूर!'' तंद्रीत मी बोलून गेलो. दोघंही दोन क्षणांनी भानावर आलो. अर्थ कळून पोट धरधरून हसायला लागलो. हसून हसून डोळ्यांत पाणी आलं. मुरकुंडी वळली. मग क्रिकेटियर्ससारख्या टाळ्या दिल्या, तरीही कमी होईना. शेवटी आम्ही दोघांनी एकमेकांचे हात घट्ट धरून ठेवले. आमचं फिदफिदणं ऐकून सई धावत आली. आई-बाबांनी चालवलेला वेडेपणा पाहून तिचे डोळे विस्फारले गेले. ती फिस्कारली.

''टी.व्ही. नीट ऐकू येत नाहीये. किती जोरात हसताय. तसं नाही ऐकणार तुम्ही. थांबा दारच लावून घेते. लावू का?''

तिला एका हातानं विळखा घालून स्वत:पाशी ओढत अस्मितानं मी काही उत्तर द्यायच्या आत दुसरा हात माझ्या तोंडावर दाबून धरला.

फाटकापासून कडुलिंबाच्या पारावर बसून मनूआते कितीतरी वेळ सोळमेश्वराच्या वाकणाकडे एकटक पाहत होती. धूळभरल्या त्या लाल मातीच्या कच्च्या रस्त्यावर ना कुणाची चाहूल ना सावली. मध्येच एखादं मरतुकडं कुत्रं पळालं आपली सावली पायात घेत, की हलकासा लाल धुरळ्याचा लोट दिसायचा. त्या तांबड्या नागमोडी वाटेवर इतर वेळी दोन्ही कडेच्या दाट झुडुपांची सावली पसरायची आलटून पालटून. पण मध्यान्हीच्या प्रहरात ती, तिच्यातले धोंडे आणि धुरळा तापून उठायचे. वाटायचं, वाळकं पान पडलं तर पेट घेईल. मनूआतेला काही सुचत नव्हतं. सकाळी सात वाजता घराबाहेर पडलेली पुरुषमाणसं अजून परतली नव्हती. राघव, सदाशिव, मदन, मिलिंद, शेजारीपाजारी कुणीही नाही. माधव असता तर पाठवलं असतं त्याला बघायला. माधव असता तर- या विचारासरशी तिच्या जिव्हारीची ठेच पाणावली. माधवच्या दहाव्यासाठीच तर ही माट्यांची माणसं केशीच्या घाटावर गेली होती. मनूआतेने कडुलिंबाच्या खोडावर हात ठेवून त्याचा आधार घेतला. कडुलिंबाच्या त्या गुळगुळीत पारावर तिथे झाडाला टेकून बसलं, की पार सोळमेश्वराच्या वाकणापर्यंतची सगळी वाट निरखता यायची. त्या जागेवर गिलावा ओला असताना माधवने लिंबाच्या काडीने मोठा चौकोन कोरला होता. त्यात 'माधव माटे यांचं आसन' असं कोरून तारीख घातली होती. पाच वर्षांपूर्वी मनूआते त्याच्या पोरकटपणाला हसली होती. अनेकदा थट्टामस्करीत त्याचा उल्लेख व्हायचा. अगदी दहा दिवसांपूर्वीपर्यंत माधवची ती आवडती जागा होती. कडुलिंबाचं ते झाडही एकदम प्यारं. मनूआतेच्या कडेखांद्यापेक्षा तो लिंबावर, त्याच्या खोडाफांद्यांवर जास्त बागडला होता. लिंबाला पार करून घ्यायचा हट्टही त्याचाच.

मनूआतेला ढास लागली. ती शमवण्यासाठी तिने डोकं मागे करून मान ताठ केली. वर उंचावर लिंबाच्या बेचक्या-

दुबेळक्यांत कावळ्यांची ओबडधोबड काड्याकाटक्यांची घरटी होती. कितीतरी आडव्या पसरलेल्या वेड्यावाकड्या जुन्या फांद्या वठल्या होत्या. लिंबाच्या डेरेदारपणामुळे पारावर सतत काळपट हिरवी आणि कडवट थंड सावली असायची. चैत्राच्या पुढेमागे तिला गोडसर सुगंधाचं बोट लागायचं. श्वास थोडा स्थिरावल्यावर अंगाशी हात घेताना तिच्या बोटांना माधवच्या आसनाचा स्पर्श झाला. तिच्या गळ्यात आवंढा दाटला. तिने स्वत:लाच बजावलं, कितीही मोठं दु:ख असलं आपलं तरी आता सावरून जाणिवांच्या पलीकडे गेल्यागत झालेल्या उमाला त्यातून काढून पुन्हा उभं करायला आता आपण उभं ठाकलं पाहिजे. अजूनही राघव-सदाशिवचा पत्ता नव्हता. कावळ्यांची कावकाव वाढत चालली होती. तिच्या तोंडून सतत बाहेर पडणारे शब्द प्रकटले, 'सोळमेश्वरा करुणाऽकरा!' पाण्याचा घोट घेण्यासाठी ती लिंबाच्या खाचरट खोडाला हात लावून उठली. वाकणाशी पुन्हा एकदा नजर टाकून एकेक पाऊल टाकत ती घरात परतली.

माजघरातल्या पलंगावर उमा डोळ्यांवर आडवा हात घेऊन पडली होती. तिच्या पायाशी सीमा बसली होती. गळ्याशी गुडघे घेऊन. दोन्ही हातांचा विळखा पायांना घालून तिने गुडघ्यांवर डोकं टेकवलं होतं. तिचाही डोळा लागला होता. त्या दोघी बहिणी पाठीस पाठ लावून आलेल्या. सीमा तीन वर्षांनी मोठी. उमाची ती माहेरची एकमेव नातेवाईक. त्यांचे आईवडील पाच-सहा वर्षांखाली निवर्तलेले. वडील गेल्याचा धक्का आईला सहन झाला नाही. खचून खंगून गेली बिचारी. ढासेमुळे मनुआतेची चाहूल लागल्याने सीमा पाय खाली घेत तटकन उठून उभी राहिली. तिच्या उठण्याने पलंग करकरून वर आल्याने उमाही ग्लानीतून बाहेर आली. मनूआतेला पाहून पदर सारखा करत ती जागच्या जागी उठून बसली. हाताने 'राहू दे, असू दे', अशी खूण करत मनूआते पाणी पिऊन परसात गेली. कावेरी आणि श्यामलेची चाहूल घ्यायला. खोबऱ्या फणशीखाली कर्दळीच्या बेटापलीकडे त्या दोघी जावा दगडावर काहीतरी कुजबुजत बसल्या होत्या. मनूआतेला पाहताच त्या एकदम गप्प झाल्या. तेवढ्यातही 'कलमं खाचरं' असे मोजके शब्द कुजबुजीतून निसटून मनूआतेच्या कानात शिरलेच. ते कानाआड करत ती डाफरल्या आवाजात त्यांना म्हणाली, "अगं, उमाला मात्रा द्या गं कुणीतरी. दूध पण प्यायला लाव तिला कावेरी. नाहीतर सीमाला दे. तुम्ही घ्या आणि मलाही दे. सोसत नाही हो हल्ली कळ निभणं. ही पुरुषमाणसं कशी नाही..." माधवच्या आठवणीने पन्नास पावलांपूर्वीच तर डोळे झरायला लागले होते आणि एवढ्यात पोटाने आपली जाणीव करून द्यावी, हे तिला लागलं.

वाईट वाटलं. पाप घडलं हातून अशी भावना झाली.

ती परत हळूहळू पावलं टाकत माजघरात आली. घड्याळाचा एक टोल पडला. हा साडेबाराचा, एकचा की दीडचा तिला कळेना. एरव्ही काही फरक पडला नसता; पण आज अजून कसे आले नाहीत राघव-सदाशिव? एवढा उशीर? मनूआतेला खूप काळजी वाटू लागली. चिंतेतच ती ताकाच्या खांबलीला टेकून उभी राहिली. ''दूध घेऊन पड हो थोडी. येतीलच एवढ्यात.'' फुसक्या भेंडासारखे वाटले तिचेच शब्द तिला. कावेरीने पुढे केलेला दुधाचा कप तिने तोंडाला लावला. आपल्याबरोबर सगळ्यांना दूध घ्यायला लावलं. उमानेही सीमाच्या हातातला कप ओठाला लावला. दुधात मिसळलं जाणारं तिच्या डोळ्यांतलं पाणी, नाकाचा लाल शेंडा, कपकपणारे ओठ पाहून ती पुढे झाली. तिच्या गालकपाळावरून आपला खरबरीत हात फिरवून मनूआतेने उमाला उगी केलं. तिच्या शेजारी खुर्चीत ती बसली. शून्यात पाहून श्वास सोडताना डोळा लागून ती मंद घोरू लागली. हातात घेतलेला उमाचा हात निसटू लागला होता.

पाय धुताना राघवच्या हातून पाण्याचा तांब्या निसटून पडल्याचा मोठा आवाज झाला. मनूआते दचकून जागी झाली. गडबडीत उठताना सोग्यात पाय अडकल्याने ती अडखळली. तशीच सावरत शक्य तेवढ्या लगबगीने ती परसात आली, ''काय रे राघव, किती वाजले?'' राघव-सदाशिव मनूआतेकडे या अनपेक्षित प्रश्नाने पाहत राहिले. मदनने घड्याळात पाहून 'अडीच' सांगितलं. त्या दोन्ही तरुण पोरांच्या चेहऱ्यावर भुकेची अक्षरं ठळकपणे मांडली होती. मनूआतेला भेलकांडल्यासारखं झालं. बरोबर आलेल्या कावेरीने तिला सावरलं. सगळे पाय धुऊन आत आले. त्यांच्या मागून मनूआते आत आली. कावेरी आणि श्यामलने सगळ्यांना पाणी द्यायला सुरुवात केली. त्यांचं पाणी पिऊन झाल्यावर क्षणाचीही उसंत न देता उतावीळपणे खात्री करून घेतल्यासारख्या तऱ्हेने मनूआतेने भिंतीचा आधार घेत विचारलं.

''शिवला? कावळा शिवला?'' उमासकट सगळ्यांना आपल्या मनातल्या उत्तराला दुजोराच मिळणार असं वाटत होतं. तरीही त्यांना उत्तराची आतुरता लागली होती. उमा डोळ्यांत प्राण आणून राघवच्या चेहऱ्याकडे पाहत होती.

''नाही गं आते, नाही शिवला.'' राघवने मान वर करत नकारार्थी हलवत सांगितलं आणि खिन्नपणे तो भडाभडा बोलत सुटला. ''काय इच्छा अपुरी राहिली पोराची ठाऊक नाही. अगदी जवळ यायचे कावळे, पिंडाभोवती घुटमळायचे; पण एकानेही चोच लावली नाही पिंडाला. किती वाट पाहिली आते. दूर बसून

पाहिलं. सगळी माणसं पांगवून पाहिलं. लपणाआड लपून पाहिलं. कितीतरी इच्छा पूर्ण करू म्हणून बोलून झाल्या. पण व्यर्थ! पिंडापर्यंत जायचे. काय इच्छा राहिली देव जाणे! अखेरीला नाना भट म्हणाले, ''मग केला दर्भाचा कावळा आणि टेकवला पिंडावर.'' सुस्कारत राघवने मान हलवली. कळवळून म्हटलं, ''काय इच्छा राहिली? नाही गं शिवला.'' मान खाली घालून तो खांबलीशी टेकून बसला. मनूआते डोळे विस्फारून अदृष्टाचा शोध घेतल्यासारखी पाहत राहिली. 'ताई गं' दबक्या किंकाळीने अश्रूंना वाट देत उमा सीमाला बिलगली. हळूहळू ते रडणं ओक्साबोक्शी अनावर झालं. तिच्या त्या तशा रडण्याचा अर्थ मनूआतेला तत्काळ कळला. तिच्या मनाला फिरून एकदा ठेच लागली आणि त्याची कळ डोळ्यांतून घळघळली. माधवची अंतिम इच्छा तिला उमाच्या तशा आक्रोशातून ताबडतोब ध्यानात आली. तिनेही हुंदके दाबायचा प्रयत्न केला नाही. ती तशीच उमापाशी गेली. उमा मनूआतेला आवेगाने बिलगली. दोघींनाच माधवचा आत्मा अतृप्त का राहिला, हे क्षणात कळून आलं होतं.

दहा दिवसांपूर्वी माधव मुंबईहून सोळमीला परतला होता. काहीतरी महत्त्वाचं काम होतं जमिनीसंदर्भात, म्हणून मुंबईच्या मोठ्या ऑफिसात गेला होता. एक दिवसाचे चार दिवस लागले कामाला. त्यातून पुढचं काही काम उद्भवलं. त्याने मुक्काम आणखी वाढला. तसा निरोपही त्याने पाठवला होता. त्याच्या येण्याची वाट उमा आणि मनूआते बघत होत्या. उमा सकाळपासून संध्याकाळपर्यंत नुसती आतबाहेर करत होती. काहीतरी कारणं काढून संध्याकाळी माधव आला तो आरडाओरडा करत गडगडाटी हसत. मनूआतेला आणि उमाला मोठमोठ्याने हाका घालत. गडी एकदम खूश होता. त्याचं महत्त्वाचं काम फत्ते झालं होतं. चेहरा आनंदाने फुलला होता. तो त्या दोघींच्या नजरेत परावर्तित झाला होता. दोघी कारण नसताना हसत होत्या. पाय धुताना पाणी देण्यासाठी उभ्या असलेल्या उमालाच ऐकू जाईल असं काही तो पुटपुटला, तेव्हा उमाच्या कानाच्या पाळ्या आणि गाल लाजून लाल झाले होते. हात पुसण्यासाठी त्याने तिचा पदर धरला तेव्हा त्याच्या हातावर फटका मारत ती घरात पळत आली होती. ''का गं पळालीसशी?'' मनूआतेने विचारल्यावर तिने 'काही नाही, असंच' म्हणत वेळ मारून नेली होती. उमा नजर चोरतेय हे पाहून मनूआते गालातल्या गालात हसत राहिली.

''आते, भूक लागलीये भक्कम. लवकर वाढ.'' म्हणत आडदांड माधव

स्वयंपाकघरातच पाट मांडून बसला. दर दोन-चार मिनिटांनी 'झालं का, झालं का' विचारत राहिला. "थांब, दम खा. होतोच आहे स्वयंपाक", म्हणत आतेने दटावलं तेव्हा "दम खाल्ला भरपूर, पण पोट भरत नाहीये." असं हलकेच पुटपुटला तेव्हा तिघांनाही हसू आवरलं नाही. उमाने गुळपापडीचे लाडू ताटलीत घालून त्याच्यासमोर सरकावले. मेथीची भाजी, तांदळाच्या भाकरी, मुगाची खिचडी, वालाची उसळ, आंबट वरण आणि कुरड्या, कारळ्याची चटणी असा माधवचा आवडता बेत होता. आडवा हात मारत तो भरपेट जेवला. बडीशेप खाऊन आपल्या खोलीत गेला. आपल्या सामानातून पांढऱ्यावर निळी बारीक नक्षी असलेली नऊवारी साडी काढली आणि मनूआतेच्या अंगावर पसरून टाकली, ती पाहून मनूआते एकदम खूश झाली. तिने लागलीच विचारलं, "आणि उमाला रे?"

"तिला ना," माधवने थोडं थांबत म्हटलं, "शर्ट-पँट आणलीये."

उमाने हसत नाटकीपणे हात उगारला तेव्हा माधव खोलीच्या दाराकडे पळाला, तिच्याकडे बघत मोठ्यानं ओरडला, "आणि हॅट पण!" आणि खोलीत जाऊन पलंगावर पडला. आते त्याच्या पोरकटपणावर खळाळून हसली अनावरपणे. कधी नव्हे ते आब सोडून, उत्सुक उमाला "नको आवरूस मागचं. तांब्या-भांडं घेऊन जा. दमला असेल तो, पाय दे चेपून." असं म्हणत समजूतदारपणे तिने खोलीत पाठवलं.

स्वयंपाकघरातली सगळी झाकपाक करून दारा-खिडक्यांना कड्या घालून मनूआते आपल्या खोलीत जाऊन पडली. नेहमीप्रमाणे दार नुसतंच लोटून घेतलं होतं. शेजारी छोटीशी देवघराची खोली आणि पलीकडे उमा-माधवची खोली. रात्री उशिरापर्यंत काही ना काही वाचायची सवय मनूआतेने लावून घेतली होती. कधी धार्मिक ग्रंथ, कधी तत्त्वज्ञानाची, भक्तिमार्गाची मासिकं. मनूआते सोळमीच्या शाळेत शिकवत होती तेव्हाची पाठ्यपुस्तकंही ती अधूनमधून वाचायची. विरंगुळा म्हणून. त्या दिवसांची आठवण मनात नेहमी राहावी म्हणून. दम्याचा त्रास बळावल्याने तिने ते सोडून दिलं होतं. बरीच वर्षं झाली त्याला. रात्री लवकर झोपलं की पहाटे तीन-चार वाजताच जाग यायची आणि इतक्या आधी उठून करायचं काय हा प्रश्न आ वासून उभा राहायचा. दिवा बंद करायला जेव्हा ती उठली, तेव्हा उमाचं दबकं हसू अस्पष्टपणे तिच्या कानी पडलं. तोंड घट्ट मिटून ओठ आवळून कुणाच्या तरी गुदगुल्यांना हसावं तसं. सिस्कार, चित्कारांच्या पिटुकल्या पाकोळ्या त्यातून निसटून फडफडत होत्या. 'काहीतरीच बाई आत्ताच्या

पोरांचं' या अर्थी मान हलवत किंचित हसत 'सोळमेश्वरा गंगाधरा करुणाकरा'. तीन-तीनदा हे शब्द पुटपुटत सोळमेश्वराच्या दिशेला नमस्कार करत ती आडवी झाली. नंतर तिला गाढ झोप लागली.

"मनूआते, मनूआतेऽऽ ऊठ, धाव, हे बघ काय झालं! ह्यांना काय झालंय बघ, मनूआतेऽऽ" उमाच्या जिवाच्या आकांताने हाका घालण्याने मनूआते दचकून जागी झाली. भास झाला की स्वप्न पडलं या संभ्रमात दोन क्षण गेले असतील नसतील, तोच उमाचा हंबरडा कानी आल्याने मनूआते तटकन उठली आणि अंगातलं बळ एकवटून वेगाने माधवच्या खोलीशी गेली. दाराला आतून कडी होती.

"मनूआते, मनूआतेऽऽ" आर्तपणे उमा हाका मारत राहिली. मनूआतेने धडाधडा दरवाजा हलवल्यावर उमा भानावर आली. तिने उठून साखळीची कडी काढली आणि ती तिच्या गळ्यात पडली. हंबरडा फोडत तिने मनूआतेला घट्ट मिठी मारली. मनूआते क्षणभर तिच्या अवताराकडे बघत राहिली. ब्लाउजची बटणं सुटलेली. माधवने आणलेल्या नव्या कोऱ्या डाळिंबी साडीचा पदर जमिनीवर लोळणारा, निसटलेल्या निऱ्या माधवच्या अंगाखाली सापडलेल्या. केस मोकळे सुटलेले आणि डोळ्यांतल्या पाण्याने गालाला चिकटलेले. परकराची नाडी सुटून लांब लोंबणारी. गदगदून हुंदके देत बिलगलेल्या उमाच्या पाठीवर आपसूकपणे मनूआतेचा हात फिरत असताना तिचं चटकन त्यांच्या पलंगाकडे लक्ष गेलं. संपूर्ण उघड्या अंगावर फक्त खाली सरकलेला जांग्या असलेला माधव वाकडातिकडा पालथा पडलेला. त्याची हालचाल पूर्णपणे थांबलेली.

एकदम धसकून प्रतिक्षिप्त क्रियेने विजेच्या चपळाईने उमाला दूर करून मनूआते माधवपाशी गेली. दांडग्या माधवला उताणं करताना तिला जीव खाऊन प्रयत्न करायला लागला. अंगात संचारलेल्या अवसानाने तिने एकाच प्रयत्नात त्याला उताणं केलं. त्याचे डोळे मिटले होते. तोंडातून लाळ गळत होती. त्याच्या उघड्या छातीवर तिचा तळवा लागलीच क्षण-दोन क्षण विसावला आणि त्या क्षणांनीच तिला माधवचा प्राण निघून गेल्याचं सांगितलं. क्षणार्धात तिला सत्याची जाणीव झाली. तिने करुण भेसूर हंबरडा फोडला. कामरंगात रंगलेल्या माधवला हार्ट अ‍ॅटॅक आला होता. पहिलाच आणि शेवटचा. वरची हालचाल थांबली म्हणून उमाने डोळे उघडले तेव्हा जीवघेण्या वेदनेने पिळवटून चेहरा वेडावाकडा झालेल्या माधवच्या तोंडून अखेरचा आचका आला होता. माधवच्या केसांतून घामाच्या धारा वाहिल्या होत्या. त्याच्या पांढऱ्या केसांची बट ओली

होऊन त्याच्या कपाळाला चिकटली होती.

माधवच्या प्रेताला मिठी मारून दोघींनी आकांत मांडला. पहाटेचा पहिला कोंबडा आरवला तेव्हा मनूआतेला भान आलं. तिने उमाला मिठीत घेतलं. तिच्या डोक्यावरून हात फिरवत तिचे डोळे पुसले. आकाशातली वीज अनपेक्षितपणे कोसळल्याने थरथर कापणाऱ्या उमाला पदरही सावरता येईना. तिची साडी गुंडाळून देऊन, ब्लाउजची बटणं लावून तिला नीट केल्यावर दोघींनी मिळून माधवच्या पायाशी पडलेला पायजमा कसातरी वर सरकावला आणि नाडी बांधली.

दमछाक झाली दोघींची चांगलीच. उमा मुसमुसत असताना मनूआतेने स्वतःला सावरून माधवच्या अंगावर चादर पसरली. उमाला भिंतीवर टेकवून बसवलं आणि ती घराबाहेर पडून शेजारच्या वाडीतल्या भाट्यांच्या घराकडे एकटीच कंदील घेऊन निघाली.

मनूआते भानावर आली. बराच वेळ उमाकडे बघत राहिली, हळूहळू उमाचा आवेग शांत झाला. दोघींना एकमेकींच्या नजरेत माधवच्या अखेरच्या इच्छेची खूण पटली. मनूआतेने डोळे टिपले. उमाला दंडाला धरून दूर केलं आणि ती निर्धाराने म्हणाली, "राघवा, जेवढं हाती होतं तेवढं तुम्ही केलं. देवाघरी रुजू झालं. आता सोळमेश्वर जशी बुद्धी देईल तसं वागणं एवढंच आपल्या हाती. आता जर तर, असं तसं म्हणणं व्यर्थ. चला जेवण करून घ्या. रिकाम्या पोटाने दुःखंही बोथट होतात. सोळमेश्वरा-गंगाधरा-करुणाकराऽऽऽ! तूच वाट दाखवायचीस आता." तिने दाखवलेला निर्धार खचलेपणाचं दुसरं रूप आहे, हे सगळेच जाणून होते.

तेरावा-चौदावा झाला. प्रसादाला सगळी सोळमी लोटली. केशीपलीकडच्या कोळमीचेही निम्मे लोक लोटले होते. त्यांच्या बापूखोताचा नातू गेला होता. सोळमीच्या सगळ्या कारभाराचा म्होरक्या, भावी सरपंच, कुस्तीपासून गीता-अध्यायांच्या स्पर्धेत अव्वल असणारा परोपकारी दांडगा हसरा मित्र चुटपुट लावून अचानक नाहीसा झाला होता. मनूआतेचा नातू वारला होता. पंचक्रोशीतील प्रत्येक लहानथोर हळहळलं होतं. डोळ्यांतून पाझरलं होतं आणि प्रसादाला आलं होतं. माट्यांची सगळी माणसं, त्यांचं गणगोत सगळे राबले होते त्या दिवसासाठी.

बसून राहिल्या होत्या फक्त त्या दोघी उमा आणि मनूआते. त्यांना कुणी

काम करू दिलं नाही. उमाचा तर काही प्रश्नच नव्हता. नि:संग नजरेने ती कोपऱ्यात बसून रिकाम्या नजरेने सगळं न्याहाळत होती. ढग दाटून आल्याने मनूआतेचा दमा उफाळला होता. ढास लागून तिचा माथा मांडीला टेकायचा. उमा अशा वेळी तिची पाठ चोळून द्यायची. त्याला निलगिरीचं मलम लावायची. झालेल्या आघाताने तिच्या रक्तदाबाची पातळीही चढली होती. पलंगावर पडलेली मनूआते आणि तिच्या उशापायथ्याशी बसलेली उमा याच त्या गडबडीच्या काठावर अलिप्त बसलेल्या होत्या.

पंधराव्या दिवसानंतर राघव आणि कावेरी ठाण्याला निघून गेली. त्यांच्या मीनलची कसलीशी परीक्षा होती. त्यांच्या पाठोपाठ सदाशिव, मदन, मिलिंद आणि श्यामला साताऱ्याला निघणार होते. निघायच्या आदल्या दिवशी संध्याकाळी पुढच्या पडवीत सगळे गोळा झाले. हळूहळू बोलण्यातून बोलणं निघालं, माधवच्या आठवणी निघाल्या. सगळेजण गहिवरले. राघवने भरल्या गळ्याने मनूआतेला व उमाला ठाण्याला चलायचा आग्रह केला.

“चला तुम्ही दोघी. उमाला आणि तुला तेवढाच पालट होईल. गेलेलं माणूस गेलं. दैव म्हणायचं. पण आता मागे राहिलेल्यांना जगणं भाग आहे. कालगती कुणाला थोपवता आलीये? थोडा विरंगुळा हवा तुम्हाला मनूआते. चला काही दिवस.”

“नको राघवा, इथे रुजून माझी पाळंमुळं खोलवर गेली आहेत रे! आता उपटून टाकता नाही यायची. माधव दिवा विझावा वादळाने तसा अवचित गेला. उमाला मागे ठेवून. कलमं खाचरं मागे ठेवून. फार जीव होता त्याचा या सगळ्यांवर. त्याची मालमत्ता आहे ती. नीट सांभाळली पाहिजे. चोरापोरी नाही जाऊ द्यायची मी, माझ्या जिवात जीव असेतोवर. जरा इकडे तिकडे झालं की इथली घडी पार विस्कटून जाईल. आणि मला कुठलं तुमच्या शहराचं वळण सुधरायला? सवयही नाही रे एवढ्या एवढ्यातच वावरायची. उठताना माथं आदळतं अन् बसताना माकडहाड शेकतं. माझं राहू दे. माझी हाडं आता केशीतच पडायची. तरण्या अस्थी डोहाच्या तळाशी गेल्या आणि झिजल्या हाडांना उभारी धरणं आलं. उलटा न्याय आहे. सोळमेश्वरा, माझा माधव...” आलेला उमाळा प्रयत्नाने शमवत घसा साफ करून मनूआतेने समारोप केला.

“उमाला घेऊन जा येत असेल तर. माझं नको काढूस.”

माधवची मालमत्ता आहे ती; वगैरे ऐकून श्यामला नि कावेरी खट्टू झाल्या होत्या. त्यांनी पुढे फार ‘या या’ केलं नाही. ओठ बंद करून बसल्या.

सीमाचा नवरा विजय पुढे सरसावला. म्हणाला, ''आम्ही न्यायचं म्हणतोय उमाला बार्शीला. या वातावरणातून बाहेर पडेल ती. तिथे लहानपणाच्या मैत्रिणी...''

''नको भावजी. नाही मन रमायचं तिथे आता माझं. इथलं वळण पडलंय. नकोच ते... शिवाय आते एकटीच कशी राहील? इथे आठवणी आहेत त्यांच्या मला वेढून राहिलेल्या सोबतीला आणि त्यांचा आत्मा इथेच घोटाळतोय अजून. मुक्ती कुठे मिळालीय? तो मला भेटला, काही संकेत दिला तर त्याप्रमाणे करून त्याला मुक्ती देता येईल. मी वाट पाहतेय.'' उमा कुठेतरी शून्यात नजर लावून बोलली. मनूआतेने एकदम चमकून तिच्याकडे पाहिलं. तिच्या ओठांना मुरड पडली. तिच्या मनात काहीतरी खुटखुटत राहिलं.

राघव, सदाशिव जड पावलांनी निघून गेले. विजय दोन दिवसांनी गेला. त्यानंतर आठवड्याने सीमा निघाली, तेव्हा आतडी तुटल्यासारखी उमा उन्मळून रडली होती. सीमाला घातलेली मिठी सोडेचना. समजूत घालून, उगी उगी करून सीमाला घट्ट बिलगलेल्या उमाला वेगळं करावं लागलं मनूआतेला.

माधवच्या आठवणीने तेव्हा उमा रडली ती शेवटची. त्यानंतर तिने कधीही डोळ्यांत पाणी आणलं नाही. रोजची ठरलेली कामं ती करायची. मुक्या मुक्याने वावरायची. चेहऱ्यावर निर्विकार थिजलेले भाव. नजर सुन्न. कुणीतरी निर्जीव निस्त्राण बाहुलं वावरावं तशी वावरायची. मनूआते आपल्या सगळ्या व्याधी, आजार सांभाळून रामरगाड्याची गती चालती ठेवायची. तीही अंतर्मुख उदास असायची. सुस्कारे, नि:श्वास सोडायची. मनाला काही टोचलं किंवा विचार झटकायचा असला की 'सोळमेश्वरा-गंगाधरा-करुणाकराऽऽ' असं मोठ्याने पुटपुटायची मात्र ती आणि उमा एकमेकींच्या नि:शब्द सहवासात आसरा, आधार शोधायच्या. कधीतरी जरुरीपुरतं बोलणं व्हायचं. बऱ्याचदा हवापाण्यावर एखादा शेरा किंवा घरात काय नाही, काय आणायचं असं काहीसं. मनूआतेची कामाची नेहमीची पठडी तरी ठरून गेली होती. उमाच्या रोजच्या दिनक्रमात मोठी पोकळी निर्माण झाली होती.

माधवभोवती तिचा सारा दिवस फिरायचा. त्याची प्रत्येक इच्छा-आवड पुरी करायला ती त्याच्याभोवती रुंजी घालायची. सतत पायात घोटाळणाऱ्या भाटीसारखी पुढेमागे असायची. त्याच्या डोळ्यांत बघत त्याची नाराजी हेरायची, त्याला हवंनको ते बघायची आणि त्याच्या नजरेत दाद शोधायची. तिचं हे अधीर पोरकट वागणं मनूआतेला आवडायचं.

माधव तिचा मुलगाच झाला होता. दुसऱ्या बाळंतपणात तडकाफडकी

गेलेली द्वारका तीन वर्षांचा माधव, आणि हरी मनू आतेवर सोपवून गेली. कमकुवत मनाचा हरी बसलेल्या धक्क्याने खंगू लागला आणि झुरून झुरून, रक्तचंदनाची बाहुली सहाणेवर उगाळून उगाळून झिजून संपून जावी तसा, संपून गेला, लहान वयात विधवा झालेली, सासरच्यांनी घराबाहेर काढलेली व हरीपेक्षा थोडी लहानच असलेली त्याची आत्या माधवची आई झाली. तिने डोळ्यांच्या बाहुलीसारखं त्याला जपलं. त्याच्या दांडगटपणाला जमेल तेवढा लगाम घालायचा ती सतत प्रयत्न करायची. बेगुमान वांड माधव वाऱ्यासारखा सुसाटायचा. अनेक खोड्या करत धांगडधिंगा घालत माधव बघता बघता सणसणून वाढला. उंचापुरा, रुंद, बळकट उभ्या खोडासारखा दिसायचा. मनूआतेला आवरेनासा झाला. तारुण्याची झुळूक लागताच हट्ट, ताठा वाढला. जिद्द, मिशी वाढली. तालमीचा नाद लागला. पिळदार अंगाचा गोरा माधव कुठेही गेला तरी वजन पडायचं. ब्राह्मणाचा पोरगा वाटायचाच नाही तो. शिक्षणही अर्ध्यावर सोडून दिलं. खाचरा-कलमांची निगराणी आणि गावातल्या सगळ्यांची कामं चोखपणे करायचा. सगळ्यातच त्याचा पुढाकार असायचा. खायला आणि झोपायला तेवढा घरी. बाकी सगळी बाहेरची धिटाई, पुंडावा.

कुठल्याशा लग्नात त्याची नजर उमावर पडली आणि त्याच्या मोठमोठ्या काळ्या डोळ्यांच्या भुंग्यांचे चमकते काजवे झाले. ते भुंगे त्या गारवेलीच्या निळ्या फुलांप्रमाणे टक्क टकटकीत फुललेल्या उमाच्या अंगोपांगी बसले, ते रुंजी घालायलाही उठायला तयार होईनात. आतेने त्याचं मन ओळखलं. उमा तिलाही आवडली. उंच, निरोगी, बांधेसूद, गोल गोलट अंगाची-भरलेली-हसरी कमरेपर्यंत शेपट्याची. मुख्य म्हणजे बळकट. माधवसारखा वळीव पेलायला ही गारवेलच हवी. तिथे जाईजुई भुईसपाट व्हायच्या. उमा देशस्थाची असल्याने माधवच्या मानाने सावळीच होती; पण त्याच्यासारखीच अल्लड, सळसळणारी, जिवंत, सगळंच तीव्र असणारी. तीही माधवसारखी आईवडील नसलेली, नुकतं लग्न झालेली थोरली सीमा, तिचा नवरा विजय आणि उमाचे काका-काकू आयत्या वेळेला आलेल्या स्थळाला थोडा विचार करूनच हो म्हणाले. खात्यापित्या घरचा, चांगल्या चारित्र्याचा पण हूड मुलगा, अनेक खाचरा-कलमांचा मालक, पुढेमागे सरपंच होऊ शकणारा पण आत्याने लहानाचा मोठा केलेला, आईवडील नसलेला. संपूर्ण हो मध्ये नाही-नकोचे खडे टोचत होते. पण मनूआतेने 'मुलीसारखी सांभाळीन' म्हणत सोळमेश्वराला साक्षी केलं, तेव्हा ते खडे खव्यातल्या खडीसाखरेचे झाले. उमाही तिला माधवसारखी मनूआते असं एकेरी म्हणायला लागली. तिच्या

आणि इतरांच्याही नकळत, सहजपणे. ही जेमतेम दोन-अडीच वर्षांपूर्वीची गोष्ट.

माधव गेल्यावर उमा पहिल्यांदा बाहेरची झाली तेव्हा आशेचा शेवटचा तंतू तुटावा तशी उमा निराश, भकास झाली. स्वत:ला आपल्यातच चिणून घेत तासन् तास लिंबाच्या पारावर माधवने कोरलेल्या नावावरून बोटं फिरवत विचारात गढून बसून राहिली. मनूआतेही हिरमुशी झाली. माधवचा अंश अवतरायची आशा संपुष्टात आली होती. पण विचारांती झालं ते बरंच झालं, असं तिला वाटून, पटून गेलं.

गावातल्या पोरीबाळी, लेकीसुना काही ना काही कारणाने येऊन जायच्या. कधी निरोप द्यायला. कधी चाफ्याची फुलं न्यायला. पोरं-लेकरं दाखवायला यायच्या. मनूआतेच्या शिष्या असायच्या त्या, तर 'मनूआते'च म्हणणाऱ्या उमाच्याही मैत्रिणी असायच्या. पण त्यांच्या येण्या-बोलण्याने, हसण्या-वावरण्याने उमाचं मन रमायचं नाही. ती घुमी गप्पगप्पच असायची. तिला तसं पाहून मनूआतेच्या काळजात कळ उमटायची. हळूहळू दिवस जातील तसतशी येईल माणसांत, या विचाराने ती आशेला लागायची.

माधवची अपुरी इच्छा त्यांना कधीच कळून चुकली होती. तिचा अस्पष्ट उच्चारही कधी त्यांच्या जुजबी संभाषणात झाला नाही. विचारांना कुलूप घालण्याचा व्यर्थ प्रयत्न उमाने करून पाहिला; पण दुसऱ्याच क्षणी नवरात्रीच्या परड्यात गव्हाची रोपं तरारून वर यावीत तसे ते पुष्कळात उगवायचे.

वर्षश्राद्धाला राघव, सदाशिव आले. सीमा गरवारशी असूनही विजयच्या धाकट्या भावाला, अजयला घेऊन आली. विजय कुठेतरी ऑफिसच्या कामाला बाहेरगावी गेला होता. कितीतरी दिवसांनी अजयला उमा पाहत होती. हसू-नको हसू या विचारात दोघींची नजरानजर होऊन अवघडलेलं, ओळखीचं औपचारिक हसू आपसूक ओठांवर उमटलं. सीमा-उमाचं असंच उभ्या उभ्या काही बोलणं चालू असताना अजय तिथे काही कारणाने आला आणि हलकेच त्यात सामील झाला. उमाच्या चेहऱ्यावर प्रसन्नता आली नाही; पण नेहमीची उदासीनतेची खिन्न सावली तेव्हा काही काळ मावळली होती. ते पाहून मनूआतेला बरं वाटलं होतं. सगळी पाहुणेमंडळी गेल्यावर रिकामं घर आणिक रितंरितं, निपटलंनिपटलं झालं. उमाच्या वृत्तीत फरक पडेना.

खाचरट लिंबाला टेकून बसत सोळमेश्वराच्या वाकणापर्यंतची वाट न्याहाळताना सहजपणे गुडघे एका बाजूला घेऊन तिने पालथी मांडी घातली. लागलीच तिला राधेची आठवण झाली. नेहमी अशी बसायची ती आणि प्रत्येक वेळी वकिलीणबाई

रागवायच्या तिला. ती नसताना उमा तिची आणि वकिलीणबाईंची नक्कल करून दाखवायची इतर मैत्रिणींना. राधेच्या बरोबरीने सुमन, आशा, रमणीही डोकावल्या तिच्या आठवणीत. त्यांचा सगळ्या खोड्याळ मुलींचा ग्रुपच होता लहानपणी. रमणी सोडल्यास बाकीच्या सगळ्या ब्राह्मण असल्याने त्यांच्या घरातले रीतीरिवाज, धर्मकार्य उमाला माहीत होतं. सुमनचे वडील भिक्षुकी करायचे. त्यांच्याकडे रमणीची आई पक्षपंधरवड्यातल्या षष्ठीला न चुकता हाराभर साजूक तुपातले बुंदीचे लाडू पाठवायची. रमणीच्या आजीची इच्छा राहिली होती म्हणे बुंदीचे लाडू खायची! आजारपण निभल्यानंतर करू नाहीतर कुपथ्य व्हायचं या भावनेने ती मागत असतानाही कुणी तुकडाही भरवला नाही तिला लाडवाचा. आजारपणातच ती गेल्याने तिची इच्छा पूर्ण करायला रमणीची आई रामभटांकडे लाडू पाठवायला लागली. भटाभिक्षुकांकरवी मयताची इच्छा पुरवायचा तो तिचा मार्ग होता. ब्राह्मणाच्या मुखाने आपली आई लाडू खाईल, अशी तिची श्रद्धा होती. पोराबाळांच्या भरल्या संसारात कसली बाधा यायला नको हा तिचा विचार. पुढे तो रिवाजच झाला रमणीच्या घरून सुमनकडे लाडू यायचा. या परकऱ्या पोरींची मात्र चैन व्हायची. रमणीच्या आजीचे लाडू खात खात चार-पाच दिवस सहज निघून जायचे. 'नुसतेच काय गं लाडू खायची इच्छा झाली तुझ्या आजीला?' असं रमणीला गमतीत विचारायच्या त्या. उमाला त्या आठवणीसरशी खुदकन हसू फुटलं. वाटलं, ब्राह्मणाकरवी करता येत असेल गेलेल्याची राहिलेली इच्छा पूर्ण? मग माधवची अखेरची आस पूर्ण करायला---- सणाणत हा विचार मनात घुसल्यावर तिचे हातपाय गळाले. ती पाराशी खिळून राहिली.

पुढे कुठल्याशा कारणाने सोळमेश्वराच्या देवळाच्या ओवरीत बिऱ्हाड असलेले सत्यनारायणापासून श्राद्धपक्षांपर्यंत सगळं काही करणारे गावातले एकुलते एक भिक्षुक नानाभट मनूआतेकडे आले. काळ्या करवादल्या चेहऱ्यावर पांढऱ्या दाढीची खुंटं, जुना जाड लाल चौकटीचा भिंगाळ चष्मा, पाठीचं पोक, ओठाच्या कोपऱ्यातली थुंकी, उघडं पिळपिळीत ओघळलेलं अंग. उमा एकदम शहारली. शिसारत ती जी जांभळीखाली जाऊन बसली, ती मनूआतेची हाक कानाआड करत नानाभटांना सामोरी म्हणून आली नाही. नंतरही कधी.

चारूकेशीच्या या तीरावर सोळमी तर त्या तीरावर कोळमी. दोन्ही आवळीजावळी गावं. कोळमीत कोळमाईचं देऊळ तर सोळमीत सोळमेश्वराचं. शिवरात्रीचा उत्सव, श्रावणी सोमवारची यात्रा यामुळे सोळमीत त्याचं अस्तित्व भरून राहिलेलं. कोळमीत जोसात नवरात्र साजरं व्हायचं. पौषात यात्रा व्हायची.

नैवेद्य चढवले जायचे. कुणाचे खारे कुणाचे गोड. कोळमीच्या कोळमाईचा म्हातारा भगत जाऊन त्याच्या जागी त्याचा तरणा पोरगा भगत होऊन वहिवाट पुढे चालवत होता. कॉलेजातून डिग्री घेऊन आला होता चार-पाच वर्षांपूर्वी. सुरुवातीला एखादं वर्ष वेळ जात नाही म्हणून दुसरं काही काम मिळेतोवर गुरवपण करणार म्हणत होता. पण पुढे वंशपरंपरागत भगतपण उचलावं लागलं. तोही त्यात रमला. त्याच्या अमलाखाली अगदी थोड्या काळात कोळमीकडे समृद्धीचा ओघ वाहायला लागला. नवरात्रात त्याच्या अंगात कोळमाई यायची. अष्टमीला रात्रभर तिचा संचार मंगेशात असायचा. सहा फूट उंचीचा बळकट काळा तुकतुकीत मंगेश घुमून घुमून दमून जायचा. दसऱ्यापर्यंत झोपून राहायचा. त्याच्या मोठ्या कपाळावर जी ती सवाष्ण पिंजर फासटायची आणि प्रसाद म्हणून तिथलं कुंकू आपल्या भाळी टेकवायची. देवळात फळं, मिठाई, खण, हार, नारळाचा खच पडायचा. दारातूनच काय पण खिडक्यांतूनही लक्ष्मी येऊन आत ठाण मांडून राहिली होती.

पौषाच्या यात्रेत तर लोकगंगेच्या ओघापुढे केशी ओघळासारखी दिसायची. कोळमकरांपेक्षा पाहुणेच जास्त व्हायचे कोळमीत. पौर्णिमेला मंगेशाच्या अंगात आत्मे अवतरायचे. आधी भक्त कोळमाईला गाऱ्हाणं घालायचे. पूर्वजांच्या, वाडवडिलांच्या आत्म्याला बोलवायची परवानगी मागायचे. होकार असेल तर कोळमाई उजवा कौल द्यायची. कोळमाईचे चकाकते चांदीचे कैरीएवढे डोळे जिवंत नजरेने लकाकल्यागत वाटायचे. मंगेशा हळूहळू दोन्ही हातांचे गुंतलेले पंजे डोईवर ताठ उभारून आळोखेपिळोखे द्यायला लागायचा. नंतर 'हा हा: हु हु:' करत घुमायला लागायचा. त्याच्या उघड्या अंगातून घामाच्या धारा वाहायच्या. ढालीसारख्या छातीखालचे खेकड्याच्या कवचाच्या मांडणीसारखे दिसणारे पोटाचे स्नायू ओरडताना उमटायचे, टरारायचे. नुसता रुमाल नेसलेल्या त्याच्या भरीव मांड्यांचे लांबोळे पट लगबगायचे. पीळ पडत उलगडायचे. घामाने डवरून ते टेंभ्यांच्या प्रकाशात लकलकायचे. त्याचे मोकळे खांद्यापर्यंत फुलारलेले केस, छातीवरच्या कवड्यांच्या माळा आणि कपाळाचा मळवट, तसंच दोन्ही रुंद बळकट मनगटांवरची बोटरुंद चांदीची घरंगळणारी वळी, पानाने रंगलेलं तोंड या सगळ्यांचा खोलवर परिणाम व्हायचा. माणसं गारूड झाल्यागत खिळून राहायची. कितीतरी बायकी सुस्कारे उमटायचे. मग मंगेश बोलायला लागायचा. आत्म्याच्या इच्छा सांगायला लागायचा. मग सगळ्या भक्तांचा मिळून देऊळभर एक मोठाच्या मोठा कान तयार व्हायचा. देऊळ अपुरं पडायला लागलं तेव्हा

दीपमाळेच्या कडेच्या माळावर मांडव घालून भक्तांची सोय करायला लागायची. माणसांची रीघ लागायची. एस. टी. च्या जादा गाड्या सोडायला लागायच्या. कोळमीच्या उत्पन्नाला शीग लागायची. त्या दिवशीचा राजा मंगेश असायचा.

उमाच्या डोक्यात पौर्णिमेच्या यात्रेला जायचं आलं. आठवडाभर आधी संध्याकाळच्या वेळी तिने मनूआतेपाशी अडखळत विषय काढला.

''मनूआते, कोळमाईच्या यात्रेला जाऊ या?'' पूर्वी सतत काही ना काही मागणाऱ्या उमाने कितीतरी दिवसांनी मनूआतेपाशी काहीतरी मागितलं होतं. मनूआतेला ते जाणवून आतून एकदम हलून आलं. तिचा चेहरा कुरवाळावा असा उमाळा तिला आला. त्या भरात आवाज नीट उमटेना. म्हणून खाकरत ती म्हणाली, ''जाऊ या की! भाऊ ढिवराला होडी सांगूया म्हणजे झालं. आहे काय नि नाही काय त्यात.''

जमिनीवर रेघा गिरगिटत घुटमळत उमा म्हणाली, ''तसं नाही ते- वाटतंय की कोळमाईला कौल...'' चोरट्या नजरेने मनूआतेकडे बघत तिने चटकन म्हणून टाकलं. ''यांना आवाहन करूयात का मंगेशाच्या मध्यस्थीने?''

हे खटकून ओठांची फट आपसूक वासून मनूआतेने थेट तिच्या डोळ्यांत बघितलं. क्षणभरात तिला नेमकं काय म्हणायचंय हे तिच्या ध्यानात आलं. उमाच्या डोळ्यांत आशा दिसत होती. भीतीही. मनूआतेच्या नजरेच्या झोताने तिच्या पापण्या झुकल्या. पुन्हा अपेक्षेने वर आल्या. मनूआतेचे शब्द आतून उफाळून आले. तटकन फटकारत ती म्हणाली, ''त्या रांडेच्याला मध्यस्थ करायचं? कशाला? आणि हवाय कशाला माधवचा आत्मा त्याच्या अंगात उमटायला? काय बोलायचंय.''

''कावळा नाही शिवला. खंत वाटतेय गं मनूआते. चैन नाही पडत. त्यांची शेवटची इच्छा...'' गुळमुळत उमा पुढे काही बोलणार तोच मनूआतेचा सपाटा सुरू झाला.

''तुला कळली नाही त्याची अखेरची इच्छा?'' अचंबित होऊन मनूआतेने विचारलं, ''तुझ्यावरच ओणवला होता ना तो बायो? अंगाखाली तू असताना झटक्यासरशी प्राण गेला ना फाटकन त्याचा. आणखी कुठली डोंबलाची अर्धी राहिलेली इच्छा असणार आहे त्याची? अर्ध्या खेळातच कोसळला ना तो काही कळायच्या आधी. पुढचं सगळं आपणच आवरलं ना, मग? ती त्याची इच्छा तू आता पूर्ण करणारेस? कशी? आणि समजा माधवचा आत्मा संचारला मंगेशात तर चारचौघांत बोलून दाखवेल का तसली अपुरी इच्छा? उलट क्लेशच होतील

त्याला. आपल्या बायकोला आपली शेवटची इच्छाही कळेना म्हणून.'' मनूआतेचा भडीमार आवंढा गिळण्यासाठी थबकला. पुढे वरचाच सूर लागला, ''आणि काय गं शहाणे, मंगेशाच्या अंगात माधव आलासं मानलं तर त्याला माधव मानून का तू त्याच्याशी एकांत करणारेस? आत्मा असलाच माधवचा तरी अंग मंगेशाचंच असणारेना. जमणारे तुला, झेपेल का? माधवच्या अंगाची तृप्ती असणारे की तो भोग मंगेशाचा असणारे? ज्याचं शरीर त्याची तृप्ती. आत्म्याला त्याची काय दखल, कसलं शमन? धजणारेस का असं करायला? मोठी आलीये शेवटची इच्छा पुसणारी नि पुरवणारी!''

उमाची आसवं टपाटपा गालावरून खाली पडू लागल्यावर मनूआतेचा पारा एकदम खाली आला. ती मनोमन कळवळली. ही तर नवथर पोरच आहे; पण आपण तर जाणत्या कर्त्या, पोक्त म्हाताऱ्या आहोत. असं बोलण्यात घाई आणि त्रागा जास्त झाला, असं वाटून ती वरमली. एकदम मऊ मायाळू आवाजात म्हणाली, ''चुकलंच गं माझं मेलीचं, रडू आवर, त्रास होतो मला त्याचा. टीप डोळे.'' उमाने समजुतीने डोळे टिपल्यावर आतेने थोडा वेळ विचार करून काहीतरी बजवावं तसं उमाला सांगणं सुरू केलं, ''ऐक, हे सगळं सोड. राख झाली माधवची. संपला तो. झालं ते घडून गेलं. आकाश कोसळलं पण आता सावर. असला घोर लावून घेऊ नकोस. आपले हात अपुरे असतात हे ध्यानात घे. हळूहळू सगळं सुरळीत होईल. तुझं वागणं सहज होत जाईल. सोळमेश्वर पाहतोय. तोच घडवील तुला एखादा दृष्टांत.''

''दृष्टांत म्हणजे?'' उत्सुकता आणि काहीतरी मार्ग सापडतोय याचा आनंद अशा संमिश्र स्वरात उमाने विचारलं.

''तुला माहीत नाही?'' मनूआतेला आश्चर्य वाटलं; पण मग लगेच ती ते स्पष्ट करायला शब्द शोधू लागली. काही वर्षं शाळेत शिकवल्याच्या अनुभवाचा फायदा करून घेऊ लागली, ''अगं, दृष्टांत म्हणजे अशी एखादी घटना-प्रसंग घडतो, की आपली आपल्यालाच खूणगाठ पटते. सगळं कोंदलेलं आभाळ वीज चमकून स्वच्छ होतं. मनोमन जाणवतं, की आपल्याला कसला तरी साक्षात्कार झालाय ते.'' मनूआतेला यापेक्षा फार काही बरं स्पष्टीकरण करता आलं नाही. तेवढ्यात उमालाही काहीतरी कळलं असं वाटलं. तिची मान होकारार्थी हलल्याची संधी साधून मनूआतेने पुढे सुरू केलं,

''असा दृष्टांत घडेल, तुला कळेल माधवचा आत्मा मुक्त झालाय ते. पण त्याची इच्छा हे काही तुझ्या जगण्याचं श्रेय-ध्येय होऊ देऊ नकोस,

जगरहाटी चालू दे. सहज जात्या ओघासारखं आयुष्य जाऊ दे. अट्टाहासाने त्यात आपल्या हाताने अडसर उभारू नकोस. मी काही अमरपट्टा घेऊन नाही आले. कधीही पडतील केशीत माझी हाडं, पण तुझ्यासमोर उभं आयुष्य पडलंय, इथलं सगळं राखायचं-वाढवायचंय तुला, पुढे मागे...'' उमाने तटकन मान वर करून पाहिलं आणि थेट विचारलं, ''पुढे मागे?''

आता बोलून चुकलो आहोत तर पुढचं सांगून टाकल्याशिवाय गत्यंतर नाही हे जाणवून थोड्या अपराधी छटेत मनूआते बोलली, ''लगेच नाही गं- कधीतरी वाटलं तर पुढेमागे - एखादा चांगला माणूस बघून लग्न...''

''काय बोलतेस हे? मनात असलं आलं तरी कसं आते तुझ्या? निक्षून सांगते, तशीच राहीन मी. करणार नाही. ते त्यांच्याशी प्रतारणा...''

तिचा ठामपणा पाहून आते उसळून बोलली, ''आणि मग काय करणार? हं? उभा जन्म कुणाच्या तरी आश्रयाने काढणार? दुसऱ्याचे संसार रेटत बसणार? मनाची मनात कबर करून कुणाची पोरं मोठी करण्यासाठी तीळ तीळ झिजणारेस? सीमाची की मदन, मिलिंदची? त्यांच्या आया जिवंत असताना तू त्यांची आई तरी होऊ शकशील का? मी निदान माधवची आई तरी होऊ शकले. लहानपणापासून एकहाती वाढवला त्याला. तुझं काय? आश्रित, हक्काची मोलकरीण होशील. मानभावी मान लाभलेली!''

मनूआते ताडताड बोलून गेली. आपली व्यथा भडाभडा ओतून टाकल्यासारखी. सगळ्या आयुष्याचा सल असा नकळत तिच्याकडून मांडला गेला. नेहमी मायाळू, सात्त्विक दिसणारी मनूआते भेसूर दिसत होती. कानांच्या रुंद पाळ्या, नाकाचा गोल शेंडा लाल झाला होता. डोळ्यांतलं मानीव समाधान भिरकावून जुनी गाडलेली दुःखं डोळ्यांतून प्रकटताना ओली झाली होती. गोऱ्या रुंद कपाळावरच्या आठ्या कर्माच्या ओळी झाल्या होत्या. खालचा पातळ ओठ लपलपू लागला. मान कापत होती. उमा चरकली. पाहत आली तेव्हापासून ठाम, कर्त्या, समाधानी मनूआतेच्या काळजात असली ठसठस असेल असं उमाला चुकूनही वाटलं नव्हतं. तिचे डोळे विस्फारले. ती मनूआतेचा ठाव घेत राहिली. कळ कळून आल्यावर हळू आवाजात तिने विचारलं,

''मग तू का नाही केलंस मनूआते पुन्हा लग्न? कशासाठी अशी राहिलीस?''

''तो काळच वेगळा होता पोरी. पण तेही सर्वार्थाने खरं नाही. एकुलतं एक कारण नाही. ते शेवटचं कारण पहिलं आणि खरं कारण म्हणजे मला मनूआते नव्हती तुझ्यासारखी.'' थोडंसं हसत, चेष्टेत बोलल्यासारखं करत

मनूआते बराच ग्रंथ सांगून गेली. दोघी बराच वेळ गप्प बसून होत्या.

मनूआते मनातल्या मनात बराच वेळ उमाशी बोलत राहिली, ''आयुष्य काय फक्त मनाने काढणारेस? शरीर सोडून देणार आहेस की काय वाऱ्यावर? आपल्या अस्तित्वात मनाचा भाग बराच असला, तरी शरीराचा भागही काही कमी नसतो. शरीर मनाचं सेवक असतं, पण कितीतरी वेळा सरदार राजापेक्षा भारी डोईजड होतात. एकवेळ मनाशिवाय माणसाचं अस्तित्व संभवतं, पण शरीराशिवाय नाही. शरीराच्याही गरजा असतात, देवाने हजारो वर्षांपूर्वी देहात पेरलेल्या. त्या वेळोवेळी उगवतात. त्या का खुडणारेस? माधवाच्या पहिल्या दिवसापासून अन्नपाणी घेतलंसच ना तसंच. वासना पाण्याच्या झऱ्यांसारख्या असतात. त्यांना चांगलं वळण लावता येतं. कोंडता येत नाही. प्रयत्न केला तर आहे नाही ते फोडून बाहेर पडतात. मस्तवाल जोराने. भल्याभल्यांना ते जमलं नाही. आसक्तीची पाने गाळून बसली आहेस पळसासारखी. उन्हात जळून वठून जायची आस आहे तुझी. मात केल्याच्या फसव्या समाधानात राहशील आणि मग एकाएकी खोडांफांद्यांतून त्याच्यासारखेच लाल फुलांचे झुबकेच्या झुबके साल फोडून फवारल्यागत उमलतील. नकळत अनावरणपणे झाकून ठेवू शकशील आट्यापिट्याने; पण ते मिटवून टाकता नाही येणार.

''असलंच माधवचं काही अस्तित्व उरलेलं, तर ते असंही असेल. तुला देह निभवायचाय आयुष्यभर.

''आणि त्याच्या त्या इच्छेत तुझी इच्छा नव्हती वाटतं गुंतली? त्याच्या अखेरच्या इच्छेला तुझी अखेरची इच्छा का करतेयस? नंतर पस्तावशील पावलोपावली दु:ख बोथट झाल्यावर.''

तिचं अखेरची इच्छा वगैरे स्तोम बडिवार पाहिल्यावर मनूआतेलाही वाटलं क्षणभर, आपणही आपली जिवंतपणीची अंतिम इच्छा आहे असं सांगून तिला आपल्यादेखत दुसऱ्या संसाराला लावावं; पण ते लादलेपण नको. आपसूक ते तिच्या मनाने घ्यायला हवं म्हणजे मारूनमुटकून संसार होण्याऐवजी सुखाचा होईल. आज ना उद्या ती मनापासून तयार होईल, याचा भरवसा आणि धीर मनूआतेपाशी होता.

सीमाला मुलगा झाला हे सांगायला आणि उमाला व मनूआतेला बारशाला न्यायला अजय आला. दोन दिवसांनी निघायचं होतं. दम्याचं कारण सांगून मनूआतेने उमालाच एकटीला त्याच्याबरोबर पाठवलं. त्याच्या चेहऱ्यावरून हळूच समाधानाचा ढग सरकून गेल्याचं मनूआतेला जाणवलं. विजयच्या पाठीस

पाठ लावून आलेला अजय विजयपेक्षा उंच, उमदा होता. उमाची बॅग उचलताना तो पुढे होता.

दहा-बारा दिवसांनी उमा परतली. तिला सोडायलाही अजय आला होता. दोन दिवस राहिला होता. आपल्या कामाच्या गमती, ऑफिसचं वर्णन वगैरे सांगत होता.

सरस्वती विद्यालयाचे पाटीलसरही मनूआतेकडे येऊन गेले. सकाळी बालवाडीचे तीन तास उमा घेईल का, ते विचारायला. उमासमोरच तो विषय झाला. पाटीलसर माधवच्या बरोबरीचे. मित्रच एकमेकांचे. मनूआतेचे विद्यार्थी. आढेवेढे घेत उमा 'बघते' म्हणाली, याचंही मनूआतेला समाधान वाटलं.

काही दिवसांनी पाटील सर परत आले. त्यांनी उमाला या वेळेस हक्काने सांगितलं. मनूआतेनेही त्यांच्या बरोबरीने आग्रह केला. उमा बालवाडीत शिकवायला जायला लागली, मुलांमध्ये रमली. अधिक बोलकी झाली. मुलांच्या गमतीजमती सांगू लागली. पाटीलसरही बोलण्यातून डोकावू लागले. उरलेला वेळ 'माधव माटे यांचे आसन' यावरून बोटं फिरवत हरवलेल्या अवस्थेत जायचा. लिंब निरखणं हाही एक विरंगुळा होऊ लागला. तिला लिंबामध्ये होणारे बदल जाणवू लागले.

आधीपेक्षाही लिंबाचा विस्तार वाढला होता. त्याच्या खाचरट खोडाचा घेर पुष्टावला होता. मुंगळ्यांची विसविशीत मातकट तंतूंची आणि कुंभारीण माश्यांची मातीची घरं वाढली होती. कुठल्या कुठल्या किड्यांचे पांढरट गोलसर कोश रिकामे झाले होते. खोडाला चिकटून राहिले होते. पिवळी कातर कोरीव पाने गळत चालली होती. नवतीतली पाने निबरट काळपट हिरवट होत होती. तांब्याच्या रंगाची कवळीलुस पाने शेंडे आत वळवून बाळाच्या तकतकीत नजरेने जगा-नभाकडे बघत राहिली होती. पांढरट निळसर जोंधळ्यापेक्षा लहान फुलांनी लिंबाचा गाभारा डवरला आणि त्याचा गोड सुगंध लाभलेला कडवट आंबूस वास आसपास भरून राहिला.

भुंगेऱ्यांची भिरभिर पाहिली. पावसाळ्यातले शेवाळ्याचे हिरवे काळसर आणि बुरशीचे पांढरट धब्बे लिंबावर ठायी ठायी जमले होते. खारी तुरतुरत लिंबाच्या बुंध्या-फांद्यांवर मनसोक्त खेळत पळत होत्या. पण खरा कहर तो कावळ्यांचा! सगळ्या कोळमी, सोळमीतले कावळे त्यावर गोळा व्हायचे जसे काही. त्यांची सतत कावकाव. डोकं उठवणारी कचकच. वीत दीड-वीत काड्या गोळा करून बेचक्याबेचक्यांत कावळ्यांनी घरटी बांधली होती. माधव म्हणायचा,

की हे झाड म्हणजे कोळमीसोळमीतल्या सगळ्या कावळ्यांचं मॅटर्निटी हॉस्पिटल आहे. कावळ्यांना इथे घरटी बांधायला आवडेल यात नवल काय? सगळे कावळे माधव नि मनूआतेने अर्ध-पाळले होते. दोघं गोग्रासानंतर कावळ्यांसाठी घास काढून ठेवायचे. फक्त आता घास पुरत नसे इतक्यांना. चांगला शहाळ्याएवढा मोठ्ठा 'घास' ठेवायला लागायचा त्यांच्यासाठी. हिणकस खाचरातला जाडाभरडा तांदूळ त्यांच्यासाठी वापरला जायचा. झुंडच्या झुंड उतरायची खाली. सगळ्या घरट्यांतले कावळे झडप घालायचे. मारामारी करायचे. एखाद्या वेळेस उशीर झाला तर त्यांची कावकाव वाढायची. 'घेणेकरी मेले' अशी संभावना करून घ्यायचे मनूआतेकडून. 'अजिबात घाबरत नाहीत जवळ यायला. एखाद्या वेळेस मलाच कावळा शिवायचा', कधीतरी जवळ उमा असली की तिलाच ऐकू जाईल असं माधव पुटपुटायचा. कधी कधी तिच्या सावळ्या रंगावरून चेष्टा करत म्हणायचा, "ये ग कावळे, तूही खा चार शितं." मग त्याच्या गोऱ्या अंगावर चिमट्याचा लाल डाग उमटायचा आणि ती त्याला इंदर गांधी, इंदर चिडवायची. हल्लीहल्लीच माधवच्या कपाळावरची डाव्या बाजूची बट मुळापासून पांढरी झाली होती. एकाएकी आणि तेवढीच. मागे फिरवलेल्या त्याच्या काळ्या कुळकुळीत केसांत ती उठून दिसायची. इंदिरा गांधींसारखी. म्हणून त्याला ती इंदर गांधी चिडवायची. मग फक्त इंदर.

लिंबाला लिंबोळ्या आलेल्या उमाने पाहिल्या. त्यांचा कडसर गोड गंध जाणवला तिला. त्या मटकवायला पाखरं यायची आणि त्यांचा कालवा व्हायचा. त्यात कधी एखादं लांबडं सळसळलं तर 'कहर' व्हायचा.

कधी कोकिळांच्या आवाजाने परिसर भरून गेला. कोकिळांनी कावळ्यांच्या जोड्या भुलवून दूर नेल्या. इकडे कोकिळ बायांनी त्यांच्या घरात अंडी घातली. कावळ्यांनी मग अंडी उबवली. पिलांना भरवलं. उडायला शिकवलं. पुन्हा नव्या हंगामासाठी घरटी तयार झाली.

उमाने हे सगळं या वेळेस एकटीने पाहिलं-निरखलं होतं. लिंब वाढला तरी खिन्नसा वाटत होता. फक्त कर्तव्य करत असल्यासारखा. त्यालाही माधवची आठवण येत असेल. त्याच्याही तो अंगाखांद्यावर वाढलेला.

एके दिवशी अचानक उमाला इंदर दिसला. सगळ्या कावळ्यांच्या घाईमुळे घास खायच्या गर्दीत मागे पडलेला. कावळ्याचं जेमतेम घरट्याबाहेर पडलेलं पिल्लू होतं ते. उमा चुकचुकली. सगळी झुंड उडून गेल्यावर तिने पारावर भाताचा मुटका ठेवला. तो हळूहळू अंदाज घेत सावधगिरीने आपली कावळ्याची

नजर चार ठिकाणी रोखत तिथवर आला आणि लांबडी चोच घाईघाईने घासात घुसवून त्याने लबालबा घास संपवला आणि गडबडीत उडून गेला. तेव्हा त्याच्या डाव्या पंखातलं पांढरं पीस उमाला दिसलं. उमाने मनोमन त्याचं नाव इंदर ठेवलं. मनातल्या मनात पुटपुटल्यासारखी ती त्याला अस्पष्ट हाक मारायची. माधवच्या पांढऱ्या बटेसारखंच ते पीस तिला वाटायला लागलं.

तिला मग इंदरला दहीभात खाऊ घालायचा छंद लागला. आपल्या पानातला घास ती त्याच्यासाठी ठेवू लागली. 'माधव माटे यांचे आसना'वर मांडू लागली. माधवला दहीभात, खूप आवडायचा. तट्ट जेवण झालं आणि कुणी म्हटलं खातोस का थोडा दहीभात की माधव लागलीच राजी व्हायचा. इंदरही दहीभाताला सोकावला. हळूहळू अंग धरायला लागला. ठरावीक वेळेला तिरक्या झेपा घेऊन तो थेट आसनावर बसू लागला. जरा उशीर झाला की क्रॉव क्रॉव करून उमाला दहीभाताची आठवण करून देऊ लागला. तेव्हा त्याच्या पाठीला बाक यायचा. शेपटीची पिसं खाली खेचली जायची. चोच, डोकं पुढे काढलं जायचं. गळ्याशी खळगा यायचा. मान वाकडायची. त्याच्यावरच्या भुरकट काळ्यापासून चकचकीत काळ्यापर्यंतच्या सर्व काळ्या रंगावर लालसर पाणी चढायचं. ओल्या पपईच्या बीसारख्या डोळ्यांत क्रोधाची छटा यायची.

त्याचं नेमकं घरटं कुठलं ते शोधायचा उमा प्रयत्न करायची. चवडे उंचावून कधी वेध घ्यायची. कधी लिंबाभोवती फेरी मारून अंदाज घ्यायची. पण तिला ते सापडलं नाही. अंतराळातनं आल्यासारखा घासाच्या वेळी तो टपकायचा. आसनावर बसायचा. डाव्या किंवा उजव्या बाजूने वीत विताच्या, अंगठाभर उंचीच्या, छोट्या पाच-सहा बैठक उड्यांनी यायचा घासापाशी आणि घासात चोच खुपसायचा. तो खाऊन शीत न् शीत निपटल्यावर उमाकडे धीटपणे बघत राहायचा. उमाही त्याच्याकडे धीटपणे बघत राहायची.

त्याला पाहून तिला वाटायचं, हा का नाही शिवला माधवच्या पिंडाला? पण लगेच तिला जाणवायचं, कसा शिवेल? हा जन्मला तरी होता का तेव्हा? माधव गेल्यानंतरच्या हंगामातली ही वीण. मग माधवच फिरून जन्मलाय का त्याच्या रूपाने? तसं असेल? असेलही. तशीच दहीभाताची आवड, त्याच्या बटेशी मिळतंजुळतं डाव्या पंखातलं पीस. माधवच तो! छे! माधव कसा असेल? असायला काय हरकत आहे? हे आपले सगळे कल्पनेचे खेळ असं मनातल्या मनात म्हणताना तिला स्वत:चं हसू आलं. अजून तो कावळा आहे की कावळी हेच माहीत नाही आणि निघाली त्याला माधव मानायला.

आणि एके दिवशी दुपारी उमाचा इंदरबद्दलचा संभ्रम दूर झाला. साडे-चारपाचची वेळ. आभाळ झाकोळून आलं. अवेळीच्या पावसाची लक्षणं दाटून आली. सोसाट्याच्या वाऱ्याने खिडक्या-दारांचे फटाफट आपटण्याचे आवाज होऊ लागले. उमा घाईघाईने खिडक्यांना खिट्ट्या लावू लागली. सोळमेश्वराला गेलेली मनूआते तिथेच अडकून पडली. दाराशी उभी राहून ती मनूआतेची वाट बघू लागली. बघता बघता दाभणधारांनी पाऊस जमिनीला टोचू लागला. पावसात वारं मिसळल्याने सगळ्या झाडांची घुसळण चालली होती, आपापल्या घरट्यांच्या फांद्यांना घट्ट धरून पाखरं पावसात भिजत होती. गदागदा हलत होती. थोड्या वेळातच हे तांडव संपलं. द्रुतलयीतला टप्पा संपवून समेचा लांबट सूर लागून गायन लोपावं, तसा पाऊस मंद होत हरवून गेला.

सूर्याची लख्ख किरणं पडली. त्या उन्हात पावसाने ओल्या झालेल्या अंगणात कुठूनसा इंदर झेपावला. बरोबरीने दुसरा कावळाही झेपावला. दोघंही पंखांची टोकं मातीला टेकवून एकमेकांशी बोलू लागले. एकमेकांचा अंदाज घेऊ लागले आणि क्षणात इंदर बरोबरीच्या कावळ्यावर आरूढ झाला. उमा श्वास रोखून एकाग्रपणे पाहत जमिनीशी खिळली. इंदर जुगू लागल्यावर तो नर आहे हे उमाच्या ध्यानात आलं. कावळीशी संग करताना तो भराभर तिच्या माथ्यावर चोचीचे प्रेमळ टोचे मारत होता. पंख फडफडवत त्याचं पुन्हा पुन्हा तिच्यावर आरूढ होणं, त्याचं ते पांढरं पीस, नराच्या आवेगी प्रबल जोशाची, त्याच्या जोराची, आत्यंतिक अनावर वासनेच्या आवर्तनांची लीला उमा अनिमिष नेत्रांनी पाहत राहिली. त्याचा आक्रमकपणा, तो आवडणारी, सहन करणारी, आवडीने साथ देणारी मादी. इंदर तो होता. तो माधव होता. उमाला कसलीच शंका राहिली नाही.

उमाला वाटलं, आपली इच्छा नव्या रूपात कधीच फळाला गेलीये, हे दाखवण्यासाठीच माधवने तो खेळ आरंभला होता. तिचे पाय जमिनीत पुरल्यासारखे झाले. एरवी कावळ्यांचं मैथुन असं उघडं, सार्वजनिक नसतं. पारव्या-चिमण्यांसारखं, कोंबड्या-कबुतरांसारखं नसतं. आपल्याला इच्छापूर्तीचा संदेश कळावा म्हणून... म्हणूनच आरंभलं हे माधवने. ठसठशीतपणे मुक्त झाला माधव. तृप्त झाला माधव. पुरवली गेली त्याची अंतिम इच्छा. उमा विचारात गुंतून पडली. तिला एकदम पोकळी जाणवायला लागली. ती जोडी दिसेनाशी झाल्यावर निश्वास सोडत ती घरात वळली. खिडक्या उघडताना निरनिराळ्या ठिकाणी इंदरची चाहूल घेत राहिली. तो कुठे अदृष्टात विरघळला देव जाणे! ती तशीच उभी राहिली आणि एकदम वीज चमकल्यासारखं झालं. दृष्टांत म्हणतात तो हाच हे

तिला जाणवलं. त्याची खात्रीच पटली. ती स्तिमित झाली आणि तिची कातरता कमी व्हायला लागली.

मनूआते ओचा उचलून तोलून पावलं टाकत फाटकातून आत शिरली. कोपऱ्यातल्या दगडी डोणीतून पाणी पायांवर घेऊन चिखल निपटून ती घरात आली. उमाच्या चेहऱ्यावर समाधानाची आणि चुटपुटीची छाया होती. ती लगबगीने आत गेली आणि मनूआतेसाठी पंचा घेऊन बाहेर आली. मनूआतेचं डोकं पुसून झाल्यावर तिने मनूआतेला आत नेऊन कपडे बदलायला लावले. रात्रीसाठी चिंचेचं सार, भात केला. त्याबरोबर स्वत:ला आवडणारी हिरवी मिरची निखाऱ्यात भाजून मीठलिंबू माखून घेतली. जेवणं उरकून रात्री परत ढग आल्याने उमा दाराशी चटई टाकून वाऱ्याशी वाचत पडली. हातात शिशुशाळेच्या बडबडगीतांचं पुस्तक होतं. मनूआतेही आत खोलीत वाचत बसली होती.

वाऱ्याच्या झुळकांच्या हलक्या मंत्राने उमाला डुलकी लागली. पुस्तक गळून पडलं. मनूआतेलाही जांभया येऊ लागल्या. तिने पुस्तक ठेवून दिलं. 'सोळमेश्वरा-गंगाधरा-करूणाकरा' म्हणत ती उमाला जागं करण्यासाठी आली. उमाच्या अगदी जवळ आल्यावर तिला उमाच्या कण्हण्याचा आवाज आला. उमाला स्वप्न पडत होतं. सुस्कारा सोडत घुमल्यासारखा हलका आवाज करत उमा अंग चोरून पाय पोटाशी घेऊन 'अंऽऽऽ नको, नको नाऽऽ' पुटपुटली. तिचा पंचकोनी चेहरा हसरा दिसत होता. कसला तरी अवीट आनंद तिच्या चेहऱ्यावरून निथळत होता. बाकदार भुवया उल्हसित होऊन कमानदार झाल्या होत्या. ओठ विलग होऊन ताणले गेले होते. अपऱ्या नाकाच्या शेंड्यावर घाम जमा झाला होता. नाकपुड्या फुरफुरत होत्या.

मनूआते नवलाने तिच्याशेजारी बसून बारकाईने पाहत राहिली. कानात प्राण आणून उमा कुणाला साद घालतीये याचा अंदाज घेऊ लागली. पुन्हा उमाची 'नको इश्श, नको ना हो' पुटपुट ऐकू आली. तेवढीच. पण आता नावाने काय फरक पडतो या विचाराने तिने उमाला जागं करण्यासाठी हात पुढे केला. तिला खूप बरं वाटलं. एकदम प्रेमाचं भरतं आलं. दिवा लागला होता. आता प्रकाशणार होतं. उमाला कसलासा दृष्टांत झालाय, याचा तिलाही दृष्टांत होत होता.

❖❖❖

विमानतळावर उतरल्या उतरल्या नीहारनं सहेलीला मोबाईला लावला. नुसतीच रिंग वाजत होती. एकदा... दोनदा... दहादा. सहेलीला 'सहेली, मी नीहार, सहेली मी नीहार' ही नीहारच्या आवाजातली 'ट्यून' ऐकू येत होती आणि नंबरही दिसत होता. पण तिला फोन घ्यावासाही वाटत नव्हता. तीन-चार दिवसांपूर्वी ही परिस्थिती नव्हती. दिवसाकाठी कमीत कमी तीन-चार फोन तरी एकमेकांना जात होते. फोनसाठी दोघंही वाट बघायचे आसुसून.

नीहार इंग्लंडमधून गोल्डन लायन शील्ड आणि प्रथम पुरस्काराची पौंडातली लठ्ठ रक्कम घेऊन आला होता. त्या इंटरनॅशनल डॉक्युमेंटरी फिल्म फेस्टिव्हलमध्ये नीहारच्या 'द फेस - देन अँड नाऊ' फिल्मला बेस्ट डॉक्युमेंटरीचं पहिलं बक्षीस मिळालं होतं. एका परीनं हा संपूर्ण देशाचाच गौरव होता. तीन दिवसांपूर्वीपर्यंत सहेलीही कौतुकानं, प्रशंसेनं त्याला न्हाऊ घालत होती. नंतर मात्र तिनं नीहारचा उल्लेख करणंही टाळलं. हातून आपोआप घडलं तिच्या. मनच होईना त्याचा फोन घ्यायला.

आधी ती फिल्म सहेलीला दाखवायला नीहार, आई-बाबा कुणीच तयार नव्हतं. फिल्मची एंट्री केली तेव्हापासून ती आग्रह धरत होती. पण नाहीच. अखेर आता 'बेस्ट फिल्म डिक्लेअर झालीये तर मी ती पाहणारच. नाहीतर तुझ्याशी अजिबात बोलणार नाही. असा जेव्हा दम दिला, तेव्हा डॉ. थोरातांना विचारून नीहारनं फिल्मची सीडी तिच्या हाती ठेवली आणि तिचा निरोप घेऊन तो इंग्लंडला रवाना झाला.

दुसऱ्या दिवशी सकाळी सकाळी सहेलीनं सीडी लावली आणि एकाग्रतेनं पापणीही न लववता चाळीस मिनिटांची ती फिल्म पाहिली. आधी संवेदनांचे अश्रू ओघळले आणि मग त्यात संतापाचं धगधगीत पाणी मिसळलं. मग मनात काहूर माजलेलं असताना डोळे मिटून सहेली एका कुशीवर पडून राहिली. उगाच

पाहिली फिल्म आई घरी नसताना, असा विचार येतो न येतो तोच, पाहिली तेच चांगलं, सारा भ्रम तर दूर झाला, असं तिनंच तिला बजावलं.

सरलाबाई लॅच उघडून आल्या. तिला तसं बघितल्यावर त्या वरच्या पट्टीत म्हणाल्या, "पाहिलेली दिसतेयस फिल्म. नाही ना सहन झालं? सांगितलं नव्हतं चार-चारदा? पण तुझा हट्ट! थांब डॉक्टरांना विचारते; काही औषधं देताहेत का ते बघते. इतकी अळूमाळू झालीयेस मनानं. पार कडेलोटापर्यंत पोचलीये तुझी अवस्था आणि त्यात हे, आम्ही सगळे एवढी काळजी घेतो. पण तुझं हे असलं त्यावर बोळा फिरवणं." त्यांच्या बोलण्यातला प्रेमाचा राग डावलत सहेलीनं बजावलं,

"आई, काय चालवलंस हे? काही नाही धाड भरली मला. अगं, डॉक्टरच म्हणाले होते ना, की आता मी वास्तवाला सामोरं जायला हवं म्हणून. चांगलं झगझगतं वास्तव सामोरं आलंय माझ्या. काही नको फोन करू न् औषध मागू डॉक्टरांकडे. फक्त आता एक कर, मला निवांत पडू दे थोडा वेळ." तिच्या ठाम विनंतीला मनातून न मानता त्यांनी मान दिला. कितीही नाही म्हटलं, निर्धारानं मन दुसरीकडे गुंतवायचा प्रयत्न केला, तरी सहेली त्या आठवणीच्या मनस्तापात गुंतली. नीहारच्या पहिल्या भेटीपासून तिला सगळं आठवलं.

अवघी सुरुवात झाली ती शीतलच्या लग्नापासून. मारवाड्यांकडचं लग्न ते! सगळंच भपकेबाज. पैशाची पावलोपावली उधळण असलेलं. हळदी समारंभापासूनच नीहार व्हिडिओ शूटिंग करत होता. सावळा, उंच, तरतरीत, शिडशिडीत, लांब कुरळ्या केसांचा, बांधेसूद, रिमलेस चष्मा वापरणारा आणि एवढ्या तेवढ्याला फुलांच्या सड्यासारखा पांढराशुभ्र हसणारा. चमकदार. प्रथम वाटलाच नाही मराठी आहे म्हणून. सारखा हिंदी-गुजरातीतून बोलायचा. शीतलची अगदी जवळची मैत्रीण सहेली. जिथतिथं तिच्या बरोबरीनं मिरवत होती. शीतलची पाठराखण करत होती. शीतलच्या भावंडांपैकी कुणीतरी हिचीही चेष्टामस्करी केली आणि सहेली स्वत:च्याही नकळत मुरका मारताना लालेलाल लाजली. तिच्या तोंडून "इश्श, काहीतरीच काय!" बाहेर पडलं आणि ते शूट करता करता नीहारही भिंगाला चिकटलेला डोळा बाजूला न करत म्हणाला, "वा! काय छान लाजलात. मस्त!" तेव्हा कुठे सहेलीला तो मराठी आहे हे कळलं. त्याची ती उत्स्फूर्त कॉमेंट ऐकून सगळ्यांनी मग आणखीनच चेष्टा आरंभली. सहेली शीतलला सोडून दूर पळाली.

रात्री जेवणं झाली. मग बैठक बसली, तळहातावर मेंदी रेखायची.

सगळ्यांचीच सगळे चेष्टामस्करी करत होते. चहाटळपणाला ऊत आला होता. भेंड्या-नकलांची चढाओढ चालली असताना नीहार त्या दिवशीची व्हिडिओ कॅसेट घेऊन आला. सहेलीचा मुरका त्या कॅसेटचा हायलाइट ठरला. सगळ्यांनी त्या प्रसंगाला टाळ्या वाजवल्या. उत्स्फूर्तपणे हिप हिप हुर्येच्या आरोळ्या ठोकल्या. वडीलधारी मंडळी झोपी गेल्यामुळे चेकाळ टिपेला पोचला होता. क्षणोक्षणी लाजू लाजू होणाऱ्या सहेलीकडे नीहार एकटक पाहत होता. कॅमेऱ्याच्या नजरेनं लक्षात आणून दिलेला तिचा उंच प्रमाणबद्ध बांधा, मोहक गोलट चेहरा, मोठे लांबट डोळे, सरळ नाक आणि पाठभर रूळणारा मोरपिसारा, गव्हाळ गोरा रंग, सगळं नजर न हलवता नीहार पाहत होता. तिचे बेस्ट अँगल्स निरखत होता. सगळ्यांची ते पाहून नेत्रपल्लवी झाली. सगळ्यात शेवटी आपण काय करतोय, याचं भान नीहारला आलं. भरजरी वस्त्रप्रावरणातल्या शीतलपेक्षा उठावदार रंगसंगतीतल्या कपड्यातली सहेलीच त्या कॅसेटची राणी ठरली आणि नीहारच्या हृदयाचीही. तिच्याही हृदयात तो प्रवेशला.

दोघंही दोघांचे झाले कधी, हे त्यांना कळलंही नाही. आधी दृष्टिक्षेप, मग नजरेनं बोलणं, मोबाईल नंबर्सची देवाणघेवाण, त्यानंतर सहजपणे अचानक पडलेल्या गाठीभेटी, मग बागेत भेटणं, आणाभाका, घरी सांगणं, घरच्यांचा रुकार, सगळंच परिकथेसारखं. एखाद्या मऊ मलमली केकसारखं, रुसव्या-फुगव्याची टूटीफ्रूटी अधूनमधून पेरलेलं!

नीहारला तिचं स्मार्ट, तरतरीत, निरागस आणि अनाघ्रात सौंदर्य टिपायचं खूळ लागलं. वेगवेगळ्या ठिकाणी वेगवेगळ्या मूडमध्ये तिचं अवघं अस्तित्व टिपण्यासाठी नीहार आसुसला होता. त्या व्हिडिओ टेपवर उतरलेल्या तिच्या छबीनं तिला मॉडेलिंग, टीव्ही सिरीयलची कवाडं खुली होणार आहेत याचीच त्या खुळीला जाणीव नव्हती. अंगच्या सुवासाचं भान नसलेल्या फुलासारखी ती. संजय गांधी राष्ट्रीय उद्यान, पवई लेक, घारापुरची लेणी; प्रत्येक ठिकाणी वेगळ्या मोसमात, वेगवेगळ्या प्रहारात, निराळ्या परिधानात ती आणि हा व्हिडिओ कॅमेरा डोळ्याला लावून तिच्यावर रोखणारा. निम्माअधिक वेळ तिचं शूटिंग करून उरलेला वेळ तिची समजूत काढण्यात. प्रेमाचं कूजन, अनुनय वगैरे मंडळी त्यांच्यातून गायब झाल्यागतच. एकाच वेळी इतका तो आपल्या प्रेमात बुडल्याबद्दल राग आणि प्रेमही. मोकळ्या वेळात सांगायचा तरी काय तर हँडीकॅम पुराण!

दर भेटीत एकदा तरी किमान सांगायचा तो ते. अमेरिकेत गेलेल्या

त्याच्या दादानं कसा काटकसर करकरून त्याला तो उत्तमांतला उत्तम, एकदम कॉम्पॅक्ट लेटेस्ट टेक्निकचा सोनीचा हॅंडीकॅम पाठवला ते. झूमची एक्सलंट फॅसिलिटी, क्लोजअपचा सुपर्ब शार्पनेस, व्हिस्टाची फॅब्युलस रेंज, अल्ट्रा मॉडर्न ऑटो लाइट फोकसिंग, एकदम हलका वगैरे इत्यादी आणि मंडळी! म्हणे एखाद्या सिनेमाचं शूटिंगही करता येईल त्यानं. प्रेयसीच्या कौतुकापेक्षा त्याचंच पाल्हाळ, त्याला जपणं काय, त्याच्यावरून कौतुकानं हात फिरवणं काय, नुसता अतिरेकीपणा! मग काय आपल्या अंगावरून हात-छट्! गाढव मना, असले नाही हं मनोमनीचे विचार मनात आणायचे. उगाच बेचैनी. सहेलीनं मनाला दटावलं आणि त्यातला विनोद जाणवून खुदकन हसताना ती ते लपवता लपवता गोरीमोरी झाली.

त्या दिवशीही ती नीहारच्या सांगण्यावरून पिवळी केशरी साडी नेसून गेटवे ऑफ इंडियाला जाणार होती. गेटवेच्या पार्श्वभूमीवर तिची छबी टिपायला आणि उरलाच वेळ तर तिच्या संगतीत घालवायला. ''छांदिष्ट आहेस झालं.'' असं म्हणताच तो म्हणायचा, ''तूच लावलाहेस छंद मला हा.'' ''हुं! आता आपल्या लग्नातही तूच शूटिंग कर. माझ्याशेजारी तुझ्याजागी डमी बसवीन दुसरा कोणीतरी.'' असं कधी वैतागून म्हटलं की लागलीच,''व्वा! काय ग्रेट आयडिया!'' म्हणत तो खदखदायचा.

ठरलेल्या वेळेपेक्षा आधी नीहार गेटवेला पोचला. तिच्याआधी थोडं महत्त्वाचं शूटिंग उरकायचं होतं त्याला. पांढरे पाणपक्षी, हवेत झेपावणारे, सूर मारणारे, येणाऱ्या-जाणाऱ्या भडक रंगांच्या लॉंचेस, रांजणाएवढे फुगे विकणारे फुगेवाले, वाऱ्यानं भिरभिरणारी भिरभिरी, जमीनभर अंथरलेली आणि कुणी धावलं की भुर्रर उडून जाणारी कबुतरं, समुद्राचं काळसर निळं पाणी, केशरी सूर्य, त्याच्या सोनेरी प्रकाशाची झालर, पोटाशी खोचलेले सावळे ढग, सगळं कसं धुंदफुंद असतानाच सहेलीनामक सोनपरीचं रूप कॅमेराबंद व्हायला हवं. फक्त ती आता तिथे यायचाच काय तो अवकाश होता. नीहार तिची वाट पाहत चुळबुळत होता. परत परत घड्याळ पाहत होता.

सहेली वेळेवर पोचून लांबवर त्याची अस्वस्थता बघत होती. तिला खोडी सुचली. त्याच्या नजरेस पडणार नाही. अशा ठिकाणी थांबून तिनं त्याला मोबाईल केला. 'नीहार मी सहेली, नीहार मी सहेली' तिच्या आवाजात टेप केलेली रिंगट्यून वाजली. सहेलीनं आणि त्यानं आपापल्या आवाजात अशा रिंगट्यून्स टेप करून परस्परांच्या मोबाईल नंबरशी ॲटॅच्ड करून टाकल्या

होत्या. नीहारनं पटकन मोबाईल ऑन केला. ''बोल सहेली, इथे पुतळा झालाय माझा- वाट पाहतोय. हो हो, करतोय थोडंफार शूटिंग. पण तुला उशीर का? का नाही येणार ? तुझ्या आत्याला तरी काय आजच उपटायचं होतं? आलीस तर अजून अर्धा तास? माय गॉड! बरोब्बर सहाला मी निघेन इथून. जास्त लटकणार नाही. शार्प सहा.'' आणि रागावून तिचं बोलणं पुरं व्हायच्या आत त्यानं मॉब ऑफ केला.

त्याचा पोपट झालेला चेहरा नजरेसमोर आणत सहेली मस्त मुडमध्ये आली. मग रगडापुरी खात, शहाळं पीत कुणा-कुणाला एसएमएस पाठवत ती जस्ट टाइम किलिंग करायला लागली. सहाला काटे सरळ रेषेत आले आणि बसल्या कट्ट्यावरून टुणकन उडी मारत तो निघाला. ओठ काहीतरी पुटपुटताना त्याचा अवघा राग त्याच्या हातवाऱ्यांतून जाहीर होत होता. त्याला ती आता पुन्हा मॉब करणार होती. येत नाही म्हणून सांगणार होती आणि मग थेट त्याच्या आधीच पार्किंग लॉटमध्ये जाऊन त्याच्या बाईकवर ठाण मांडणार होती. त्याची फिरकी ताणणार होती. मज्जेत टाळी वाजवणार होती. मस्त खळखळून हसणार होती. त्याचा कान ओढणार होती. त्याला वैताग आणून वर पुन्हा आणखी त्याच्याकडूनच डब्बल कसाटा उकळणार होती. तो सहज थोडासा चुकून त्याच्या टीशर्टवर सांडणार होती. त्याची धुसफूस बघून तिला हसण्याच्या उकळ्या फुटत होत्या. तिनं त्याचा मोबाईल नंबर दाबला. ''सॉरी हं डार्लिंग, मला नाही जमणार यायला. तू रागावू नको हं. तुझ्या हँडीलाही सांग की, प्लीज आपल्या सहेलीवर...''

आणि प्रचंड आवाज झाला, दिशा फाटकन फुटल्यासारखा, बॉम्बस्फोट झाला. त्याच्या अक्राळविक्राळ आवाजानं आसपासच्या स्टॉलच्या काचा फुटल्या, पत्रे फुटले, बॉम्ब ठेवलेल्या कारचे तुकडे तुकडे हवेत भिरकावले गेले. कार्स, स्कूटर्सचा चोळामोळा झाला, त्या अस्ताव्यस्त फेकल्या गेल्या. काचांचा खच पडला. सगळीकडे काळा धूर, पेट्रोलचा जळका वास, जो तो सैरावैरा, भेदरलेला जिवाच्या आकांतानं किंचाळणारा. मदतीसाठी ओरडणारा, पहिल्या हादऱ्याचे पाच-दहा सेकंद गेल्यावर नीहार भानावर आला. सगळ्यात आधी त्याचा हात छातीवरून फिरला. मग खांद्याला अडकवलेला हँडीकॅम त्यानं चाचपडला. तो व्यवस्थित होता. त्यानं सुटकेचा निःश्वास सोडला आणि झटकन इतर कुठे लागलं नाही ना, याचा अंदाज घेतला. काहीही झालं नव्हतं त्याला. गडबडीत फक्त त्याच्या कोल्हापुरीचा अंगठा तुटला होता, एवढंच. देवाचे मनोमन लाख वेळा आभार मानत त्यानं आजूबाजूला नजर टाकली. काळ्या धुरानं वेढलेल्या

त्या परिसरातून काही नजरेला पडेना, पण थोड्याच वेळात धूर निवळला आणि त्याला भेसूर चित्र दिसायला लागलं.

पाच-दहा फुटांवर रक्ताचे सडे पडले होते. कुणाकुणाचे चष्मे, टोप्या, पर्सेस, बूट, चपला विखरून तुटून पडलेले. कावळे-पारव्यांबरोबरच एकदोन पाळीव कुत्री मेली होती. त्यांच्या जोडीला हातांचे पंजे, पाय, तंगड्याही तुटून पडलेल्या दिसत होत्या. किंकाळ्यांनी अंगावर शहारे येत होते. विव्हळण्याचे आवाज ऐकवत नव्हते. वेदनेचं महाभारत तिथं अवतरलं होतं. दु:खाची विकट काळी छाया साकळून राहिली होती. भीषण, भयाण वास्तवाच्या पात्यानं त्या संध्याकाळचं सुंदर, रमणीय चित्रं उभंआडवं छिन्नविछिन्न केलं होतं, सपासप वार करून. जळून मेलेले वेदना-दु:खाच्या पलीकडे गेलेले होते. त्यांच्या प्रेतांचा करपलेला वास आसपास रेंगाळत होता. सगळीकडे हल्लकल्लोळ माजला होता. सगळे रडणारे, धीर सुटलेले, भांबावलेले, आपल्यावरचा ताबा सुटलेले, मरणाचं भीषण रूप पाहिलेले; बेभान.

भानावर होता तो फक्त नीहार. त्याची जाणीव एकदम तल्लख झाली होती. त्यानं लगेच कॅमेरा डोळ्याला लावला. पार्किंग लॉटमधल्या तुकडे उडून पडलेल्या कार्सपासून त्यानं सुरवात केली. त्यांची छिन्नविछिन्न दृश्यं झाल्यावर मग चिरफळ्या उडालेल्या लाकडी तक्त्यांच्या भिंती, पत्रे, आतलं इतस्तत: पडलेलं सामान टिपत स्टॉल्सची दुर्दशा त्यानं कॅमेऱ्यात कैद केली. अशात पाच-सात मिनिटं घालवून तो माणसांकडे वळला. सैरावैरा पळणाऱ्या, बावचळलेल्या, ओरडणाऱ्या, फेफरं आलेल्या वेदनेचे दशावतार दाखवणाऱ्या! बराच वेळ शूटिंग केल्यावर नीहार निघाला. त्याच्या मनात फक्त समाधान भरून राहिलं होतं. काहीतरी गवसल्याचं. सर्वस्वी विपरीत अशा सुखद अनुभूतीनं तो भारला होता.

मग भराभर पोलिसांच्या गाड्या, ॲम्ब्युलन्सेस यायला लागल्या. शिट्ट्यांचे कर्कश आवाज आणि सायरनचे रिवरिवते आवाज तिथे कोंडून राहिले. सगळीकडे मदतीला धावणाऱ्यांची लगबग सुरू झाली. स्ट्रेचर्सवर जखमींना निजवून स्वयंसेवकांची फौज जमेल ती मदत आणि पडेल ते काम करायला लागली. नीहार तिथून निघाला. घरी जायला वेळ लागणार होता. सगळंच विस्कटून जायचा धोका होता. प्रत्येक पावलावर मृत्यू दबा धरून बसल्याची भीती त्याची धडधड वाढवत होती. बस, लोकल, बाईकशेजारी येऊन उभी केलेली गाडी, कुठेही कसाही मृत्यू बसला असणार. मग क्षणात कानाचे पडदे फाडणारा प्रचंड मोठा आवाज, मग मृत्यूचा थयथयाट... रक्ताचा सडा... मांसाचा चिखल आणि

वेदनेचा तीव्र आकांत, अनावर आक्रोश!

घरी सुखरूप आल्यानंतर त्याच्या जिवात जीव आला. हँडीकॅम कपाटात नीट ठेवून नुसत्या बनियनवर तो तंगड्या पसरून बसला न बसला तोच त्याला सहेलीची आठवण झाली. त्यानं सुटकेचा निःश्वास सोडला. किती बरं झालं तिची आत्या आली ते! नाहीतर काय अवस्था ओढवली असती? काहीही, अगदी काहीही घडू शकलं असतं आणि मग; मग काय सांगावं, आपण कुठे असतो? आतासारखे घरी, हॉस्पिटलमध्ये की स्वर्गात? नसतो, स्वर्गात नसतो. आज दैव आपल्या बाजूचं होतं म्हणूनच सगळ्यातनं सुखरूप बाहेर पडलो, किंचितही ओरखडा न उठता. तीही अर्थातच सुखरूप. कारण लगटून तर असते सदोदित. शिवाय आपल्या दैवाशी दैव बांधलंय तिचं अतूट धाग्यानं. त्यामुळे तीही-चायला नुसतेच विचार. या जाणिवेसरशी त्यानं फोनची बटणं दाबायला सुरुवात केली.

सरलाबाईंनी फोन उचलला, "म्हणजे रे काय? सहेली नव्हती तुझ्याबरोबर नीहार? तुम्ही दोघंच गेटवेला जाणार होता ना, कसलं तरी शूटिंग करायला? बरं मग?" सरलाबाईंचा आवाज विस्फारला. "छे, छे! आत्या वगैरे कुणी नाही आलं. इथून तर कधीच निघाली सहेली तुझ्याकडे."

नीहारनं तातडीनं बाबांना फोन द्यायला सांगितल्यानं बाबांच्या हाती फोन गेला, "बाबा, मी नीहार. ऐका, सहेली माझ्याबरोबर नव्हती. आत्या आल्यानं कॅन्सल झालं म्हणाली फोनवर. मी आत्ताच गेटवेवरून आलोय. तिथं मोठा बॉम्बस्फोट झालाय. कारबॉम्ब होता.

"मी बघतो, तुम्ही आईंना, स्वतःला सांभाळा, घाबरू नका, परत फोन करतो." तातडीनं नीहारनं फोन ठेवला. त्याच्याही छातीत धडाक धडाक माजलं होतं. धीरासाठी तोंडावर हात फिरवत त्यानं तिला मोबाईल लावला. आधी नेटवर्क बिझी. मग फोन वाजला. वाजत राहिला, पुन्हा वाजला, वाजत राहिला, पुनःपुन्हा, दोन-तीनदा असं झाल्यावर त्यानं बाबांना फोन लावला. धास्तावल्या आवाजात बाबांनीही फोन लागत नसल्याचं सांगितलं तेव्हा तो म्हणाला, "आता मीच जातो परत तिथे. बघतो काही तपास लागतोय का. आला तिचा फोन तर कळवा. मीही कळवीन तुम्हाला." फोन ठेवेपर्यंत त्याचा आवाज रडवेला झाला. त्यानं मग उगाच खाकरून तो नॉर्मलला आणू पाहिला. फोन ठेवून झटकन त्यानं आईसाठी चिठ्ठी लिहून ठेवली आणि गाडी काढून गेटवेच्या दिशेनं तो सुसाटला.

गेटवेभोवती बऱ्याच अंतरावर पोलिसांनी वेढा घातला होता. कुणालाही आत सोडत नव्हते. अपवादानं लाल दिव्यांच्या गाडीतून आलेल्यांना प्रवेश दिला

जात होता. बरेच जण काळजीनं आत जायचा प्रयत्न करत होते. सैरभैर झाले होते. नीहार त्यांतलाच एक. पुन:पुन्हा आशेनं तिचा मोबाईल लावत होता. डोळे तुडुंब भरून आले. सहेलीबरोबरचा क्षणन् क्षण त्याला आठवू लागला. विमनस्कपणे शून्य नजरेनं कुठेच न बघता तो एका कट्ट्यावर बसला होता.

"नीहार मी सहेली, नीहार मी सहेली." सहेलीच्या मोबाईलची रिंग वाजू लागली. दोन-चार सेकंद नीहारला काहीच कळेना. तो भांबावला. क्षणार्धात ही सहेलीच्या मोबाईलची रिंग आहे हे त्याच्या ध्यानात आलं. आनंदाचं उधाण आलं मनात. छातीत धडधड, हातात थरथर आली. झटकन बटन दाबत तो घाईघाईनं बोलला, "बोल सहेली, कुठेयस तू? किती काळजी लागलीये."

"कोणाचा नंबर आहे हा? तुमचा नंबर या फोनवर सतत मिस्ड कॉल म्हणून येतोय. इन्कमिंग कॅज्युल्टी बरेच आहेत. मी इन्स्पेक्टर जोशी बोलतोय. सांगा प्लीज." तो भारदस्त आवाज ऐकून नीहार चरकला. नाही नाही त्या शंका त्याच्या उरावर बसून डंख मारू लागल्या.

"मी नीहार मुळे बोलतोय माझ्या फोनवरून. हा फोन सहेली आठवलेचा आहे. ती माझी - माझी प्रेयसी."

"केशरी पिवळसर साडी, हातात काळी पर्स, सोनाटाचं हेवन सिरीजचं रिस्टवॉच." नीहारला आपण दिलेल्या भेटवस्तूंची ओळख पटली.

"हो, हो तीच. काय झालंय इन्स्पेक्टर? सांगा ना, प्लीज सांगा ना हो." उतावीळपणा आणि वाइटाच्या आशंकेनं चिरकत्या आवाजानं नीहार कसंबसं म्हणाला.

"इथे गेटवेला स्फोट झालाय. त्यांना बरंच लागलेलं दिसतंय. बेशुद्ध झाल्यात. मोबाईल हाताशीच पडला होता. तुम्ही या पार्किंगच्या बाजूला. मी तसं सांगून ठेवतो तिथल्या स्टाफला. ते तुम्हाला आत माझ्यापाशी आणून सोडतील. त्याआधी ॲम्ब्युलन्समध्ये जागा मिळाली तर हॉस्पिटलला पाठवीन. तसा फोन करीन. या लवकर तुम्ही." थोडक्या शब्दांत बोलून त्यांनी फोन बंद केला. नीहार जमिनीशी खिळला. सहेली बॉम्बस्फोटात सापडली परंतु जिवंत आहे या विचारानं त्याला धीर आला. पायात बळ आलं. झपाझप पावलं टाकत तो सिक्युरिटी पोस्टपाशी आला. तिथल्या वॉकीटॉकीवरून बोलणाऱ्या इन्स्पेक्टरला त्यानं आपलं नाव सांगितल्यावर लागलीच इन्स्पेक्टर जोशींकडे पोचवायची तातडीनं व्यवस्था झाली.

ढांगा टाकत तो स्पॉटपाशी पोचला. सहेलीला एका स्ट्रेचरवर निजवलं होतं. स्ट्रेचर ॲम्ब्युलन्समध्ये ठेवायची तयारी चालली होती. तिथल्या एप्रनवाल्या

एका डॉक्टरांना पुढे होत घाईघाईने त्यानं विचारलं, "काय झालं? कितपत लागलंय डॉक्टर, सीरियस?" त्याचे प्राण कानात एकवटले होते.

"नाही, त्याअर्थी सीरियस नाहीये. शी विल डेफिनेटली सर्व्हाइव्ह. कुठलीही फॅटल वुण्ड नाहीये. पण सगळा चेहरा डॅमेज झालाय. काचेच्या तुकड्यांनी अनेक ठिकाणी फाटलाय. भाजलाही आहे. हातापायाला खरचटलंय." बोलणं अर्धवट सोडून ते डॉक्टर घाईघाईने कुणी बोलावल्यानं निघून गेले.

सहेलीच्या स्ट्रेचरसोबत नीहार के. ई. एम. च्या दिशेनं जायला निघाला. ॲम्ब्युलन्समध्ये आणखी एक स्ट्रेचर कसाबसा ठेवला होता. नीहार आणि एक नर्स दाटीवाटीनं एका आधारावर टेकले होते. ॲम्ब्युलन्स वेगानं सायरन वाजवत हॉस्पिटलच्या रस्त्यावर लागल्यावर त्याला सहेलीच्या घरी फोन करायचं सुचलं. त्यानं शक्यतो निवळून सगळं सांगितलं. थोडा सौम्य भाषेतला दम भरून रडं आवरायला सांगितलं. शिवाय ताबडतोब के. ई. एम. ला पोचायलाही. आपल्या आईलाही त्यानं तेच सांगितलं.

गचके, हिसके बसत होते. खड्ड्यांतून जाताना नीहार आणि नर्स फेकले जात होते. कसेबसे बारला धरत, तोल सावरत होते. वरच्या आकड्याला लावलेली सलाईनची बाटली हिंदकळत होती. हलत नव्हती ती स्ट्रेचरला पट्ट्यानं बांधलेली सहेली. तिचा रक्तानं बरबटलेला, जागोजागी ठेचलेला, होरपळलेला चेहरा नर्सलाही पाहावासा वाटत नव्हता. चुकून तिकडे नजर गेली, की नीहारच्या काळजाला घरं पडत होती. जीव कळवळत होता.

के. ई. एम.ला पोचल्यावर उपचारासाठी डॉक्टरांनी तातडीनं सहेलीचा ताबा घेतला. त्यांचे उपचार चालू होते. तेव्हा सहेलीचे बाबा-आई, नीहार एकमेकांशी जुजबी धीराचं बोलून थोड्याच वेळात विचारात गढून गप्प गप्प झाले होते. कसोशीनं आवरून धरलेले अश्रू सरलाबाई अधूनमधून पुसत होत्या.

सहेली बऱ्याच वेळानं शुद्धीवर आली. झोपेच्या औषधांचा अंमल तिच्यावर होता. भानावर येत असताना रडत, विव्हळत होती. नीहार-नीहार चा जप चालला होता. मधूनच 'अरे देवा, पडशील ना सालीवरून' म्हणत होती. मुठीत चादर गच्च आवळली होती. तिच्या चेहऱ्यावरच्या जखमा काही शिवल्या होत्या. काही औषध लावून तशाच उघड्या ठेवल्या होत्या. काही जखमा भाजल्याच्या, काळ्या, काही कापल्याच्या लाल. मलमपट्टी दोन्हींवरही लावली नव्हती. डोळे पापण्या आणि ओठांना इजा पोचली नव्हती. कपाळावरची केसांची बाह्यरेषा केस जळल्यानं कातडी होरपळून चार-पाच इंचानं मागे हटली होती. केसही डोक्यातल्या

जखमांमुळे एकदम बारीक कापले होते. एका सुंदर आकर्षक चेहऱ्याचे धिंडवडे निघाले होते. शिल्पाच्या जागी अवशेष उरावेत तसे. डॉक्टरांना सहेली हात-पाय न तुटता धडधाकटपणे वाचली हेच पुष्कळ आहे, असं वाटत होतं, इतका तिच्याजवळ तो स्फोट झाला होता. नीहारचा खूप विरस झाला होता. त्याच्या अस्मानपरीचा चेहरा आता पाहवतही नव्हता. कशीबशी त्यानं स्वत:ची समजूत घालून घेतली.

नीहार, सरलाबाई सहेलीची शुश्रूषा करत होते. आलटूनपालटून तिच्यासोबत राहत होते. चकरा घालत होते. सहेलीच्या मनावर फुंकर घालत होते. सहेलीची तब्येत दोन-तीन आठवड्यांत बरीचशी सुधारली होती. तिला आता हॉस्पिटलमध्ये ठेवायची गरज नव्हती. काही दिवस घरी ठेवून मग तिला जेव्हा मानसिक आणि शारीरिक बळ येईल, तेव्हा मग पुढच्या प्लॅस्टिक सर्जरीच्या ऑपरेशन्सची आखणी डॉक्टर आणि तज्ज्ञ करणार होते.

डॉक्टर थोरात आधी रोज थोडा वेळ सहेलीच्या घरी येऊन तिचं काउन्सिलिंग करायचे. ते निरनिराळे उपाय सुचवायचे. थोडे स्नायूंचे व्यायाम घ्यायचे. तिचं मनोधैर्य उंचावेल अशा हकिकती सांगायचे. गप्पाटप्पा, नीहारवरून चेष्टामस्करी, चहा-कॉफी पिणं वगैरे व्हायचं. हे त्यांच्या व्यवसायातलं अभिन्न अंग होतं. तरीही ते आनंदानं करायचे. गाणं गुणगुणावं इतकी सहेलीची मानसिक तयारी झाल्यावर हळूहळू त्यांचं येणं कमी झालं. अशा एका शेवट शेवटच्या व्हिजिटमध्ये त्यांनी सहेलीला, ''आरशात पाहिलंस का? काय झाली प्रतिक्रिया? रडलीस? किंचाळलीस?'' विचारलं. नीहारही तिथे होता.

''डॉक्टर...'' ती गप्प झाली. तिच्या डोळ्यांपुढे आपलं रूप आलं. पहिल्यांदा आरशात पाहिलं तेव्हा पहिलं लक्ष गेलं डोळ्यांकडे. डोळे नीट व्यवस्थित होते. पापण्यांची उघडझाप ठीक होती. पापण्यांचे लांब केस धगीनं आखुडले होते. भुवयांच्या जागी ठिकठिकाणी नुसती कातडी उरली होती. नाकाचा शेंडा चपट होऊन डाव्या बाजूला चिकटला होता. तिथं कातड्याची मुरड पडली होती. नागमोडी शिवणींनी जखमा शिवल्या होत्या. गालावरचं मांस होरपळून जळून गेलं होतं. तिथंही कातडी कशीबशी एकत्र करून गुंडी करून टाकली होती. नाकपुड्या कापल्या गेल्या होत्या. कपाळावरच्या जखमांच्या शिवणी गोमेसारख्या वळणाच्या दिसत होत्या. हनुवटीचा आकार बिनसला होता. दातांना तार लावली होती. कपाळावर केसांच्या जागी चाई पडावी तशी तुकतुकीत कातडी आली होती. सहेली ओरडली नाही अन् किंचाळलीही नाही.

"रडले नाही, किंचाळले नाही की उन्मळूनही पडले नाही. गंमत सांगते, आईला वाटलं मी कोलमडून पडेन म्हणून तिनं बेसिनवरचा आरसा काढून टाकला आणि कपाटाच्या आरशावर कागद चिकटवून टाकला. घरच्या बारीकसारीक आरशांनाही रजा दिली. पण माझ्या पर्समधला आरसा ती विसरली. अर्थात तोही मी एकदाच वापरला कुतूहलापोटी. नंतर वापरावासा वाटला नाही आणि गरजही नव्हती! आणि डॉक्टर, बॉम्बस्फोटात सापडल्यावर किमान एवढं तरी नुकसान होणारच ना? सौंदर्यापेक्षा जीव वाचणं कधीही महत्त्वाचं." सहेली हसली तेव्हा तिचं रूप भेसूर दिसत होतं. हसू विकट वाटत होतं. नीहारच्या अंगावर शहारा आला. त्याच्या काळजात कळ उठली. ते रूप त्याला सहन झालं नाही. तिनं कधीच हसता कामा नये असं त्याला मनापासून वाटलं. खट्टू झालेलं मन त्यानं कसंबसं ओंजळीत घेतलं.

डॉक्टरांना पोचवायला गेल्यावर नीहारनं विषय काढला, "डॉक्टर, असं वाटलं होतं की, तुमच्या प्रश्नानं तिच्या त्या वेळच्या आठवणी जाग्या होतील अन् ती उन्मळून पडेल; पण नाही. रडणं, किंचाळणं, आक्रोश करत उठणंही नाही, नुसतं कडवट असहायपणे टिपं गाळणंही नाही. असं कसं शिशासारखं जळशीळ होऊन बसलं मन तिचं?"

"भावना अशा कोंडून राहत नसतात. त्यांचा उद्रेक होतोच. आज नाही तर उद्या तरी नक्की. कधी ना कधी व्हायलाच हवा. होतोच. निचरा न झालेल्या भावना नंतर विकृत, अक्राळविक्राळ रूप धारण करतात. ती व्यक्ती मग त्यात जळून खाक होऊन जाते. आज जरी त्या सुसांडत बाहेर पडल्या नाहीत, तरी अशाच एखाद्या प्रसंगी ज्वालामुखीच्या उफाळासारखा तिच्या भावनांचा स्फोट होईल आणि त्यात तिची किंवा दुसऱ्याची शून्यावस्था होऊ शकते." डॉक्टरांच्या बोलण्याचा अर्थ लावत नीहारनं बराच वेळ घालवला.

सहेली मग बेफिकीर होत धीटपणे वस्तुस्थिती अंगीकारून भूतकाळ झुगारल्यासारखी वागायला लागली. असा आघात झाल्यावर मनाचे तोल असे डोलायचेच. वागण्यात अशी स्थित्यंतरं काही काळ यायचीच. सगळ्यांनी आपापली समजूत घालून घेतली.

नीहारनं लग्नसमारंभ, सभा-उत्सव वगैरेंच्या व्हिडिओ शूटिंगच्या ऑर्डर्स नाकारल्या होत्या. त्याचं मन त्यात लागेना. सहेली थोडी सावरल्यानंतर त्यानं गेटवेच्या शूटिंगची कॅसेट कपाटातून सहज काढून पाहिली. एकदम खूष झाला तो आपली कामगिरी पाहून. एकदम झकास झाली होती फिल्म. सगळं एकदम

परिणामकारक. अचूक क्लोजअप्स. सगळंच तपशिलात चित्रित केलेलं. फार अपीलिंग झाली होती फिल्म. बघणारा एकेक जण खिळून आणि हबकून जाणार, याची खात्री नीहारला पटली. त्यानं त्या फिल्मची एक कॉपी करून असिस्टंट पोलीस कमिशनरांकडे नेऊन दिली. त्याचंही व्हिडिओ चित्रण करून घेतलं. कमिशनरांनी त्याची पाठ थोपटली. आदर्श नागरीक म्हणत त्याला गौरवलं. या कॅसेटचा गुन्हेगारांना पकडण्यासाठी नक्की उपयोग होईल, असं म्हणत त्याला चहा पाजला. त्याला निरोप दिला. तो धागा पकडून त्यानं एक-दोन जाणकार मित्रांना ते शूटिंग दाखवलं. त्यांचा एकमुखानं अभिप्राय दिला, "अरे यार नीहार, फँटास्टिक फिल्म घेतलीयेस यार तू, व्हाय डोंच्यू मेक अ डॉक्टुमेंटरी आऊट ऑफ इट? 'दि बॉम्ब एक्सप्लोजन अँड आफ्टर' नावाची? अरे छप्पर फाडून पैसा मिळेल! सोनी, स्टार न्यूज, अमेरिकन टी.व्ही. सगळे चॅनल्स प्रसारणाचे हक्क विकत घेतील. ऑल ओव्हर वर्ल्डमध्ये ती स्क्रीन होईल. हॅमर केली जाईल. साल्या, लोळशील पैशाच्या ढिगात तू. पब्लिसिटी मिळेल ती वेगळीच. फोटो, मुलाखती पेपरात, टी.व्ही. वर. नुसती धमाल. तेव्हा विसरू नकोस हं दोस्तांना पार्टी द्यायला!"

नीहारच्या भावनांमध्ये, कल्पनेत त्यांच्या त्या बोलण्यानं चांगलंच मूळ धरलं. 'द फेस - देन अँड नाऊ' त्यानं त्याच्या त्या डॉक्युमेंटरीचं नावही मनाशी नक्की केलं. सहेलीबरोबरचं रोजचं बोलणं-बसणं, खाणं पिणं झाल्यावर उरलेला वेळ तो डॉक्युमेंटरीच्या कामात घालवू लागला. डॉक्युमेंटरीच्या सुरुवातीला फिल्मवर घालायला सहेलीचे अनेक सुंदर क्लोजअप्स त्याला आधीच्या कितीतरी व्हिडिओ टेप्सवरून मिळाले होते. प्रश्न होता तो शेवटी घालायच्या आताच्या क्लोजअप्सचा. सहेलीसमोर जाताना नीहर थोडा गलबलायचा. थोडा दबकायचा. भ्यायचा, तिटकारायचा. पण सहेलीविषयी जिव्हाळा आणि सहानुभूतीही खूप वाटत होती. सहेली तिचे आताचे फोटो कसे काढू देईल, हाच प्रश्न होता. ती चवताळली असती, चेहरा हातानं झाकून घेतला असता, नाही नाही ते बोलून हाकलून दिलं असतं, शिवाय जन्मभर बोललीही नसती.

तेवढ्यात योगायोगानं डॉक्टर मदतीला धावून आले. डॉक्टरांनी आता प्लॅस्टिक सर्जरीचा विचार गंभीरपणे सुरू केला होता. त्यासाठी सहेलीचे समोरून, बाजूनं वगैरे क्लोजअप्स त्यांना हवे होते. नीहार प्रोफेशनल व्हिडिओग्राफर आहे म्हणताना त्यांनी त्यालाच हे काम सांगितलं आणि प्लॅस्टिक सर्जरीसाठी हवेत म्हटल्यावर सहेलीनंही ते उत्साहानं घेऊ दिले. नीहारनं हँडीकॅमनं असे काही

क्लोजअप्स टेपवर घेतले, की त्यांतून तिच्या चेहऱ्याची विदीर्णता, भेसूरपणा ठसठशीतपणे उठून दिसावा. डॉक्टरांचं काम झालं आणि कितीतरी पटीनं परिणाम साधणारं नीहारचंही.

"सहेली, बॉम्बस्फोटावर एक डॉक्युमेंटरी केलीये मी. बॉम्बस्फोटानंतर शूटिंग केलं होतं ना मी, त्याचा उपयोग करून त्याची डॉक्युमेंटरी इंग्लंडला पाठवतोय इंटरनॅशनल फेस्टिव्हलच्या स्पर्धेत. विश मी लक." त्यानं एके दिवशी सकाळी सकाळी सहेलीला सांगितलं.

"ऑल दि बेस्ट नीहार! कित्ती छान रे ए मला दे ना पाहायला त्याची सीडी, मग पाठव तू ती!" सहेलीचा लाडिक हट्ट त्याच्यानं मोडवेना. तिचा आग्रह त्यानं काहीतरी समजूत घालून मोडून काढला, "डॉक्टरांना विचारूया आधी. एवढी काय घाई आहे, नंतर बघू." वगैरे गोष्टी तो तिला समजावत राहिला.

नीहारनं प्लॅस्टिक सर्जरीच्या खर्चाचा अंदाज काढायला सुरुवात केली. एक ऑपरेशन केलं की झालं, असा तो प्रकार नव्हता. ती सिरीयल ऑपरेशन्स होती. स्कीन ग्राफ्टिंग, सिलिका पॅडिंगचा अंतर्भाव असलेली. त्या सिरीयल ऑपरेशन्सचा खर्च आठ लाखांच्या आसपास जात होता. शिवाय हॉस्पिटलायझेशन, औषधं, थेरपीज यांचा खर्च वेगळाच. हबकलाच तो! एवढे पैसे आणायचे कुठून? सहेलीचं आणि त्याचंही घर म्हणजे खाऊन-पिऊन सुखी. भाड्याच्या घरात राहणारी मध्यमवर्गीय माणसं ती. सगळी गंगाजळी ओतून टाकली तरी त्याच्या पावपट रक्कम तरी उभी होईल की नाही देव जाणे! आणि मग त्याच्या मनात डॉक्युमेंटरीचा विचार लखलखला. मित्रांच्या सांगण्याकडे बाता, वल्गना म्हणून इतके दिवस नीहार पाहत होता. पण आता त्याला वाटू लागलं, की वेगवेगळ्या चॅनल्सना प्रसारणाचे हक्क विकले, तरी एवढी रक्कम सहज उभी राहील.

म्हणजे एकंदरीत सहेलीवर प्लॅस्टिक सर्जरी होणार आणि शंभरात पंच्याण्णव गुणांनी ती पूर्वीची सहेली, आपली प्रेयसी, आपलं आनंदनिधान आपल्याला परत गवसणार, या कल्पनेनं नीहार खूष झाला. तसंच झालं. नुसत्या चॅनेलच्या प्रदर्शनासाठी त्याला बरेचसे पैसे मिळण्याची शक्यता निर्माण झाली. त्यांना फेस्टिव्हलनंतर नक्की करू म्हणून नीहारनं सांगितलं, नीहार वाट पाहत असतानाच ती बातमी येऊन थडकली. तो खूषच झाला एकदम. सहेली, सगळं घरदार खूष झालं. त्याच्या 'द फेस देन अँड नाऊ' ला डॉक्युमेंटरीचा गोल्डन शील्ड पुरस्कार मिळाला. पहिल्या बक्षिसाचा तो मानकरी होता. जगभर प्रसिद्धी-प्रतिष्ठा, मानसन्मान

आणि भरपूर पैसा.

कशी वाटली असेल ती फिल्म सहेलीला. नक्कीच आवडली असणार. चांगलीच आहे ती! त्याशिवाय फर्स्ट प्राईज मिळालंय का? व्हेरी इफेक्टिव्ह फिल्म. माणसं मारणाऱ्या दहशतवाद्यांविषयी विलक्षण चीड निर्माण व्हावी असं चित्रीकरण झालं होतं. सगळे माझं जातीनं अभिनंदन करत होते. हात हाती घेत होते. सगळ्यांच्या शेजारी त्यांच्या बायका ऐटीत मिरवत होत्या. स्पोर्टिंगली नीहारनं समजावलं स्वत:लाच, 'यार, इस बार नहीं वो तेरे साथ, लेकिन अबकी बार जरूर होगी साथ.'

आता आयुष्याचं अवघं फळ हाताशी आलं होतं. हाती भरपूर पैसा उरणार आहे. तंतोतंत पूर्वीसारखी नसली तरी बरीचशी तशी पूर्वीची सहेली हळदीच्या पावलांनी आपल्या घरी येणार. आणखी काय हवंय? 'बस्स हो गया भगवान। ऐसीही किरपा सदा रखना!' विमानातून उतरताना नीहारचे बरेचसे इमले सजवून झाले होते. उतरता-उतरता नीहारनं सहेलीला तीन-चारदा मोबाईल लावायचा प्रयत्न केला. नुसतीच रिंग वाजत राहिली. सहेलीनं फोनच उचलला नाही.

सहेली मोबाईलवरचा त्याचा फोननंबर पाहत बसून राहिली. तिला फोन घ्यावासाच वाटेना. नीहारचं बक्षीस स्वीकारणं वगैरे सगळं केबलवर पाहून ती अलिप्त अलिप्त वागली. आतून रसरशीत उत्साहानं फुलून आली नाही की आनंदानं भरभरली नाही. खटकन खट्टू झाली.

नीहारचं पाऊल जमिनीवर ठरत नव्हतं. तरीपण गराड्यातून बाहेर पडायला बराच वेळ लागला. कुणी काही विचारून माईक पुढे करतंय, तर कुणी फोटो काढतंय. आई, सहेलीचे आई-बाबाही आले होते. मित्रमंडळींनी तर ढोलताशा वाजवून वरातच काढली. उत्सवमूर्तींचा उत्सव ओसरल्यावर साहजिकच तो घरी गेला. आसपासच्या लोकांनी उत्साहानं त्याला घेरा घातला. काही ना काही कारणानं त्या दिवशी सहेलीची गाठ घेणं झालं नाही. त्यानं 'बघू तर खरं' म्हणत दुसऱ्या दिवशी तिची गाठ घेतली नाही. मात्र सवयीनं, अधीरपणानं मोबाईल केला. निष्पन्न शून्य! 'साधा फोनही करता येत नाही का अभिनंदनाचा? इतकं काय घडलं? अरे, हो की! प्रचंड इन्फीरिऑरिटी कॉम्प्लेक्स आला असणार तिला. साहजिकच आहे. मनातल्या मनात कुढत असेल. आपली आत्ताची अवस्था सहेलीला सोसवत नसेल. खरंच, कसं नाही आधी डोक्यात आलं? तातडीनं धावत जाऊन समजूत काढली पाहिजे. समजून घेतलं पाहिजे तिला.' असा साक्षात्कार तिसऱ्या दिवशी झाल्यावर नीहार सहेलीकडे धावला.

तिचे बाबा कामाला गेले होते. आई एम. एस. ई. बी. चं बिल भरायला. सहेली एकटीच घरी. दार उघडल्यावर नीहार ठाकलेला पाहिल्यावर सहेली चमकली किंचित. तसं न दाखवत तिनं तोंडदेखलं अभिनंदन केलं. ते झाकण्यासाठी भरभरून स्वागत केल्याचा देखावा केला. विशेषणं लावून त्याला गौरवलं. पण त्या सगळ्यातला साजरे करणंपणा नीहारला बोचला. ते भरगच्च करायच्या प्रयत्नातलं स्वागत कोरडंच राहिलं. तिनं त्याला चहा आणून दिला. त्याच्या हातातलं बक्षिसाचं शील्ड पाहिलं. त्याचं कौतुक करेल वगैरे कल्पनांचा निरस झाल्यावर नीहारनं विचारलं, "का गं सहेली, मूड नाहीये का तुझा? उदास उदास वाटतेयस. एनी प्रॉब यार?"

"नाही, प्रॉब्लेम काही नाही नीहार. काही नाही..." तिनं बोलणं अर्धवट सोडलं.

"मग कॉस्मेटिक सर्जनचा काही रिपोर्ट...? ठीक होईल सगळं आता सहेली. आता आपल्या हातात भरपूर पैसा आहे. त्यात सगळं आरामात होईल आणि त्यातूनही बऱ्यापैकी उरेल पैसा. नाऊ कमॉन. डोंट डेव्हलप कॉम्प्लेक्सेस. मी वाट बघतोय त्या ऑपरेशन्सची. ते सगळं छान झाल्यावर आपण लग्न करायचंय राणी!" हळूहळू तिला खुलवण्यासाठी नीहारनं त्याच्या मते तो जिव्हाळ्याचा विषय काढला.

"मी पाहिली तुझी फिल्म. मला..."

"एकदम आवडली! हो किनई! अगं, तुलाच काय सगळ्यांनाच ती प्रचंड आवडलीये. जो तो माझं अभिनंदन करत होता. वाखाणत होता. यू नो सहेली, तिथल्या प्रत्येक न्यूजपेपरनं तिची किती आवर्जून दखल घेतली ते. फारच इफेक्टिव्ह आहे म्हणाले सगळे. तिला अजूनही इतर फेस्टिव्हल्समध्ये प्राईजेस..." नीहारच्या फसफसत्या उत्साहावर थंड पाणी ओतल्याप्रमाणे सहेली म्हणाली, "मला आवडली नाही नीहार. धक्का बसला मला नीहार तुझ्या दृष्टिकोनाचा. तुझ्या फिल्ममध्ये तू शूट केलायस ना तो- तो एक चाळिशी-पंचेचाळिशीचा माणूस अगदी वर्मी घाव लागून घायाळ झालाय. पांढऱ्या मळकट कपड्यातला..." तिचं बोलणं मध्येच तोडत नीहार म्हणाला,

"ओ तो? तो तर हायलाइट आहे त्या फिल्मचा!"

"नाही, हायलाइट नाहीये. तो तर तुझ्या संवेदनशून्यतेचा कळस आहे. हृदयशून्यतेचा पुरावा; माणुसकीला काळं फासणारा. अगदी किळसवाणा, कुणालाही घृणा वाटावी असा. एका परीनं तू अतिरेक्यांच्याही पुढची पायरी गाठलीस. लाज

वाटायला हवी तुला स्वत:ची.''

"सहेली, वाट्टेल ते बरळू नकोस.'' नीहार भडकून बोलला. त्याचा चेहरा संतापानं लाल झाला होता.सर्वस्वी अनपेक्षित हल्ला सहेलीनं केल्यावर तो पेटून उठला. "का? सांग, का असला घाणेरडा आरोप तू करतेयस माझ्यावर? आर यू मॅड?'' त्याचा आवाज थरथरला.

"होते रे! ती सी. डी. पाहितोवर होते मॅड तुझ्या प्रेमात. पण पाहता पाहता माझे डोळे उघडले. आठव तो प्रसंग नीहार. तो मध्यमवयीन माणूस हातात मुलांसाठी फुगे, भिरभिरं घेतलेला, बॉम्बस्फोटात सापडला. अगदी छिन्नविछिन्न घायाळ, जखमी झालाय, जमिनीवर कोसळलाय. एका हातानं पोट आवळून धरतोय तरी पोटाचा चेंदामेंदा झालेल्या भागातून उफाळणारे रक्ताचे लोट आवरले जात नाहीयेत. त्याचा शर्ट रक्तानं थबथबलाय. रक्ताचं थारोळं साठलंय तिथे. जागोजागी जखमा झाल्यात त्याला. तो विव्हळतोय. वेदनेनं हंबरडा फोडतोय. त्या कारुण्यानं आतडी पिळवटून डोळे ओले होत होते ते सारखे पाहताना.'' त्या दृश्याच्या आठवणीनंही सहेलीचा स्वर गलबलला. जरा सावरत, आवंढा गिळत, ती म्हणाली,

"पण नीहार, तू त्याची वेदना व तडफड शांतपणे शूट करत राहिलास. मरणाच्या दारातलं वर्मी घाव लागल्याचं तडफडणं होतं ते. तपशिलात, इन डीटेल्स, वेगवेगळ्या अँगल्समधून त्याला होणाऱ्या रक्ताच्या उलट्या, त्याच्या डोळ्यांतलं पाणी, त्याचं काळीज चिराळणारं ओरडणं, सगळं सगळं शांतपणे, चवीचवीनं क्लोअपमध्ये सगळं नीट येईल असं टिपत राहिलास. फक्त पाच फूट अंतरावरून. हीच तुझी माणुसकी? पाणी मागत होता तो घोटभर. मरणाच्या स्वाधीन होताना प्रकट झालेली जिवंतपणाची अखेरची इच्छा, फक्त घोटभर पाणी. तो पाणी पाणी करत असतानाही तू हेलावला, ओलावला नाहीस नीहार. यंत्रासारखं सगळं शूट करत राहिलास निर्विकारपणे, कसलंही देणं-घेणं नसल्यासारखा. लाज वाटली तुझी. किळस आली.'' सहेलीनं त्याच्या डोळ्यांत थेट बघितलं.

"तो मरणारच होता सहेली.'' वरच्या टिपेत नीहार ओरडला.

"हो, मरणारच होता. दोन-चार क्षणांनंतर मेलाही; पण तुझी परीक्षा करून मेला. त्याला कुशीत घेतलं असतंस, त्याच्यासाठी सैरभैर झाला असतास, आपला ठाव सोडला असतास तर? तर तुझ्यातला माणूस जिवंत आहे याची प्रचिती आली असती. बरं वाटलं असतं मला. असा तिटकारा आला नसता.''

"पण बातमीदारानं, कॅमेरामननं असं तटस्थच असायला लागतं सहेली.

आगीचं वृत्त, अमुकतमुकचं आत्मदहन, दहाव्या मजल्यावरून उडी मारताना चित्रित करताना त्यानं स्थिप्रज्ञच राहायला हवं, तोच असा भावनेत वाहवत जायला लागला, तर मग वृत्तान्त कसे...''

''होय, तेच त्याचं कर्तव्य ठरतं. पण त्या ठिकाणी इतर जण त्यांच्या मदतीला असतात. फायरब्रिगेडवाले, कार्यकर्ते वगैरे. ते घेतात त्याच्या भल्याबुऱ्याची काळजी. तेव्हा ती जबाबदारी त्या बातमीदारावर, कॅमेरामनवर नसते. तू थोडाच तेव्हा असा कॅमेरामन वगैरे होतास?'' नीहारचा युक्तिवाद सपकन मोडीत काढत सहेलीनं नजर रोखली.

''मी, मी पुरता गोंधळून गेले होतो गं. काय करावं तेच मला कळेनासं झालं होतं त्या वेळी. भेदरलो होतो पुरता. मन थाऱ्यावर नव्हतं. त्यामुळे घडलं असेल तसं. वास्तविक माझा तसा इरादा...''

''हो, तुझा तोच इरादा होता. स्वार्थीपणाचा, लोभीपणाचा. तुझ्यातल्या चतुर व्यवहारी थंड डोक्याच्या माणसाला तत्क्षणी भान आलं. आपण सुरक्षित ठीकठाक आहोत हे जाणवल्यावर लागलीच तू धूर्तपणे ती सर्व सिच्युएशन एनकॅश करायचा बेत केलास. तू तातडीनं हँडीकॅम डोळ्याला लावलास. मदतीसाठी कसलीही धावपळ न करता त्या क्षणी तुला व्हिडिओ शूटिंगचं मोल पुरेपूर कळून आलं होतं. तुझ्यातल्या स्टार्क बिझिनेसमननं कठोरपणे ती सोन्याची संधी साधायचं ठरवलं. तुला पैशाच्या मोहाने पछाडलं आणि माणुसकीची नाळ तोडून तू राक्षस झालास, हैवान झालास. माझी खात्री आहे, दुसरं कोणी त्या माणसाला पाणी पाजायला पुढं आलं असतं, तर तू शूटिंगमध्ये अडथळा येईल म्हणून त्याला दूर लोटलं असतंस एका हातानं आणि दुसऱ्या हातानं शूटिंग चालू ठेवलं असतंस.'' दम लागून सहेलीनं आवेशानं बोलणं थांबवलं.

''पण ते आपसूक झालं सहेली. ते होताना तुझेच तर विचार होते सहेली. त्यातनं मिळालेले पैसे मी तुझ्यासाठीच, म्हणजे आपल्या संसारासाठीच तर खर्च करणार होतो. आणि बघ आता तर त्याची किती मदत होतीये ते. प्लॅस्टिक सर्जरीचा सगळा खर्च भागवूनही उरतील ते.'' तिची समजूत घालण्याच्या आविर्भावानं नीहारनं मृदू सूर लावला.

''हुंः काहीतरीच काय! त्या संकटात मी सापडेन अशी तिळमात्र कल्पना तुला नव्हती आणि प्लॅस्टिक सर्जरी ही जीवनावश्यक शस्त्रक्रिया नव्हे. एखाद्याचा प्राण वाचवण्यासाठी केली जाणारी, कुरूपतेची डागडुजी करण्यासाठीच काय तो त्याचा उपयोग. नीहार, नको मला ती. राहू दे त्या विध्वंसाच्या खुणा माझ्या

चेहऱ्यावर. काय हरकत आहे?'' सहेलीनं शांतपणे एकेक शब्द उच्चारला अखेरीला.

"छे, छे! ते नाही चालायचं सहेली. आपण लग्न करणार आहोत. प्रेम आहे माझं तुझ्यावर.'' एकदम उसळून आणि धास्तावतही नीहार म्हणाला. शहारलाही नकळत थोडा.

"नाही, तुझं प्रेम रूपसुंदर सहेलीवर होतं. म्हणूनच तू पुन्हा तिला तशीच करायच्या मागे लागलायस नीहार. एक सांगू नीहार तुला, तुला फक्त नजरेचे डोळे आहेत आणि नोटा मोजण्याची बोटंही. पण संवेदना गायब झालेल्या मनाशी माझं मन कसं जुळणार? उलट, आता ते जास्त सेन्सिटिव्ह झालंय. संसार म्हणजे काय फक्त दोन देहांची जुळणी असते?'' सहेलीला यापलीकडे काही बोलणं सुधारलं नाही. सुचलं नव्हतं. बोलायचं नव्हतं. नीहार पार मुका झाला होता. बराच वेळ तो तिच्याकडे बघत राहिला. एकाएकी तिचा बांध फुटला. तिच्या डोळ्यांतून घळाघळा पाणी वाहू लागलं. नीहारनं झटकन खिशातून रुमाल काढून तिच्यासमोर धरला. ते पाहून तिला खुदकन् हसू फुटलं. अनावरपणे हसत ती म्हणाली, "बघ, आधीची मी असते, तर लागलीच तू मला मिठीत घेऊन बोटांनी माझ्या गालावरचे अश्रू पुसले असतेस; पण अशा जखमांच्या शिवणींनी भरलेल्या ओबडधोबड गालांना आता थोडीच तुझी सोन्याची बोटं लागणार आहेत? हो की नाही?'' नीहारची नजर वरमून खाली वळली, तिचं ते विकट दिसणं पाहायला लागू नये म्हणून झुकली. ते त्याला कळलं नाही. तिचं हसणं त्याला सहन झालं नाही हे नक्की.

व्यंकटीचा नवरा, मेंडुवल्लीच्या सरपंचाचा नवरा म्हणून रामलू तिथे आला नव्हता. आवडम्मा आणि व्यंकटीच्या कडेवर बाळं होती. रामलू बालूला सांभाळत होता. आज रामलू त्याच्या नेहमीच्या बाहेर जायच्या कपड्यांत नव्हता. चिरंजीवीसारखे रंगबेरंगी झॅक, मारू कपडे सोडून त्यानं प्रभुखम्माच्या अनुयायांसारखा शुभ्र पांढरा शर्ट, तशीच पँट घातली होती. पाऱ्याचा गॉगल, ब्रेसलेट, लॉकेट सगळ्याला रजा दिली होती. त्याही आधी तो नुसता एक साधा डुक्करपारधी होता, तेव्हा तो रंगीत फुलाफुलांची लुंगी मुडपून गुडघ्यांच्यावर घ्यायचा आणि अंगात निळा, हिरवा, पिवळा जाळीचा बनियन घालायचा. त्याचा उंचनिंच तपकिरी दणकट बांधा त्यातून उठून दिसायचा. आज त्याच्यासारखाच पूर्ण पांढरा पोषाख करून पंचमंडळी, गावखात्यातले पुढारी आणि मुख्य म्हणजे नरसप्पा आला होता. प्रभुखम्माबरोबर आलेली सगळी बगलबच्ची मंडळीही पांढऱ्यातच. ती पांढरी गर्दी लगबगत होती. प्रभुखम्माचा वेष बारा महिने चोवीस तास सदोदित पांढराच असायचा. ते त्याच्या चारित्र्याचं प्रतीक होतं म्हणे!

या सगळ्या पांढऱ्यांच्या भाऊगर्दीत लाल-पिवळ्या साडीतली व्यंकटी एकदम उठून दिसत होती. बावरलेली. रम्माक्का तिला धीर देत होत्या. त्या सगळ्यात रामलू अदखलपात्र होता. त्याला तिथं यायचंच नव्हतं. प्रभुखम्माचं तोंडही पाहायचं नव्हतं, पण व्यंकटीनं त्याला यायला लावलं होतं. पांढरे कपडे घालायला लावले होते. घरातून निघताना त्यानं मनाशी नक्की केलं होतं, की सगळ्या जगाला ओरडून सांगायचं प्रभुखम्माबद्दल. शूटिंग चालू असताना आरडाओरडा करून तो लक्ष वेधून घेणार होता आणि ती अमानुष, राक्षसी सूचना प्रभुखम्मानंच केली होती, असं सगळ्यांना सांगणार होता. साहजिकच इनाडू टीव्ही चॅनेलद्वारे ते सगळ्या आंध्रला कळणार होतं. छी:थू झाली असती पुरती

त्याची. प्रभुखम्मानंच इनाडू वाल्यांची व्यवस्था केली होती. त्यांचा प्रेक्षकवर्ग सगळ्यात जास्त. आंध्रची ती एकनंबरची वाहिनी. प्रभुखम्माचे अनुयायी त्याचा सारखा जयजयकार करत होते. मधून 'आंध्रभगिनी व्यंकटी आक्कांचा विजय असो' ची ललकारी उठत होती. आधी व्यंकटीची आणि मग प्रभुखम्माची मुलाखत होती. प्रभुखम्मा व्यंकटीची शिवाशिव पाळत नव्हता. निदान टीव्हीपुरती तरी. रामलूपासून लोकही अंतर पाळत होते.

गर्दीमुळे हळूहळू चिडलेला रामलू पार मागे एका कोपऱ्यात सारला गेला. तिथे त्याला मोकळा श्वास घेता आला. संधीची वाट पाहत होता तो. सहज शेजारी पाहिलं, तर तिथे असाच ढकलला गेलेला नरसप्पा होता. नरसप्पा माजी सरपंच. रामलूला दोन वर्षांपूर्वीचा तो दिवस आठवला...

स्वत:ला शिव्या घालत रामलू भराभर आपल्या डुकरांचा ठावठिकाणा शोधायला चालला होता. भुवनपल्लीतल्या कुठल्या गल्लीबोळांतून कानाची टोकं खुणेसाठी कातरलेल्या आपल्या डुकरांतून चर्बिला दांडगट नर शोधायचा, हे अवघडच होतं. त्यातनं व्यंकटी सोबत नव्हती. तिची मदत असली की, असली कामं कशी सुरळीत होऊन जायची. तिला अवचित नरसप्पा सरपंचाच्या घरी कशासाठी तरी राबायला बोलावलं होतं. निरोप सांगणाऱ्यानं रामलूलाही नरसप्पाचा चर्बिल्या डुकरासाठीचा निरोपही त्याच वेळेला सांगितला. धरणाच्या रेस्ट हाउसवर दोन-तीन दिवसांनी प्रभुखम्मांची मित्रमंडळी मजा करायला येणार होती. त्यांच्यासाठी चर्बिला डुक्कर हवा होता. निरोप आल्यासरशी व्यंकटी नरसप्पाच्या घरी निघाली आणि खांद्यावरचा मोठा गमछा डोक्याला बांधून रामलू बाहेर पडला. प्रभुखम्माच्या बगलबच्चांना त्याने मनोमन सणसणीत शिवी घातली. भडवे कमरेपुढची ताकद कमी झाली, की येते आठवण त्यांना चर्बिल्या डुकराची. एरवी घाण खाणारी म्हणून नाकं मुरडणार आणि मग असे लपून छपून डुकराच्या पोटापाठीकडचे, जरा गरम केले की तेल गळू लागणारे फर्रे लच्छे आडवा हात मारून खाणार. सांगताना मात्र, 'नेहमीच्या प्राण्यापक्ष्यांचं मांस खाऊन कंटाळा आला, तेव्हा रुचिपालट करायला डुक्कर हवं', म्हणून सांगणार. मेंडुवल्लीहून भुवनपल्लीकडे पायी पायी जाताना मग साहजिकच त्याला आपल्या ताकदीवर, दमावर मिजास वाटू लागली. अंगातली रग फुरफुरत नसांना धडका देऊ लागली. नंतर मिळणाऱ्या व्यंकटीच्या शिव्या आठवल्या आणि त्याच्या रागाच्या उतावर पाण्याचा शिपका बसावं तसं झालं. दांडग्या पीळदार अंगावर सावली आली. नुसतं राबायला बोलावलं नसेल व्यंकटीला नरसप्पानं. राबायला त्याच्याकडं

काही कमी गडी तयार झाले नसते. हल्ली नरसप्पाचा चेहरा गंभीर, उदास दिसतो. मेंडुवल्लीची सरपंचकी सलग कितव्यांदा तरी त्याला न मागता, न प्रचार करता अलगद पदरात फळ पडावं तशी मिळाली होती. प्रभुखम्माच्या आतल्या गोटातला तो माणूस. दहा वर्षांपूर्वी प्रभुखम्माच मेंडुवल्लीचा सरपंच होता. मोका साधून चंद्राबाबू नायडूंच्या पक्षाला जाऊन मिळाला आणि त्यांची मर्जी सांभाळून बघता बघता जिल्हा परिषदेचा अध्यक्षही झाला. आमदार, राज्यमंत्री, मंत्री असे आपल्या स्वप्नांचे टप्पेही त्यानं मनोमन ठरवले होते. मात्र, मेंडुवल्लीच्या राजकारणावर त्यानं आपली पकड पक्की ठेवली होती. आपल्याच शेतीवाडीवरच्या कारभाऱ्याला, नरसप्पा कुंडेणाला, त्यानं मेंडुवल्लीचा सरपंच बनवलं होतं. त्याच्या सरपंचकीला प्रभुखम्माचा वरदहस्त असल्यानं कुणी हात लावू धजावत नव्हतं. नरसप्पा डुक्करपारध्यांतलाच. रामलूच्याच जातीतला तो. पण त्याच्या वाडवडिलांनी प्रभुखम्माच्या पणजाच्या वेळेपासून शेतीवाडीवर राबणं सुरू केलं, म्हणून ते वेगळे पडत गेले. पट्टारींमध्ये जास्त मिसळू लागले, ऊठबस करू लागले. पट्टारी जात शेतमजुरांची. पट्टारी सवर्ण, बहुसंख्य; पण मेंडुवल्लीवर हुकमत चालायची ती खम्मा जातीची. ही जातही सवर्ण आणि भरपूर शेतीवाडी परंपरागत असल्यानं अतिशय श्रीमंत.

ते स्वत:ला ब्राह्मणापेक्षाही श्रेष्ठ समजायचे आणि आंध्राचं भूषण मानायचे आपल्याला. पट्टारी त्यांना दबून असायचे. गरीब बापुडवाण्या रीतीनं वागायचं. तरीही रामलूच्या जमातीला-डुक्करपारध्यांना-हीन समजणारे, सावली टाळू पाहणारे. पट्टाऱ्यांमध्ये वावरून जाण्यानं नरसप्पाच्या वडिलांपासून पट्टारी त्या कुटुंबाला आपल्यातलेच समजू लागले होते, पण खालच्या पायरीचे. नरसप्पानंही खटपट करून आपली जात पट्टारींची उपजात लावायची व्यवस्था कधीच केली होती. कागदोपत्री आणि 'बाटगा मुसलमान सात वेळा नमाज पडतो,' या म्हणीप्रमाणे नरसप्पा कुंडेणा डुक्करपारध्यांना अगदी क्षुद्र आणि दूरचे समजू लागला होता. रामलूच्या जातपंचायतीनंही त्याचं प्रत्युत्तर म्हणून नरसप्पाला जातीबाहेर काढलं होतं आणि त्याच्याशी नातेसंबंध ठेवायचे नाहीत, असा रेवण्ण स्वामींच्या यात्रेत आपला निर्णय जाहीर केला होता, दोनेक वर्षांपूर्वी.

कशाला बोलावून घेतलं असेल व्यंकटीला नरसप्पानं, हा प्रश्न मनाआड करत रामलू डुकरांच्या ढोल्या, लपणं धुंडाळू लागला. व्यंकटीला सगळी ठिकाणं बरोब्बर माहिती असायची. च्यायला, ते जाऊ दे! त्यांचा अंदाज घेत झपाझपा चालताना दाभणाच्या टोकासारख्या झालेल्या त्याच्या नजरेला रजनी दिसला.

कान कतरा. लागलीच खुणेची शीळ घालत रामलू त्याला बोलावू लागला. रजनी दीड वीत शेपटी हलवत त्याच्याजवळ आला. त्याला पाहताच रामलू एकदम खूष झाला. वा! काय पोसलं-मातलंय जनावर! पंचेचाळीस-पन्नास किलोच्या आसपास ऐवज असेल. चरबीनं गच्च ठासलेलं, पोट तट्ट झालेलं. मागच्या वेळेला लहान होतं. मानेत भरू लागलं होतं. पाच महिन्यांत चांगलं दांडगटलं होतं. हा रजनी भुरीच्या चौथ्या वेतातला. डुकरांना माणसांनी स्वतःच्या सोईसाठी नावं ठेवायची असतात. म्हणजे भुरी रामपेटाच्या कचरा कुंडीत दिसली होती; चिणी गोखाडीच्या लपणात व्याली वगैरे उल्लेखांसाठी. ती म्हणजे काही कुत्री नसतात. नावं ठेवली, त्यांची सवय लावून हाका मारल्या की आली आपली ओळख पटून मालकाच्या पायाशी घुटमळायला. या डुकरांना त्यांच्या एका विशिष्ट शिट्टीचा किंवा हाळीचा अर्थ कळतो. नेहमी कानावर पडणाऱ्या शिळेचा आवाज ओळखून ती कचऱ्यातून किंवा लपणातून मालकासमोर येतात. भुरी व्याली तेव्हा रामलूनं या तिच्यापेक्षाही भुरकट पिल्लाचं नाव गमतीनं सुपरस्टार रजनीकांतवरून रजनी ठेवलं.

रजनी जवळ आल्यावर रामलूनं सगळे विचार बाजूला सारून त्याच्यावर लक्ष केंद्रित केलं. नरसप्पा आणि प्रभुखम्माच्या चिल्लर पुढारी मित्रांना एकदम खूष करेल हा चर्बिला रजनी, हे जाणवताच त्यानं कमरेचा जाड नायलॉनचा फास काढून चपळाईनं त्याच्या गळ्यात अडकवून जीव खाऊन ओढून धरला. फास आवळला जाताच रजनी मुसंडी मारत तीनताड उडाला. जोरजोरात चीत्कारत प्राणपणानं हिसडे मारायला लागला. रामलू मातीत पडला, पण दोर त्यानं गच्च धरून ठेवला होता. अंगातली संपूर्ण ताकद तंगड्यांत एकवटत रजनीनं रामलूवर लाथा झाडायला सुरुवात केली. त्याच्या पेकाटात लाथ घालून तो हेलपाटून पडताच रामलूनं आपला दणकट पाय त्याच्या पोटावर जोर लावून दाबून धरला. मग खाली बसून हातादंडातल्या पिळ्यांमध्ये वीज संचारल्याप्रमाणे हालचाल करून त्याचे चारही खूर एकत्र करून गच्च बांधून टाकले. चीत्कारणारा रजनी पुढच्या चाहुलीनं शांत निपचित पडला. डोळे थिजकट मंद खडू फळ्यासारखे झाले. रामलूनं त्याच्या मुसक्या घट्ट आवळल्या. असलं माजोरं झुंजणारं जनावर ते पहिलंच. रामलूच्या जाळीदार पोपटी बनियनमधून त्याचं छातीचं तकट धपापताना दिसत होतं. गळ्यातला मौलवीनं दिलेला तावीज घामानं चिंब झाला होता. रामलूनं रजनीला 'रांडेचा' शिवी घालत काठीला अडकवला आणि दोन्ही खांद्यावर काठी घेऊन, पाठीवर रजनीला टांगतं ठेवून सराईतपणे घराकडची

पायवाट तुडवायला सुरुवात केली.

वाटेवर पचकन थुंकताना त्याला वाटून गेलं, 'साली काय ही आपली जिंदगी! कधी आपण या खातेऱ्यातून वर येणार, बऱ्या पुऱ्या कपड्यांत राहणार? आता येणाऱ्या रेवण्णस्वामींच्या यात्रेत आपल्या डुक्करपोळाला विकून टाकावं. भुवनपल्लीच्या नगरपरिषदेनंही डुकरांवर करडी नजर केली होती. आता भुवनपल्लीत ड्रेनेजलाइन करणं सुरू होतं. वेळीच सौदा केला पुढची चाहूल घेऊन, तर चार पैसे जास्त सुटतील.

हे असलं डुकरांनी चिखलात घोळसणं नको असं वाटत राहिलं. वाडवडिलांनी केलं म्हणून आपणही ते करायचं? किती दिवस? थू: तिच्यायला! ते काही नाही, वेगळं बरं काहीतरी केलं पाहिजे.' स्वत:विषयीची घृणा दाटून यावी तसा त्याचा चेहरा दिसायला लागला.

मुसक्या बांधलेल्या रजनीला घेऊन रामलू नरसप्पाच्या बंगल्याच्या फाटकातून आत गेला. बंगल्या समोरच्या अंगणात आरामखुर्चीवर नरसप्पा बसला होता. त्याच्या बाजूला एक नोकर उभा होता आणि दहा-बारा हात अंतरावर व्यंकटी चवड्यावर बसली होती. अंग चोरून, बावरलेली; भेदरलेली. रामलूला पाहताच ती स्प्रिंग सुटावी तशी उठून त्याच्याजवळ आपसुक चपळाईनं पोचली. मुसक्या बांधलेल्या रजनीचं धूड रपकन एका कोपऱ्यात आदळून त्यानं नरसप्पाला जोहार केला. गमछा डोक्यावरनं सोडवून त्यानं घाम पुसू लागला.

"बुद्धिमंतडु रामलू इकडरा. अगदी वेळेवर आलास बघ!" नरसप्पा बेगडी हसत रामलूशी बोलू लागला. "या व्यंकटीला समजाव जरा. समजूत काढ तिची. अरे, एवढी मोठी संधी चालून आलीये तिचं सोनं करायला सांग. आधीच इतकी भेदरून गेली, की काही समजावून घ्यायला तयारच नाहीये."

नरसप्पानं त्या दोघांना सगळं नीट समजावून सांगायला सुरुवात केली. ग्रामपंचायतीच्या सरपंचाच्या आरक्षणात मेंडुवल्लीचं सरपंचपद मागासवर्गीय महिलेसाठी राखीव ठेवलं होतं सरकारनं. आता मेंडुवल्लीची सरपंचबाई तीही मागासवर्गीय असायला हवी होती. डुक्करपारधी ही कंजारभाट मागासवर्गाची पोटजात. चार बुकं शिकलेली चुणचुणीत, चलाख व्यंकटी सरपंचपदासाठी योग्य वाटली. जवळपास राहणारी, घरी राबायला येणारी. त्यामुळेच चांगली माहितीची. मुख्य म्हणजे सांगेल ते ऐकणारी.

नरसप्पाला हा निर्णय घेणं फार कठीण गेलं. इतकी वर्षं तो मेंडुवल्लीचा सरपंच होता. राजा होता. म्हणेल तसं घडत होतं, पण मागासवर्गीय महिलेसाठी

सरपंचपद राखीव झाल्याचं कळल्यावर त्यानं तातडीनं प्रभुखम्माला फोन लावला. प्रभुखम्मा विजयवाड्याहून हैदराबादला चंद्राबाबू नायडूंना भेटायला गेला होता, म्हणून मोबाईल लावला. सरकारची, तीही केंद्र सरकारची ऑर्डर गुमान स्वीकारण्याला पर्याय नाही, असं प्रभुखम्मानं निक्षून सांगितल्यावर नरसप्पाचा नाइलाजच झाला. निराकार सरकारला भरपूर शिव्या हासडून झाल्यावर प्रभुखम्मानं फक्त एकच कानमंत्र नरसप्पाला दिला, "भीरू शाना हुषार उंडारू, ऐक काय सांगतोय तुला मी ते. आता अशी बाई बघ सरपंचपदासाठी की जी कमी शिकलेली, अगदी अक्षरओळखही नसलेली असेल तरी चालेल, पण तिचा नवराही फार महत्त्वाकांक्षी नको. या सगळ्या सरपंच बायांचे नवरेच अनऑफिशियल सरपंच बनून कारभार चालवतात; बायकांचे अंगठे किंवा नवशिक्या सह्या घेऊन माजतात. सरपंच कोणी का असेना, कारभार तुझाच चालला पाहिजे हे लक्षात घे." अशी कोणी बाई असेल, त्यापेक्षा असा कोणता माणूस असेल सरपंचबाईचा नवरा व्हायच्या कोष्टकात फिट बसेल असा, असा विचार करताना नरसप्पाला रामलू आठवला. व्यंकटीची निवड तिच्यापेक्षा रामलूच्या चपखल बसणाऱ्या वैशिष्ट्यामुळे झाली.

रामलू चमकून नरसप्पाकडे बघत राहिला. त्याला काही सुधरेना. विश्वासच बसेना. नरसप्पानं डोळे मिटून हनुवटी खाली खेचली. व्यंकटीकडे दोन मिनिटं टक लावून बघितल्यावर घाईघाईनं भानावर येत रामलूनं नरसप्पाला म्हटलं, "सरे सायेब, तुम्ही सांगाल तसं. तुमच्या सांगण्याबाहेर व्यंकटी नाही." अत्यंत भारावून लीनपणे कमरेत वाकून नरसप्पाला जोहार करताना घरातून सुब्बू आईचा काहीतरी निरोप घेऊन, 'अप्पा अप्पा' करत धावत आला. नरसप्पा उठून आत जाऊ लागल्यावर व्यंकटीला लगटून रामलूही घराकडे निघाला. दोघंही आपापल्या विचारात गुंग झालेले; एक शब्दही न बोलता घरी आले.

त्या दोघांना येताना पाहून रडणाऱ्या बालूला कडेवर घेऊन आवडम्मा त्यांना सामोरी झाली, "घे बाई तुझा लेक. भूक लागलीये त्याला. अडीच वर्षांचा झालाय घोडा तरी पितोय अंगावर." म्हणत तिनं बालूला व्यंकटीच्या हवाली केलं.

रात्रीची जेवणं कधी झाली, कधी अंथरुणावर रामलू आणि व्यंकटी येऊन पहुडले, हे त्यांचं त्यांनाच कळलं नाही. कुशीवर वळताना रामलूच्या तोंडून कण्हल्याचा आवाज झाला तेव्हा व्यंकटी तटकन उठून म्हणाली, "देवडा मर्झेपोईना- कोणतं जनावर पकडलं? पडलास ना पकडताना. बरंच लागलेलं दिसतंय; गेलास कशाला एकटा? मी नव्हते म्हणून काय झालं? दुसऱ्या कुणाला तरी-"

"पाठीवर पडलो दाणकन. माकडहाडाला लागलंय. जरा चेपून दे. पायावरही ओरखडे उठलेत, त्यालाही तेल लाव. च्यायला, वैतागलो या धंद्याला. नुसती घाण चिवडायची. डुकरं पाळता पाळता आपणच खातेऱ्यातले झालोत. व्यंकटे, रेवण्णस्वामींच्या जत्रेत विकून टाकणारे बघ मी आपला डुक्करपोळ. दोनशे तरी असतील एकूण लहानमोठी धरून डुकरं आपली. भुवनपल्लीच्या गल्लीबोळांत हिंडणारी-"

"आणि जत्रेचा दिवस येईतोवर दहा तरी वाढतील-" त्याची कंबर चेपताना मिस्कीलपणे व्यंकटीनं शेरा मारला. एकदम उताणा होऊन रामलूनं तिच्या डोळ्यांत रोखून बघत विचारलं, "त्यांची वीण वाढेल गं झपाट्यानं. पण आपलं काय? बालू मोठा झालाय; पुन्हा तुझं पोट पिकायला पाहिजे आता. त्याला अंगावर पाजणं सोड म्हणजे-" त्याच्या तोंडावर हात ठेवत व्यंकटी थेट त्याच्या मिठीत घुसली.

क्लांत होऊन, त्याच्या हाताची उशी करून पेंगणाऱ्या व्यंकटीकडे रामलू पाहत राहिला. तो सहा वर्षांचा आणि व्यंकटी तीन वर्षांची असेल तेव्हा रेवण्णस्वामींच्या जत्रेत आवडम्मानं हौसेनं गोंदवून घेतलं होतं त्या दोघांच्या हातावर. आवडम्माची भाची व्यंकटी. भावाबहिणींनी आपल्या पोरांची सोयरीक जमवली. रामलूच्या नावानं व्यंकटीला टिळा लावला, तेव्हा व्यंकटी जेमतेम तीन महिन्यांची तर रामलू तीन वर्षांचा. टिळा लावला, बत्तासे वाटले; मग गोडाचं जेवण रांधलं. दुसऱ्या दिवशी घरचंच एक मातलं जनावर कापून त्याचं वशाट साऱ्यांनी वरपलं. तेलदार, लुबलुबीत, तिखट. त्याआधी मेंडुवल्लीतल्या तमाम जातभाईंना दारू पाजणं साहजिकच आणि रिवाजाचंही होतं. पूर्वी गरोदर बाईच्या पोटाला कुंकवाचा टिळा लावून लग्नं ठरवत. सोयरिकी जमवत, पण आता तसं नाही. तसं केलं आणि बाईनं पोरालाच जन्म दिला तर? म्हणून मग पोरी जन्माला आल्यावर लहान पोरांची लग्नं ठरू लागली. अजूनही ठरताहेत.

लग्नाआधीची पोरवयातली व्यंकटी रामलूच्या नजरेसमोर आली. रिबिनीची मोठी फुलं असलेल्या घट्ट वेण्या, काळ्या टपोऱ्या डोळ्यांनी कोडी घालणं, कशावरूनही खदाखदा हसणं, त्याच्या पाठीत धपका घालणं, सगळं निर्हेतुक; पण रामलूच्या काळजात कळ उमटायची. ती टेचात चालू लागली की त्याचा जीव खालवर व्हायचा. तळवे घामेजायचे. कानाच्या पाळ्या तापायच्या. आणखीही काहीबाही व्हायचं, पण तेही त्याला फार काळ सहन करायला लागलं नाही. थोरा-मोठ्यांनी त्याची अवस्था जाणून माघी पौर्णिमेला त्यांचं लग्न लावून दिलं.

जरा समजू लागल्यापासून इतरांच्या बोलण्यातून त्यांच्या ध्यानात आपले होणारे संबंध येऊ लागले होते. पोराटोरांनी काही दिवस चिडवलं, मग ते नवीन राहिलं नाही. त्यामुळे एक झालं, व्यंकटीच्या अंगावर कुणाची वावगी नजर ठरली नाही आणि रामलूचंही मन इतर कुणामुळे चळलं नाही.

दिवस उजाडला. रामलू खाचराकडे जायला निघाला. व्यंकटी चुलीपुढं बसून तांदळाच्या पिठाच्या भाकरी थापत होती. आवडम्मा बालूला खेळवत होती. तेव्हा नरसप्पाचा माणूस दारापर्यंत आला. त्याने रामलूला हाक मारून बोलावलं. त्याच्या हाती सरपंचकीचा अर्ज आणि बॉलपेन टाकलं वरून. फुलीच्या जागी व्यंकटीची सही घेऊन यायला सांगितलं. रामलू आदल्या संध्याकाळचं सगळं विसरून गेला होता. त्याचा चेहरा एकदम आनंदला. पण रामलूनं सांगितल्यावर ती एकदम काळजीत बुडून गेली. रामलूनं दोनदा सांगूनही सही करायला तिचा हात पुढे होईना तेव्हा रामलू खेकसला; त्याबरोबर तिनं हळूहळू सही केली.

पुढचं सारं सोपं होतं. नरसप्पानं व्यंकटीला निवडलं म्हणून गावानंही निवडलं. डुक्करपारध्यांच्या वस्तीत त्या दिवशी दिवाळी साजरी झाली. त्यांनी अटक ठोसून ढोल-पिपाण्या-झांजांच्या ठणठणाटात रामलू-व्यंकटीची पायी पायी मिरवणूक काढली. रामलू छाती पुढे काढून ऐटीत मिरवत राहिला. व्यंकटी बावरत बिचकत राहिली.

पहिले काही महिने व्यंकटी दबून दबून राहिली. सारा कारभार नरसप्पाच पाहत होता. गावात काही काम निघालं, ठेके दिले गेले, कामं पूर्ण झाली की सरपंचाचा वाटा म्हणून नरसप्पा रामलूच्या अंगावर टक्केवारीनं पैसे फेके. सरपंचकीच्या मलिद्याची चटक रामलूला लागली. आता व्यंकटीला त्याच्याबरोबर डुकरं पकडायला जाणं शक्यच नव्हतं. येणाऱ्या पैशानं रामलू टेचात राहायला लागला. भडक कपडे घालून सुपरस्टार चिरंजीवीच्या ॲक्शन मारत फिरू लागला. घरदारही सजवू लागला. व्यंकटीसाठी साड्या आणि इतर वस्तूही आणू लागला. कधी अश्क पिऊन हेलपाडत घरी यायचा. व्यंकटीनं विचारल्यावर डुकरांना भुवनपल्लीत चांगला बाजार मिळतो म्हणून सांगायचा. व्यंकटीनं त्यावर विश्वास ठेवला नाही. तिला सगळं समजत होतं, पण तिनं सगळ्याकडे कानाडोळा केला. हळूहळू राजकारणात ती मुरत चालली.

जानेवारीच्या पहिल्या आठवड्यात विजयवाड्यात सगळ्या महिला सरपंचांचं शिबिर भरणार होतं. प्रत्येक महिला सरपंचाला हजर राहणं अगदी जरुरीचं होतं. नरसप्पानं सरकारी परिपत्रक व्यंकटीला दाखवलं आणि त्या दोघांना तिकडं

जायला सांगितलं. दोघं एकदम बावचळून गेले! 'विजयवाड्याला जायचं? एवढं मोठं शहर आहे ते. तिथं आपलं कसं निभणार, सुधरणार! आपण हरवून जाऊ, चेंगरून जाऊ', वगैरे गयावया केल्यावर नरसप्पानं प्राथमिक शाळेतल्या बोल्ली गुरुजींना त्यांच्याबरोबर जायला सांगितलं. एरवी अशा शिबिरांना नरसप्पा हौसेहौसेनं गेला असता, मिरवला असता. सरकारी खर्चानं. पण या डुक्करपारध्यांच्या बरोबर जायचं म्हणजे कितीही दूर दूर राहिलं, सांभाळलं तरी शिवाशिव होणारच आणि सुब्बुचीही सोयरिक जमवणं आता अगदी जरुरीचं होतं. पाच वर्षांचा झाला होता सुब्बु. अजून कुठलाच मुलीचा बाप तयार होत नव्हता. जिथेतिथे वाडवडिलांची पूर्वगाथा, पूर्वेतिहास आड येत होता. गरिबांतला गरीब, अडलानडला एकही पट्टारी पोरगी द्यायला राजी नव्हता. टिळा लावण्याचा, पुढे मोठी झाल्यावर लग्नाचा संपूर्ण खर्च नरसप्पा करायला तयार होता आणि पोरीला भरपूर दागिने घालणार होता अंगावर. पण-

बोल्लीही मागासवर्गीय. पाँडेचरीतून आंध्रात येऊन स्थानिक झालेले. तेही आपद्धर्म म्हणून राजी झाले, पण प्रवासात अंतर राखूनच वागले. विजयवाड्याहून येताना रेवणस्वामींची जत्रा अनायसे योग येतोय म्हणून उरकायचं ठरलं आणि आवडम्माही बरोबर निघाली.

शिबिर होतं तीन दिवसांचं. त्यात राज्यातल्या बहुसंख्य महिला सरपंच जमल्या होत्या. कुणी पहिल्यांदाच निवडल्या गेलेल्या, कुणी दुसऱ्या-तिसऱ्यांदा. कुणी राखीव जागांवर, तर कुणी जनरल कॅटगिरीतून निवडणूक जिंकून सरपंच झालेल्या. कुणी व्यंकटीसारख्या राजकारणाचा आगापिछा नसलेल्या, तर कुणाचा नवरा, भाऊ राजकारणी किंवा सरपंच असलेला. एक नवीन विश्व व्यंकटीसमोर खुलं झालं. प्रत्येकजण इतरजणींना आपले अनुभव सांगत होती. त्यांतल्या काही जणींनी केलेल्या कामाची माहिती स्लाइड्सच्या माध्यमातून दाखवली जात होती. फोटोंची प्रदर्शनं लावली होती. या सरपंचांनी बदललेल्या गावांच्या चेहऱ्यामोहऱ्याची. सरकारी प्रतिनिधी सरपंचांना असलेल्या अधिकाराची माहिती देत होते. कामाचा आवाका, कक्षा समजावून सांगत होते. जिथून जिथून जे जे काही टिपायला मिळत होतं, तिथून तिथून व्यंकटी सगळं शोषून घेत होती. मेंदूत साठवून ठेवत होती. आपण बरंच काही करू शकतो, या विचारानं ती भारली गेली. काहीतरी करून दाखवायची खुमखुमी तिच्या डोक्यात उतरली होती. तीन दिवस तिनं बालू, रामलू, आवडम्मा काय करताहेत याची किंचितही दखल घेतली नाही. बोल्ली मास्तर त्यांना शिबिरात सोडून परत मेंडुवल्लीला पोचलेही होते. शिबिरातून

इतरांचा निरोप घेऊन बाहेर पडणारी व्यंकटी भेदरट, बुजरी न राहता धीट होऊन बाहेर पडली होती.

रेवण्णस्वामींच्या जत्रेत गेल्या गेल्या रामलू, बालू आणि आवडम्मानं केसांचं मुंडण केलं. त्यानंतर आंघोळ करून चंदनाचं उगाळलेलं गंध डोक्याला फासलं. रडणाऱ्या बालूला रामलूनं घट्ट धरून ठेवलं होतं. त्याचं झाल्यावर रामलू व्यंकटीला म्हणाला, ''सरपंच इकडरा मुंदलरा... चला मुंडण करून घ्या.''

''नेनु गानम्मा. नाही करणार मी. या खेपेला नको, पुढच्या खेपेला बघू.'' तिनं ठाम खालच्या आवाजात सांगितलं.

रामलु काही बोलणार एवढ्यात आवडम्मा चिडून बोलली. तिच्या हातवाऱ्यांतून सुनेबद्दलचा राग व्यक्त होत होता. सतत भाजके चिंचोके खाऊन खराब झालेल्या दातांमुळे तिच्याकडे बघवत नव्हतं. फणकारत तिनं डोक्यावरचा पदर सारखा केला, तेव्हा तिच्या नाकातली टिकलीएवढी बारीक घुंगराची सोन्याची मोरणी आतल्या खड्यानिशी चमकली. आवडम्माच्या काळ्या कपाळावरच्या भस्माच्या पांढऱ्याशुभ्र पट्ट्यांना आठ्यांचा चुरगळा पडला. तिला व्यंकटीचं सरपंच होणं अजिबात आवडलं नव्हतं आणि खानदानी मोठी मोरणी काढणंही.

ओळखीपाळखीच्यांची, नातलगांची, मित्रमैत्रिणींची गाठ झाल्यानं रामलू, व्यंकटी खुलू लागले होते. हसतखिदळत मजेत होते. तेव्हा आवडम्मानं एकंदरीत वातावरण बघून बघून बालूची सोयरीक जमवण्याचं पिल्लू सोडलं. तिच्या मुलाबाळांची, इतर अनेकांची सोयरीक इथे, अशीच रेवण्णस्वामींच्या पठारावर जमली होती. पोरांची सोयरीक लहान वयात जमवून ठेवून, मोठेपणी वयात आल्यावर लग्न लावणं, ही तर डुक्करपारध्यांची परंपरागत चालत आलेली रीत. अशा बैठकीत पाच-पन्नास लग्नं जमायची. नावानं टिळा लागायचा. व्याह्यांनी एकमेकांना आलिंगन द्यायचं. आईच्या अंगावर पिणाऱ्या दुपट्यातल्या सुना सासवा आपल्या कडेवर घ्यायच्या आणि अंगठा चोखणारा, शेंबडा जावई विशीबाविशीतला सासरा आपल्या मांडीवर घ्यायचा.

रामलूच्या कपड्यालत्त्याकडे, त्याच्या सुधारलेल्या राहणीमानाकडे आणि खरं म्हणजे व्यंकटीच्या सरपंचपदामुळे बरेच 'वधूपिते' सोयरिकीसाठी रामलूच्या मागे लागले. कुणाची शंभर-दीडशे, तर कुणाची दोन-अडीचशे डुकरं होती. हो नाही करता करता मिळणाऱ्या महत्त्वामुळे खूष होत रामलू सोयरिकीसाठी तयार झाला. अडीच-तीन वर्षांच्या बालूच्या. त्यानं पुरुषांच्या बैठकीतून बाहेर पडून व्यंकटीजवळ सुतोवाच करताच व्यंकटी संतापली. ताडताड बोलू लागली,

"मूर्ख माणसिवी, वेड्यासारखं वागू नकोस. डुकरांत राहून तूसुद्धा डुक्कर होऊन गेलायस की काय? एवढ्या लहान मुलाचं लग्न कशाला ठरवायला हवं? त्याच्यात किंवा पोरीत मोठेपणी काही दोष निघाला तर? कुणी लंगडं पांगळं झालं तर? पोरगी काळी कुरूप निघाली, म्हशीगत जाड आणि नवऱ्यापेक्षा उंच वाढली तर? आणि वाईट चालीची निघाली, तर काय उष्ट्या पत्रावळीवर बसवणारेस तू बालूला?" व्यंकटीचे मोठे गोल डोळे आणखीनच मोठे झाले.

रामलूची समजूत काही केल्या पटेना. पिढ्यान्‌पिढ्या ते चालू आहे, तर आपण ती प्रथा कशी मोडायची, हेच त्याचं पालुपद चालू राहिलं म्हटल्यावर तिनं त्याला हलक्या आवाजात सांगितलं, "अरे वेड्या; अजून आपली पत, पैसा भरपूर वाढणार आहे. अरे, आता कुठे सुरुवात आहे. त्यानंतर बघ. इथल्यापेक्षा कितीतरी श्रीमंत माणसं गोंडा घोळत येतील. आपल्याला चिल्लर व्याही नको." ही गोळी व्यवस्थित लागू पडली. रामलूची छाती पुढच्या कल्पनेनं फुगली. एक नि:श्वास टाकून व्यंकटी रामलूकडे पाहू लागली. त्याचे पिवळसर दात, कावळ्याच्या चोचीसारखं पुढे आलेलं नाक, खप्पड गाल आणि नेहमी तांबडट असलेले लांबट मिचमिचे डोळे. तिनं नजर लगेच दुसरीकडे हटवली. आजवर कधी असं झालं नव्हतं. पण आपसुक झालं तेही.

रेवणस्वामींच्या यात्रेतली डुक्करपारध्यांची संख्या ध्यानात घेऊन एका कंपनीनं विदेशी पांढरी डुकरं बंदिस्त, कुंपण घातलेल्या जागेत पाळायच्या एका योजनेचा मोठा स्टॉल लावला होता. त्यात पोस्टर्स, फोटो, माहितीपत्रकं होतीच; पण व्हिडिओवर सतत तशी पिगरी, त्यातली ती पुष्ट, स्वच्छ, गोरी, लाल गुलाबी उचलून कवटाळावीत अशी वाटणारी डुकरं, त्यातला फायदा, मिळणाऱ्या पैशाचे आकडे याचे तपशील दाखवले जात होते. कुणी कुणी कुठे अशी पिगरी उभारली आणि त्यातून त्यांना कसा भरपूर फायदा होतोय हे दाखवणाऱ्या, सांगणाऱ्या मुलाखतीही त्यात होत्या. मुलाखतीतली माणसं, घरं, सगळं खरं होतं. नावापत्त्यानिशी मागच्या बाजूला डुकराच्या फक्त बुबुळात काळ्या असणाऱ्या गच्च-पुष्ट, आठ-आठ आचळं असलेल्या मांसल माद्या आणि सतत कान आणि शेपूट हलवणारी, गुलाबी नाकांच्या उंचवट्यांनी अंदाज घेत इकडेतिकडे दुडदुडणारी, आईला घडीघडीला लुचणारी पिल्लं होती. जिवंत, खरीखुरी. रक्तामांसाची. रामलू पार हरखून गेला. व्यंकटीलाही ते फार आवडलं. कोणतीही घाण न खाणारी, भाजीपाल्याचा ओला फेकला जाणारा कचरा, कमी प्रतीचं धान्य खाणाऱ्या आणि बंदिस्त जागेत राहणाऱ्या त्या डुकरांना नक्की जास्त मागणी

असणार. लोकांना त्यांचं मांस खाताना कमीपणा, घाण वाटणार नाही. त्यानं आपला डुक्करपोळ विकून पिगरी उभी करायची ठरवली. व्यंकटीनंही ताबडतोब होकार दिला. नाहीतरी पूर्वी सरपंचाचा नवरा अर्धी लुंगी दुमडून, खांद्यावरून मुसक्या बांधलेली डुकरं वाहतो, हे बरं दिसलं नव्हतंच. धीटपणे व्यंकटीनं सगळं न लाजता विचारल्यावर त्यांचं कोडं सुटलं. फक्त जागा आपली. बाकी डुकरं, त्यांच्यासाठी कर्ज, त्यांच्या देखरेखीची माहिती, शेड तेच देणार आणि डुकरंही विकत तेच घेणार हवं असेल तर. दोघांचंही नक्की ठरलं. रेवण्णस्वामींच्या साक्षीनं चार बड्याबुढ्या माणसांच्या देखत त्यानं एका तरण्या डुक्करपारध्याला आपला भुवनपल्लीतला सगळा डुक्करपोळ विकून टाकला. त्या रात्री कनवटीच्या पैशानं त्याला झोप आली नाही. शिवाय नजरेसमोरून तो शुभ्र, गोऱ्या, खादाड पोसलेल्या डुकरांचा आडवातिडवा कळप हलत नव्हता. त्याला समृद्धी प्रदान करणारा तो ऐरावतांचा कळप सारखा डोळ्यांपुढे झुलत होता.

विजयवाड्याच्या शिबिरानं व्यंकटीमध्ये पडलेल्या फरकानं रामलूही तिला बिचकायला लागला. त्याला ती आपल्यापासून दूर चालल्यासारखी वाटली, पण त्यानं ती शंका मनातून पिटाळून टाकली. वीस-बावीस वर्षांची जवळीक अशी चार दिवसांनी थोडीच झाकोळून जाणार आहे? त्यानं स्वत:लाच प्रश्न केला आणि उत्तर नकारार्थी आणवलं. बळं बळं.

नरसप्पालाही तिच्या वागण्यातला फरक जाणवला. तिची ताठ झालेली मान, अधिकाराची जाणीव आणि बोलण्यातला ठामपणा ही निश्चितच शिबिरात कमावलेली होती. तिनं शिबिरातलं प्रसिद्धिपत्रक त्याला दाखवलं. या वेळच्या सव्वीस जानेवारीचं ध्वजवंदन जिथे जिथे महिला सरपंच असतील त्यांनीच ते तिथे करायचं, इतर कुणीही नाही अशी स्पष्ट सूचना देऊन त्याची अंमलबजावणी व्यवस्थित होती आहे की नाही, हे सरकार बघणार होतं. त्यामुळे महिला सरपंचांना ध्वजवंदनाचा हक्क नाकारणाऱ्या, हिरावून घेणाऱ्या स्थानिक पुढाऱ्यांना तो कडू घोट गिळावा लागला. नरसप्पा त्यांतलाच एक.

हेडमास्तरांकडून दोन दिवस आधीपासून तालीम घेऊन कोणती दोरी ओढायची, मानवंदना कशी द्यायची हे शिकून व्यंकटीनं व्यवस्थित ध्वजवंदन केलं आणि न घाबरता दोन ओळींच्या भाषणात 'मला सगळ्यांचं भलं करायचंय,' हेही सांगितलं. भडक, धारवाडी, बिनकासोट्याची नऊवारी नेसून, निऱ्यांची वरकड चांदीच्या कंबरपट्ट्यात घट्ट अडकवून पायांनी निऱ्यांचा घोळ उडवत जाणारी व्यंकटी, तिरंगी काठाची पांढरी साडी नेसून अंगभर पदर घेऊन ध्वजवंदन

करताना पाहून रामलूही तिच्याकडे आदरानं पाहू लागला.

वर्तमानपत्रात कुठल्याशा महिला सरपंचाचा फोटो छापून आला. कुणीतरी तो दाखवल्यावर व्यंकटी मनातल्या मनात म्हणाली, ''माझा पण फोटो येईल कधीतरी एक दिवस. आणि नाही आला तरी आपलं काम आपण करत राहायचं. पण पुढंच जायचं, मागं वळायचं नाही.''

वर्तमानपत्रात तिचा फोटो आला नाही, तरी तिनं केलेल्या पराक्रमाची बातमी पंचक्रोशीत पसरली. नरसप्पा संतापून लाल झाला होता. तिनं नकळत त्याच्या सत्तेलाच आवाहन दिलं होतं. मेंडुवल्लीतले अनेक कंजारभाट नदीच्या काठी गावठी दारूचे, अरकचे अड्डे उभारायचे. भट्ट्या लावायचे. रामलूसकट डुक्करपारध्यांमधले सगळे पुरुष अरक लावून यायचे. मारहाण करायचे बायका पोरांना. व्यंकटीला त्या बाबतीत काही करायला हवं, असं राहून राहून वाटायचं. अरक पिऊन दोन-चार जणांनी जमिनीवर अंग टाकलं आणि त्यांच्या तोंडातून काळा फेस बाहेर पडायला लागला. निपचित पडलेली ती माणसं कुणाला तरी दिसली. बोंबाबोंब करून त्यांनी त्यांना टेंपोत घालून भुवनपल्लीला नेलं म्हणून ती वाचली. सगळ्या 'न पित्या' माणसांमध्ये– विशेषत: बायकांमध्ये– चीड सळसळली. त्याचा फायदा घेऊन आपल्या पुढारपणाखाली व्यंकटीनं भट्ट्यांवर निषेध मोर्चा काढायचं ठरवलं. सगळ्या बायकांनी त्यात उत्स्फूर्त उत्साहानं सहभाग घेतला. निषेधाच्या घोषणांचा दणदणाट झाला आणि भट्टीवाल्यांच्या मुजोर बोलण्यानं आधीच संतापलेल्या बायका भडकल्या. व्यंकटीनंही त्यांना आवरलं नाही. सगळ्याजणी भट्ट्या उद्ध्वस्त करून आणि कंजारभाटांना बदडूनच भानावर आल्या. येताना फुटकी मडकी, गाडगी, भट्ट्यांचं सामान विजयचिन्हासारखं मिरवत आल्या. व्यंकटीला जोरदार पाठिंबा मिळाला. पण भट्टीवाल्यांकडून नरसप्पाला हप्ता जात होता; त्याच्यावर बूच लागलं. नरसप्पानं खवळून व्यंकटीला उभंआडवं झाडलं. तिला चूक कळून आली, पण आता इलाज नव्हता. नरसप्पाचा राग शांत होईना. त्यानं तातडीनं प्रभुखम्माला फोन लावला.

''इप्पंडु ना तोटी काटू. व्यंकटी माजायच्या आत तिला घरी गप्प बसवायला पाहिजे प्रभुखम्मा सर!'' त्यानं तावातावानं तक्रार केली.

''निजांगा. हाताबाहेर ती जायलाच लागली आहे. वेळीच इलाज करायला पाहिजे. पण कसा–''

''दोनतृतीयांश पंचांनी ठरवलं आणि तसा अर्ज केला तर कायदेशीर मार्गानं तिला हटवू शकतो.'' त्याचं वाक्य पूर्ण करायच्या आत प्रभुखम्मानं

त्याला फटकारलं.

"एर्रेंडू ऐताडू, एक मोठी चूक होईल. एकतर आता पंच्याहत्तर टक्के पंचांचा अर्ज लागतो. दोन तृतीयांश नाही आणि कुठला सभासद तयार होईल? लोकांना कळलं तर परत निवडतील का त्याला ते? व्यंकटीची लोकप्रियता वाढलीये. तिचा उपयोग करून घेतला पाहिजे. सध्या गप्प राहा. काहीही गडबड करू नका." प्रभुखम्मानं निक्षून सांगितल्यावर नरसप्पाला हात चोळत बसायलाच लागलं. व्यंकटीही सावध झाली. हे असं वागून चालणार नाही. शिबिरातल्या ऐकीव अनुभवांवर असला वेडगळपणा करायला नको होता. यानं फक्त एकच होईल, तोटा आपला होईल. कंजारभाट आज नाही उद्या-परवा कधीतरी पुन्हा भट्ट्या लावतील, पुन्हा लोक अरक पितील. हप्ते चालू होतील- नरसप्पाला पुन्हा. पण आपल्याला पुन्हा फायदा मिळणार नाही. तिनं नरसप्पाशी मऊ नरमाईनं वागायला सुरुवात केली.

अरकच्या भट्ट्या बंद पडल्यामुळे रामलू संध्याकाळचा घरी राहायला लागला बऱ्याचदा. बाहेर मित्रांमध्ये त्याचं हसं व्हायचं, टोमणे मारले जायचे. 'सरपंचाचा नवरा तहानलेला, बायकोचा ओरडा नवऱ्याचा घसा कोरडा.' कुणी मुद्दामून बालाजीचं वय विचारायचं, "बालू मोठा झाला" म्हणायचं. त्यांना जे बोलायचं ते शेलक्या शब्दांत आणि मिशीत हसत बोलायचे ते. रामलूच्या मनात ते घुसून राहायचं. त्याची तशी सैरभैर अवस्था बघून एक दिवस व्यंकटीनं त्याला बालूला अंगावरून तोडल्याचं सांगितलं. रामलू आनंदला.

स्वच्छता मोहीम, ग्रामसुधार, कुटुंबनियोजनाचा प्रसार वगैरे 'निरुपद्रवी' समाजकार्य करून तिनं नरसप्पाला शांत ठेवायचा प्रयत्न चालवला होता, पण नरसप्पा डूक धरून होता. बुडालेला हप्त्यांचा पैसा त्याला टोचत राहिला.

रेवण्णस्वामींच्या जत्रेतल्या पिगरी कंपनीनं व्यंकटीशी संपर्क साधला आणि थोडं बाजूला पडलेलं पिगरीप्रकरण रामलूच्या डोक्यातून उसळी मारून बाहेर आलं. त्यानं आधी आपल्या डुक्करपोळाचं नाव नक्की केलं. चारजणांशी विचार विनिमय करून त्यानं नाव ठरवून टाकलं 'नवभारत वराह पैदास केंद्र.' रामलू जाम खूष झाला; हे नाव आवडलं. बाकीची सगळी व्यवस्था कंपनी बघणार होती. पण पाण्याची सोय असलेली जागा मालकीची हवी होती. रामलूची वडिलोपार्जित जागा म्हणजे राहायचं घर आणि आसपासची जागा. तिथे काही ती होऊ शकणार नाही, म्हणून व्यंकटीनं त्याला एक युवकसंघ स्थापन करायला सांगितला. त्याला त्याचा अध्यक्ष व्हायला आणि सहकारी तत्त्वावर 'नवभारत

वराह पैदास केंद्र' चालवायला सांगितलं. धंदा करायचा तर तो दुसऱ्याच्या पैशावर करणं जास्त चांगलं आणि तो पैसा सरकारी असेल किंवा इतर चार लोकांचा असेल तर अधिक चांगलं आणि त्याला सरकारी सबसिडी, कर्ज मिळालं तर अतिउत्तम हा बोध तिला एव्हाना झाला होता. मेंडुवल्लीत मुसलमानाचं एकही घर नव्हतं, त्यामुळे डुकरं पाळताना पुढंमागं काही खेकटंलचांड उदभवलं नसतं, व्यंकटीला राजकीय अडचणीत आणणारं.

रामलू 'नवभारत वराह पैदास केंद्रा'च्या कल्पनेनं एकदम भारावून गेला होता. नेहमी तेच स्वप्न रंगवत बसायचा, त्यातच मश्गुल व्हायचा. त्यामुळे त्याला व्यंकटीला सकाळी ओकाऱ्या व्हायला लागल्याचं ध्यानात आलं नाही. आवडम्मानं त्याच्या ध्यानात आणून दिल्यावर तो फुशारून गेला. आता चांगली बंद करता येतील छद्‌मी हसणाऱ्यांची तोंडं. मित्रमंडळींमध्ये बातमी पसरवण्याच्या हेतूने त्यानं दोन-तीन ठिकाणी चिंचा-आवळ्यांची चौकशी केली आणि सगळ्या मेंडुवल्लीत बातमी पसरली.

दुसरा सव्वीस जानेवारी उजाडला. पुढं आलेल्या भल्या मोठ्या पोटानं, अवघडत उभं राहत, कशीबशी सलामी घेत, व्यंकटीनं ध्वजवंदन केलं. नरसप्पा नाराजच होता. दारूच्या भट्ट्यांचा मुद्दा आता गौण होऊन, प्रभुखम्मा व्यंकटीला झुकतं माप देतोय, याची त्याला बोच वाटत होती. ती एकदा सरपंचपदावरून हटली की प्रभुखम्मापाशी तिचा काही वट राहणार नाही, याची त्याला खात्री होती.

डुक्करपारध्यांच्या वस्तीत त्या रात्री धावपळ झाली, जाणत्या, म्हाताऱ्या बायकांची, सुईणीची हीऽ गडबड उडाली. कसंबसं घामानं चिंब होत सगळ्यांनी मिळून व्यंकटीची सुटका केली. जुळं झालं तिला. एक मुलगा एक मुलगी. गुटगुटीत, वजनदार. आवडम्मानं हरखून जात लगबगीनं ताटकळलेल्या रामलूला ही बातमी आरपार हसऱ्या चेहऱ्यानं सांगितली आणि रेवण्णस्वामींचे आभार मानले. रामलूला खूप आनंद झाला. जणू त्याच्या मर्दानगीवर आता डुक्करपारधी समाजाची मोहोर दोनदा उठली! एकदम खूश होऊन गेला गडी.

त्याच्याइतकाच आनंद झाला, खुशी झाली ती नरसप्पाला. मनाशी आणि उघड उघडही. तो झालेल्या आनंदानं हसत राहिला. त्याच रात्री त्यानं प्रभुखम्माला फोन लावला. व्यंकटीला जुळं झाल्याची बातमी सांगताना होणाऱ्या आनंदानं त्याचे शब्द अडखळू लागले, एकमेकांत गुंतून जाऊ लागले.

"प्रभुसर मी नरसप्पा. आनंदाची बातमी! तुम्हालाही ऐकून आनंद होईल. आपली सरपंच आहे ना व्यंकटी. हां हां, मेंडुवल्लीची. तिला जुळं झालं, जुळं.

एकदम दोन मुलं. एक मुलगा, एक मुलगी." नरसप्पानं हसत हसत फोनवर प्रभुखम्माला हे सांगितलं. त्याचे धूर्त तपकिरी डोळे चमकत होते. भुवईमधला मद्रासी कुंकवाचा टिळा आठी विरल्यामुळे मोठा वाटत होता. त्याचा पान खाऊन लाल झालेला लोंबता खालचा ओठ त्यानं चिंच चोखावी तसा चंबूबद्ध करून ठेवला होता. त्याचे पुढे आलेले मोठाले कान प्रभुखम्माचं बोलणं ऐकायला अधीर झाले होते. प्रभुखम्माला कसलाच संदर्भ लागेना, काही कळेना. व्यंकटीला जुळं झालं यात कसली आलीय डोंबलाची आनंदाची बातमी? त्याच्या त्या प्रक्रियेवर नरसप्पाला पुन्हा एकदा आपल्या हुशारीचा गर्व वाटला. मोठ्या नाटकीपणानं त्यानं म्हटलं, "प्रभुसर, आधीचा एक मुलगा आहे तिला. आता हे जुळं. म्हणजे मुलं तीन! आता नुसता जिल्ह्याधिकाऱ्यांकडे अर्ज केला की बाईचं सरपंचपद खलास- गेली ती बाराच्या भावात! आता बघतोच मी."

"थांबा. माझं ऐकून घ्या." जरबेच्या सुरात प्रभुखम्मा बोलला. त्याचा आवाज धारदार आणि तल्लख झाला होता. या नरसप्पानं काही आतताईपणानं करायच्या आत त्याला काही काळ गप्प बसवून सगळा साधक बाधक विचार केला पाहिजे आणि मग त्याच्यामार्फतच हालचाली केल्या पाहिजेत, हे प्रभुखम्मानं तत्काळ ताडलं. त्यानं तंबी दिल्याच्या सुरात नरसप्पाला सांगितलं, "एक लक्षात ठेवा. मी सांगितल्याशिवाय कोणतीही हालचाल करायची नाही आणि मुख्य म्हणजे फार तोंड चालवायचं नाही. तेलिशिंदा मेकू?"

"सरे सर मीरू चेपतारा." विरसलेल्या स्वरात नरसप्पा म्हणाला. त्याचा पार हिरमोड झाला होता. प्रभुखम्मानं सावध होत त्याला शब्दांनी गोंजारलं, "नरसप्पा, करायचंय तेच आपल्याला तुम्ही म्हणताय त्याप्रमाणे, पण थोडं सबुरीनं आणि मी सांगेन तसं. तुम्ही मोठे जुने जाणते आहात. सरपंचपदापेक्षा अधिक काही तुम्ही मिळवू शकता. आता एक करा, आधी फुलांचा गुच्छ घ्या. पेढ्यांचा किंवा मिठाईचा पुडा घ्या आणि आक्कांना भेटायला जा." नरसप्पाचा आपल्या कानांवर विश्वासच बसेना. काय ऐकतोय तेच उमगेना. "अभिनंदन करून या ते देऊन माझ्यातर्फे. सरपंच आहेत त्या. मला सांगा पहिला मुलगा आहे ना आणि नंतर हे जुळं. मुलांचं की मुलींचं?" नरसप्पा परत गोंधळात पडला, त्याला नेमका ठाव लागेना.

"एक मुलगा, एक मुलगी प्रभुसर", त्यानं सावरून पुन्हा एकदा सांगितलं. त्याचं लक्ष एकदम टोकदार झालं. प्रभुखम्मा काय म्हणतो ते टिपायला कान सुपाएवढे झाले.

“आक्कांना विचारा, मुलगी वाढवायची आहे का?... की... दुधात डुंबवणार? आधी तीन मुलं झाल्यानं सरपंचपद जाईल याची स्पष्टपणे जाणीव द्या आणि हे फार बोभाट्यानं करू नका.”

नरसप्पा सुन्न झाला. प्रभुखम्माला काय म्हणायचंय ते त्याला नेमकं उमगलं. त्याच्या सूचनेनं नरसप्पाचं त्राण बसल्यासारखं झालं. “सरे प्रभुसर.” आवंढा गिळत तो म्हणाला, “त्यांच्याकडे जाऊन आलो की करतो फोन तुम्हाला.” नरसप्पाला त्या कल्पनेनंच कसंतरी झालं. पण त्यानं प्रभुखम्माच्या सूचनेनुसार मिठाईचा बॉक्स घेतला आणि मनाविरुद्ध अगदी हिय्या करून व्यंकटीचं घर गाठलं. दुपारचं. कोणी आसपासचे नसतात त्या वेळी. सगळे कामाधामाला गेले असतात. आवडम्मा पाचवी पुजायला गावदेवीच्या डोंगरावर नैवेद्य घेऊन गेली होती. त्यामुळे व्यंकटीच्या सोबतीला रामलू घरी थांबला होता. नरसप्पाला मिठाईचा पुडा घेऊन आलेला पाहताच रामलू थक्क होऊन जमिनीशी खिळला. मग आत धावत जाऊन त्यानं व्यंकटीला सांगितलं. आतून एक लोखंडी खुर्ची आणून त्यानं पडवीत ठेवली आणि नरसप्पाला, “रांडी रांडी सायेब. इथं बसा. आमच्या घराला तुमचे पाय लागले. उंबरा सोन्याचा झाला बघा.” म्हणत खुर्चीकडे निर्देश करत आदबीनं लुंगीची दुमड सोडून ती घोट्यापर्यंत आणून तो आदरानं उभा राहिला. तोवर डोक्यावरनं पदर घेतलेली, फिकुटलेल्या चेहऱ्याची व्यंकटी बाहेर आली.

“अभिनंदन व्यंकटी. प्रभुसरांनी तुला भेटायला सांगितलं म्हणून आलो.” खुर्चीवर बसत तिच्या हाती मिठाईचा पुडा वरून टाकत नरसप्पानं सुरुवात केली सांगायला. स्थानिक स्वराज्यसंस्थेच्या नियम क्रमांक १६ एक. के. सह कलम ४४ अन्वये तीन मुलं झाल्याने सरपंचपद रद्द करावं, असा अर्ज कुणीही केला की उपजिल्ह्याधिकारी चौकशी आणि खातरजमा करतात आणि तशी वस्तुस्थिती असेल तर जिल्हाधिकारी ते पद रद्द ठरवतात. हे सांगून झाल्यावर नरसप्पा म्हणाला, “आता तीन मुलं आहेत तुला व्यंकटी.” त्याची नजर व्यंकटीवर रोखली होती.

“साहेब, तुम्ही करणार तसा अर्ज?” खाली झुकलेली नजर उचलत व्यंकटीनं विचारलं. रामलू चवड्यावर बसला आणि कान टवकारून बोलणं ऐकू लागला.

“मी कशाला? कुणीही अर्ज करू शकतं. उपजिल्हाधिकारी स्वतःच चौकशी सुरू करू शकतात.”

“नाही नाही. तसं नाही व्हायचं. इतक्या पंचायती असतात जिल्ह्यात, त्यात उपजिल्ह्याधिकारी कशाला लक्ष घालतील? वेळ तर मिळायला पाहिजेना त्यांना? साहेब, तुम्ही नका हो हे प्रकरण वाढवू. पदर पसरते. मला अजून खूप भलं करायचंय, कार्य करायचंय लोकांसाठी. मला यातनं वाचवा. तुमच्या सुब्बुसाठी माझी मुलगी देते. सोयरीक करू, टिळा लावू...'' काकुळतीला आल्यासारखी व्यंकटी बोलत होती. आलं संकट टाळू पाहत होती.

“सुब्बुला तुझी मुलगी? एर्रिओडू. तुझी डुक्करपारध्याची मुलगी पट्टारीच्या मुलाला. वेड तर नाही ना लागलं? आणि तुमच्या पंचांनी बंदी केलीय ना माझ्याकडे सोयरीक जुळवायला!'' नरसप्पानं तिला चिलटासारखं झिडकारत उपहासानं टोमणा मारला. व्यंकटी निरुत्तर झाली तेव्हा रामलू मध्ये पडून बोलू लागला.

“पंचांचं काय साहेब, सगळेच केशरी नोटेला भुलणारे. ते आम्ही पाहू. पण...'' आपलं नवभारत वराह पैदास केंद्राचं स्वप्न विरू द्यायला रामलू अजिबात तयार नव्हता. तोही आता आटोकाट प्रयत्न करू लागला, व्यंकटीचं सरपंचपद वाचवण्याचा. स्वत:चा डुक्करपोळ विकून बसल्यावर त्यासाठी धडपड करणं एवढंच त्याचं आजकाल काम उरलं होतं.

“वेडे आहात. वाटेल ते स्वप्नं पाहू नका. सुब्बुला... ते सोडून दे...'' नरसप्पाला पुढे बोलू न देता मधेच व्यंकटी म्हणाली, “मुलगी मी दुसऱ्या कुणाच्या मांडीवर दिली तर दत्तक म्हणून?'' नरसप्पा व्यंकटीकडे आश्चर्यानं पाहायला लागला. ‘भलतीच हुशार झालीये ही तर!’ मनातल्या मनात तिची हुशारी मान्य करत तो उघडपणे म्हणाला, “सरकार काय इतकं मूर्ख आहे का? मग काय सगळेच मुलं विकतील आणि याला त्याला दत्तक देतील. शहाणे इतकं सोपं नाही ते.''

“पण साहेब, मला जुळं झालं त्याला मी काय करू? बाळंतपणं तर दोनच झाली ना? आणि त्यात एक मुलगी आहे. भारतात सगळीकडे मुलींची संख्या कमी व्हायला लागलीये ना? टीव्हीवर तसं सांगतात, भाषणात ऐकवतात, पेपरात छापतात. मग पोरगी झाली तर हा नियम लावायला नको; नाही का?''

“अहो साहेब, एक एक मुलगी वाचवली पाहिजे. अशा नियमानं मुलींचं काही भलं व्हायचं नाही.'' आपला युक्तिवाद कायद्यापुढं निष्फळ ठरणार आहे याची कल्पना येताक्षणी व्यंकटीचा आवेग ओसरला. तिला आपलं भवितव्य कळून चुकलं. अखेरचा प्रयत्न म्हणून तिनं उतरलेल्या चेहऱ्यानं ओसरल्या

आवाजात विचारलं, “मग आता काय करायचं? प्रभुखम्मासर काय म्हणाताहेत?”

“अंऽऽहं! ते ना. ते. त्याचं असं की मुलीला म्हणे दुधात डुंबवणार का?” इकडेतिकडे बघत कसंबसं नरसप्पानं तिला विचारलं. तो व्यंकटीकडे आणि व्यंकटी त्याच्याकडे दोघं एकमेकांकडे बराच वेळ बघत राहिले. व्यंकटीला धक्का बसून ती उसळेल असं वाटत होतं, तरी तसं न झाल्यानं नरसप्पा स्वस्थ झाला आणि असा काही मार्ग निघू शकतो, आपलं सरपंचपद टिकून राहू शकतं- फक्त असं करणं आपल्याला कितपत जमेल, या विचारात व्यंकटी पडली. रामलू अस्वस्थ होऊन ते न्याहाळत होता. स्वत:वर काबू ठेवायचा आटोकाट प्रयत्न करूनही त्याला ते साधेना. काही क्षणांतच त्याचा स्फोट झाला. चवताळून तो व्यंकटीच्या अंगावर धावून गेला. तिला एक तडाखा देत तो बरसला-

“भोसडे कळतो का तुला त्याचा अर्थ? रांडे, तो प्रभुखम्मा म्हणतोय दुधाच्या पातेल्यात बुडवून मुलगी मारून टाका म्हणून आणि तू या हरामखोराच्या नादाला लागून त्याचा विचार करत बसलीयेस? अगं, फाडकन तोंडात मारायला पाहिजे त्याच्या. माझी पोरगी पाहिलीस का रे भडव्या तू? सोन्याची बाहुली आहे, सोन्याची बाहुली! चंद्रासारखी. गुलाबी गोंडस. अरे माकडा, तेल लावत गेली तुमची सरपंचकी. माझ्या पोरीला असं... तुमच्या प्रभुखम्माला सांगा. तुमच्या उच्च लोकांमध्ये पोरींना दुधात बुडवून मारायची चाल असेल! आमच्या डुक्करपारध्यांत नाही. चल हाकल तुझं घोडं इथून भडव्या.” रामलू चवताळून डोळे गरागरा फिरवत हातवारे करून बडबडत होता. त्याचा तो आवेश बघून नरसप्पानं काढता पाय घेतला.

व्यंकटीनं पोरीला दत्तक द्यायचा विषय काढला, तेव्हाच रामलू धुमसू लागला होता. त्याची इवलीशी गोरटेली गोल चेहऱ्याची भरदार जावळाची लेक; ती अशी दुसऱ्याला देऊन टाकायची? त्याला अजिबात पसंत पडलं नाही ते. राग साचायला लागला आणि त्याचा स्फोट प्रभुखम्माच्या सूचनेनंतर झाला. खम्माची जात उच्चवर्णी अतिश्रीमंत, जमीनदारांची. मुलीच्या लग्नात लोभीपणाची कमाल व्हायची आणि इतका प्रचंड खर्च करायला लागायचा, की श्रीमंतांचीही कमाई धुतली जायची. त्या वेळेस मुलगी जन्मली की तिला दुधाच्या पातेल्यात बुडवून मारायची पद्धत रूढ झाली. जन्म देणारी सुईणच ते करायची. तिला त्याबद्दल सोन्याची माळ, बांगड्या मिळायच्या. गावचा पाटील आणि स्मशानाच्या लोकांनाही घसघशीत काही दिलं जायचं. तेच परवडायचं लग्नखर्चापेक्षा. सरकारनं तो गुन्हा ठरवला होता पूर्वीही, आताही. आणि तेव्हाही आणि आत्ताही अगदी

गुपचूप मुली 'दुधात डुंबायच्या, डुंबताहेत.'

"च्यायला. जळलं ते नवभारत वराह पैदास केंद्र. पुन्हा कुणाचा तरी डुक्करपोळ विकत घेऊ आणि सुरू करू पूर्वीची आपली जिंदगानी." या विचारानं व्यंकटीला एक शिवी हासडून रामलू पचकन थुंकत घरातून तावातावानं बाहेर पडला.

नरसप्पा स्वत: प्रभुखम्माकडे गेला आणि त्याला सगळं खडान् खडा सांगितलं. प्रभुखम्मा विचारात पडला. पाच-सहा मिनिटांत त्यानं नेमकं काय करायचं ते ठरवलं. तो व्यंकटीमुळे एकदम प्रभावित झाला. त्यानं नरसप्पाला सांगितलं, "मी स्वत: येतोय मेंडुवल्लीला व्यंकटीआक्कांना भेटायला. आपण सरपंचकीचा राजीनामा द्यायचा. जिल्हाधिकाऱ्यांनी मागायच्या आधी. पण जाहीरपणे. अन्यायाला वाचा फोडत. इ-नाडूच्या लोकांना मी कॉन्टॅक्ट करतो चॅनेल कव्हरेजसाठी. वाजतगाजत राजीनामा द्यायचा. आपण व्यंकटीआक्कांना वाऱ्यावर सोडता कामा नये. त्यांचा आपल्याला चांगला उपयोग होईल."

"प्रभुसर, तुम्ही काय म्हणताहात ते मी समजलो नाही."

"जाऊ द्या. सोडा ते. अशा गोष्टी कळल्या असत्या तुम्हाला तर काय हो. तुम्ही पुढे व्हा; तयारीला लागा आणि आमच्या योजनेसंबंधी आक्कांना सगळं सांगा. त्यांना म्हणावं मला जे सांगितलंत, तेच कॅमेऱ्यासमोर सांगायचं. मी येतोच एक दिवस आधी. एक लक्षात ठेवा, त्यांचा योग्य मान ठेवत चला." प्रभुखम्माला नेमकं काय म्हणायचंय ते न कळूनही नरसप्पानं मुंडी हलवली. त्याला चक्रावल्यासारखं झालं. प्रभुसर संतापायच्या ऐवजी असं का वागताहेत?

प्रभुखम्मा आणि रमाक्कांनी आदल्या दिवशी येऊन व्यंकटीला रेस्ट हाउसवर बोलावून घेतलं. सगळं समजावून दिलं. काही सूचना दिल्या आणि दुसऱ्या दिवशी गावातल्या ग्रामपंचायतीच्या हॉलमध्ये यायला सांगितलं. मुख्य म्हणजे दोन्ही बाळांना नीट व्यवस्थित कपडे करून बरोबर आणण्यासाठी बजावलं. कसं होईल, काय होईल करत व्यंकटी रामलूबरोबर दोन्ही बाळांना घेऊन तिथे गेली. तिथे प्रभुखम्मा आणि रमाक्का आधीच हजर होते. इ-नाडूच्या माणसांनी व्यंकटीला ताब्यात घेतलं. तिला थोडा मेकअप केला, चांगली रेशमी पण साधी साडी नेसायला दिली आणि कॅमेऱ्यापुढे येण्याआधी बाळांना दूध पाजूनही यायला सांगितलं.

प्रभुखम्माला पाहिल्यापासून रामलू धुमसत होता. व्यंकटीनं बजावून आणल्यामुळे तो तोंड गच्च मिटून, हातांची घडी घालून एका कोपऱ्यात उभा होता.

"तुमचं नावगाव सांगाल का आक्का?" मुलाखत घेणाऱ्या चष्मेवाल्या पोरीनं व्यंकटीला विचारलं. तेव्हा नाव, गाव, पद सांगून कॅमेरा बिमेरा सगळं विसरून व्यंकटी तावातावानं उफाळून हातवारे करत बोलायला लागली. नरसप्पापुढे ती जे चिरडीला येऊन बोलली, त्याचाच पाढा पुन्हा तिनं वाचला. कुणीही तिला अडवलं नाही. उलट, प्रभुखम्माच्या मंद स्मितामुळं तिला उत्तेजनच मिळत होतं.

रामलू तिच्याकडे पाहत होता. आधीच शंभरजणींत उठून दिसणारी सडसडीत डौलदार व्यंकटी भारी दिसत होती. तिच्या उभट चेहऱ्यावरचा राग, तिचे मोठे झालेले डोळे, सगळं त्याला परिचयाचं पण दूरचं वाटत राहिलं. ती व्यंकटी त्याला परकी वाटू लागली. सुधारलेली, पुढारलेली, त्याच्यापासून निसटलेली.

मग कॅमेऱ्यासमोर येऊन प्रभुखम्मानं बोलायला सुरुवात केली. "व्यंकटीआक्का आज स्वत:होऊन सरपंचपदाचा राजीनामा देणार आहेत. मीच सांगितलंय त्यांना तसं. कायद्याचा अपमान करणं किंवा कायद्याला आव्हान देणं हा आमचा हेतूच नाही. पण तरीही त्यांच्यावर होणाऱ्या अन्यायाला वाचा फोडण्यासाठी मी इथे आलोय. मगाशी आक्का बोलल्या त्यात काय चुकीचं आहे?" प्रभुखम्मानं व्यंकटीकडं हातानं निर्देश केला. त्याची आणि व्यंकटीची नजरानजर झाली. दोघांच्या चेहऱ्यावर स्मितहास्य झळकलं. एरवीही साधेपणात रुबाबदार, एखाद्या दक्षिणी नटासारखा गुलजार, गोबरा दिसणारा प्रभुखम्मा माफक मेकअपमध्ये एकदम राजबिंडा दिसत होता. व्यंकटीच्या नजरेतलं कौतुक टिपून प्रभुखम्मानं कॅमेऱ्यानं भान राखत बोलायला सुरुवात केली,

"राजकारणात, समाजात अर्धा हिस्सा म्हणजे आपला स्त्रीवर्ग अगदीच कमी होता म्हणून त्याच्यासाठी ३३% आरक्षण ठेवलं. फार चांगली घटना होती ती. दलित स्त्रियांसाठीही काही जागा राखून ठेवल्या. त्यानुसार व्यंकटीआक्का सरपंच झाल्या. पण तीन मुलांच्या कायद्यानुसार त्यांचं सरपंचपद रद्द होणार आहे. पण हा अन्याय आहे. पहिला मुलगा असताना दुसऱ्या वेळेला जुळं झालं तर त्यांचा काय दोष? जुळं झालं तर कायद्यानं त्या व्यक्तीचा अपवाद करायला हवा." प्रभुखम्माची नजर परत व्यंकटीकडे गेली. क्षणात तिचा देह आपल्यात ठसवून ती कॅमेऱ्याकडे गेली. चतुर राजकारण्याची नजर ती.

"आक्का दलित जातीतल्या. अस्पृश्य. अजूनही आपल्या समाजात शिवाशीव पाळली जाते. त्यांना कुणी शिवत नाही. वस्तू लांबून, वरून टाकतात. त्यांची तयारी असेल आणि जर त्यामुळे त्यांचं सरपंचपद वाचत असेल, तर त्यांची ही गोड सोनुली मुलगी मी दत्तक घ्यायला तयार आहे. कायद्यानं माझी ही विनंती

मान्य करावी.'' असं नाट्यपूर्ण वरच्या पट्टीत बोलून अनपेक्षितपणे प्रभुखम्मानं रामलूची सोन्याची बाहुली कडेवर घेतली आणि कॅमेऱ्यासमोर मिरवली. व्यंकटीच्या खांद्यावर हात ठेवून त्यानं पुढे पुस्ती जोडली,

''मामानं भाचीला दत्तक घ्यायची परंपरा या देशात आहेच!'' प्रभुखम्माच्या पित्त्यांनी त्याच्या थबकण्यातला इशारा समजून 'प्रभुसर की जय' असा नारा लावला. रामलूचा राग अनावर होत चालला. 'हा हरामखोर माझी पोरगी हिरावून घ्यायला निघालाय. दत्तक घेतोय भडवा! काय रस्त्यावर पडलीये काय पोरगी माझी? च्यायला, आपलंच चुकलं! आपणच भरीला घालायला नको होतं व्यंकटीला सरपंच होण्यासाठी. म्हणजे असं भलतंसलतं कुणी बोलू धजावलं नसतं.' त्याच्या कपाळावरची शीर उडायला लागली.

''ही एवढीशी गोड चिमणी. जेमतेम महिन्याची, पण आक्कांना लोकांनी सल्ला दिला, सुचवलं की मुलीला दुधात डुंबू द्या गुपचूप आणि मोकळ्या व्हा. असं आश्चर्याने बघू नका. अजूनही आपल्याकडे ती प्रथा आहे. फक्त त्याची खबर या कानाची त्या कानाला लागत नाही. पण आक्कांनी त्याला ठाम नकार दिला. म्हणाल्या, 'सरपंचपद गेलं तरी हरकत नाही, पण मी मुलीची हत्या करणार नाही, आधीच आपल्या देशात मुलींचं प्रमाण कमी होत चाललंय.' मला तर असं अमानुष कृत्य सुचवणाऱ्यांनाच दुधात डुंबवून टाकावंसं वाटतंय.'' व्यंकटीकडे बघत प्रभुखम्म्यानं थोडासा पॉज घेतला.

रामलूच्या रक्ताला उकळी फुटली. नसानसांतल्या रक्ताची वाफ व्हायला लागली. तडक पुढे होऊन त्या हलकट, निर्लज्ज बेशरम कोडग्या ढोंग्याचं टाळकं फोडावं यासाठी त्याचे हात आसुसले. डोळ्यांत खून उतरला. चवताळून तो पुढे सरसावायला लागला, पण गर्दीमुळं पुढं जाता आलं नाही. त्याचं डोकं चांगलंच तडकलं होतं.

''आक्कांना अजून बरंच सामाजिक कार्य करायचंय. स्वतःच्या जातीचं भलं करायचंय. त्यांची अस्पृश्यता दूर करायचीय. 'नवभारत वराह पैदास केंद्र' सुरू करून आपल्या जातीच्या कामाला नवी विधायक दिशा द्यायची आहे. त्यांच्या त्या संकल्पाची मी माती होऊ देणार नाही. मोठ्या प्रमाणात ते केंद्र सुरू होईल.'' व्यंकटीनं किंचित हसून मान डोलावली. रामलूनं ते ऐकलं आणि त्याच्या डोळ्यांसमोरून विलायती डुकरांच्या शुभ्र कळपांचं, झुंडीचं झुलतं दृश्य तरळू लागलं. दिवास्वप्नात हरवून गेल्यासारखं त्याला झालं.

''सरपंचपद गेलं तरी आक्कांना माझी विनंती आहे, की त्यांनी निराश

होऊ नये. आम्ही त्यांच्या पाठीशी आहोत. त्यांना पुष्कळ संधी आहे समाजसेवेची. तीन मुलांचा कायदा विधानसभेसाठी, लोकसभेसाठी लागू नाहीये. तिथेही महिला आरक्षणाचं ३३ टक्क्यांचं बिल आज नाही, तर उद्या पास होणारच आहे. त्यातल्या महिलांच्या आरक्षणात दलित महिलांसाठीही वेगळं आरक्षण असेल. तेव्हा त्यांना आमचं हेच सांगणं आहे, की आक्का सरपंचकीचा खुशाल राजीनामा द्या; हरकत नाही. तुमच्या पाठीशी आम्ही आहोत. आमचा पक्ष आहे. तुमचं भवितव्य उज्ज्वल आहे. जयहिंद!'' प्रभुखम्मानं भाषण संपवताच त्याच्या कार्यकर्त्यांनी 'प्रभुसर की जय' चा नारा लावला. लागलीच सुब्बुसाठी व्यंकटीनं सुचवलेली सोयरीक झिडकारून आपण चांगलाच मूर्खपणा केलाय, हा विचार घोळवतच नरसप्पा तातडीनं पुढं झाला आणि गर्दीतून वाट फोडत प्रभुखम्माच्या शेजारी उभं ठाकत त्यानं 'व्यंकटीआक्कांचा विजय असो' अशा घोषणा द्यायला सुरुवात केली.

कॅमेरा गर्दीवरून फिरत फिरत रामलूवर स्थिरावला. त्याला तिथूनच ओरडून प्रभुखम्माचा ढोंगीपणा उघडा पाडावा असं वाटलं. त्याचं राक्षसी स्वरूप, सैतानी सगळ्यांना आवेशानं ओरडून, ठणकावून सांगावी असं प्रकर्षानं वाटत होतं. पण तोंड उघडेना. हात उठेना. पाऊल पुढे पडेना. एकदम घट्ट मुसक्या बांधल्यासारखं झालं. अगदी करकचून त्यानं रजनीच्या बांधल्या होत्या तशा. फक्त या मुसक्या अदृश्य होत्या. प्रभुखम्मानं बांधलेल्या होत्या. त्याच्या डोळ्यांसमोर परत पांढरीशुभ्र झुंड पुढेमागे झुलत होती. रेटारेटी करत होती. तशीच. फक्त या वेळेस त्याचे डोळे ठाम ठार उघडे होते. लाचार वास्तवाची प्रखर जाणीव झाल्यानं मलूल झाले होते.

❖ ❖ ❖

"आले आले, एक मिनिट." म्हणत सरिता हातातलं काम बाजूला ठेवत उठली आणि काहीतरी गुणगुणत दाराशी गेली. कोण आहे, अमुक किंवा तमुक वगैरे विचारांचा लवलेश न शिवलेल्या कोऱ्या मनाने सहज दार उघडलं आणि दारात थोडंसं सामान घेऊन उभ्या असलेल्या श्रीला पाहून ती गडबडली. कसंबसं स्वत:ला सावरत ती श्रीला 'ये आत' म्हणत मागे वळली. आपसूकच झालं ते. इतक्या वर्षांच्या सवयी-संस्कारांनी. श्री झटकन आत आली. एक-दोन मिनिटं दारातल्या दारात उभं राहून तिने घरभर नजर फिरवली. सगळं होतं तसंच आहे की काही फरक केलाय, याचा वेध घेतल्यासारखी. सगळं तसंच तर होतं. काही फरक पडला नव्हता. फक्त पूर्वी अशी घरभर नजर फिरली नसती आपली. मग पटकन श्रीने दार दडपलं आणि दारामागच्या शेल्फात आपले उंच टाचांचे सँडल्स ठेवले. सरिता काही न उमजल्यासारखी धक्का बसल्यागत उभी होती. आलीये ती श्रीच आहे की आणखी कुणी दुसरीच आहे, याची शहानिशा केल्यासारखी डोळ्यांवरचा विश्वास उडाल्यासारखी.

"बरी आहेस ना तू काकू? दोन-अडीच महिन्यांपूर्वी बी. पी. खूप वाढलं होतं ना तुझं? आज सकाळीच कळलं. बोललं कुणीतरी कंपनीत आज सकाळी. म्हणून तर आले तब्येत बघायला. कशी आहेस? बारीक झालीयेस पण ठीकही वाटतेयस. घरातल्या घरात करतेस वाटतं?" श्रीच्या प्रश्नावलीनंतर आता आपण काहीतरी बोललं पाहिजे या जाणिवेने सराईतपणे सुटल्यासारखी सरिता म्हणाली,

"बरी आहे गं आता. पण अजून अशक्तपणा जाणवतोय अधूनमधून. ये ना, आत बस. ये."

तिचं तिलाच कळत नव्हतं की आपल्याला हेच म्हणायचं होतं की नाही ते. 'बोलून गेलीस काहीतरीच' असं स्वत:लाच

दटावत तिने आपल्यालाच 'मग काय म्हणणार होते?' असं विचारलं. श्री नेहमीसारखी चमकदार हसली.

दोन-अडीच वर्षांनंतर तिने श्रीला पाहिलं. तिचा आणि समीरचा घटस्फोट झाल्यानंतर आजच पहिल्यांदा. काही फरक पडला नव्हता तिच्यात. तशीच भरीव बांधेसूद, चमकदार हसणारी, सावळी तरतरीत, स्मार्ट. फक्त त्या वेळचा बॉबकट आता बॉयकट झाला होता आणि त्या वेळी इतकं मोकळं हसत नव्हती. समीर आणि ती एकाच कॉलेजातली. पुण्यातल्या इंजिनिअरिंग कॉलेजची. कॉम्प्युटर इंजिनिअरिंग शिकणारी. लग्नाआधी कितीतरी वेळा घरी आली होती. समीरबरोबर. त्याच्याच ग्रुपमधली ती. दहा जणांचा ग्रुप होता तो. श्रीबरोबर सरोज पै, अनन्या मुखर्जीही असायच्या; पण श्री अधिक उठावदार, चळवळी, समीरसारखीच मनस्वी. एकध्यासी, जिद्दीही. ती नागपुरातून पुण्याला आली शिकायला. कॉलेजच्या होस्टेलवर राहायची. त्यामुळे घराचं अप्रूप. म्हणून समीरकडे आल्या आल्या तिने सरिताला काकू करून टाकलं आणि काही दिवसांतच अहो काकूवरून अगं काकूवर आली.

सरिताला फार आवडायची ती. चटपटीत बुद्धिवान. कधीही न डगमगणारी. लाघवी.

"बसं हं. पाणी आणते." श्री सोफ्यावर आरामात बसल्यावर ताटकळलेल्या सरिताने पाण्याची पळवाट काढली. स्वयंपाकघरात आल्यावर तिने चहाचं आधण टाकलं आणि विचार करीत उभी राहिली. चहा देऊन चटकन घालवायला पाहिजे हिला. चहा तरी कशाला पुढे करायला हवा? नुसतं पाणीच पुढे करावं; पण तब्येत बघायला आली तर चहा तरी नको का? चहा दिला की तो निरोपाचा एक भाग होतो. पाणी दिलं तर ते पुढच्या काहीतरीची नांदी होते. संभ्रम पडतो. पण चहातला निरोप लगेच कळतो. आलीये मोठी तब्येत बघायला! समीरला कळलं तर खवळेल नुसता आग्यामोहळासारखा. आकांडतांडव करेल. आत का घेतलीस, म्हणून वाद घालेल आपल्याशी; पण माहीत कुठे होतं दार उघडताना ती बाहेर आहे म्हणून. पीप होलमधून बघितलं का नाहीस म्हणून विचारेल. पुन्हा पुन्हा. कीस काढेल. चिडखोर झालाय अगदी. एवढ्यातेवढ्याने स्टोव्हसारखा भडकतो. का आलीये ती? तब्येत बघायचं निमित्त करून काही... शक्य तितक्या लवकर गेलेली बरी. उगाच समीरला कळलं किंवा तोच ती असताना आला तर? विचारानेच सरिताला धडधडायला लागलं. कसंही करून ती लवकर जाईल असं बघायला हवं. ती चहा घेऊन बाहेर आली. चहाच्या आधी पाण्याचा ग्लास

तिच्यासमोर ठेवून सोफ्यावर न बसता सरिता उभीच राहिली. अलिप्तपणे. तिला तसं अवघडून उभं पाहून श्रीनं शांतपणे पाण्याचा ग्लास संपवला. उठून समोरच्या सोफ्यात सरिताला बळंच बसवलं. स्वत: पहिल्यापेक्षा ऐसपैस बसत चहाचा घोटाघोटाने आस्वाद घेत म्हणाली,

"का गं काकू इतकी अवघडलीयेस! तुझी तब्येत बघायला आलेय मी. सासू नंतर झालीस माझी तू समीरशी लग्न झाल्यावर; पण त्याआधीपासूनचं तुझं-माझं नातं आहे. मानलेलं का असेना. सासूचं नातं तुटलं, पण आधीचं तर शाबूत आहे ना, बोल? आणि त्याआधीचीही समजा आपली ओळख असती तर पूर्वीची सासू वगैरे विशेषणं न चिकटवता, ती ओझी न बाळगता मी केवळ एक ओळखीची व्यक्ती म्हणून तुझी बरी नसलेली तब्येत बघायला येऊ शकत नाही का? धास्तावू नकोस."

"नाही गं तसं नाही; पण एकदम अवघडल्यासारखं वाटलं. उगाच ताण आल्यासारखं होतंय. समीर आला किंवा त्याला कळलं की तू इथे आलीस, मी तुला घरात घेतलं, आपण गप्पा मारत-" सरिता श्रीच्या स्पष्ट बेधडक बोलण्यामुळे ओशाळल्यासारखी गुळमुळीत बोलली.

"काय तरीच काकू तू. समीर रागावेल? थांब बघते तरी किती रागावतोय ते." तिने पर्समधून मोबाईल काढला. पटापट अंगठ्याने दोन बटणं दाबत फोन कानाला लावला. "नंबर नाही न बदलला त्याचा काकू? लागत नाहीये फोन." पाच-सहा मिनिटांनी पुन्हा ट्राय करू म्हणत तिने चहाचा कप ओठाला लावला. तोवर समीरच्या झेनचा हॉर्न वाजलाच. पाठोपाठ बेल वाजली. समीर घोळवत असलेल्या शिट्टीचाही आवाज ऐकू आला. सरिता 'आता पुढे काय' या दबलेपणाने पुढे झाली आणि तिने दार उघडलं. पुढे येत आपल्याच तारेत पायातले बूट काढून तो सोफ्याकडे वळला.

श्री त्याच्याकडेच पाहत होती. तिला पाहिल्यावर समीर चमकला, पण तो आविर्भाव न दर्शवायची खबरदारी त्याने घेतली. सावरून घेतलं त्याने. तरी श्री तिथे आल्याचं त्याला अजिबात आवडलं नसल्याचं त्याच्या मोठ्या डोळ्यांत स्पष्ट दिसत होतं. उसनं पोकळ हसत त्याने मोकळेपणाचा देखावा उभारण्यासाठी तिला मोठ्या आवाजात "हॅल्लोऽऽ देअर! कशी आहेस?" म्हटलं.

"फाइन! काकूची तब्येत बरी नव्हती कळलं आपल्या ग्रुपमधल्या नान्याकडून, म्हणून आले बघायला. अरे, पण तुझा मोबाईल का लागत नव्हता?" अवघडलेल्या स्वरात जास्तीत जास्त कॅज्युअल स्पिरीट आणत तिने त्याला विचारलं. तेव्हा

तिच्या हाताची घडी जास्त घट्ट झाली होती. शब्दोच्चारातला सुरळीतपणा नागमोडी झाला होता. मोबाईलची बेल वाजली म्हणून तिच्यासमोरच्या सोफ्यात बसायच्या ऐवजी तो उभ्याउभ्याच बोलू लागला.

छान दिसत होता समीर टी शर्टमध्ये. पोटही कमी झालं होतं. रंग उजळला होता. गाल बसल्यामुळे नाक तरतरीत दिसत होतं. उंचापुरा तर तो होताच. आता जास्त बळकट वाटत होता. जिमला जात असेल बहुधा. दोन-चार कटाक्षांत समीरमध्ये झालेले बदल नजरेने तोलले तिने. फोन झाल्यावर त्याने सरळ तिच्याकडे दोन पावलं टाकत तिच्यासमोर हात पुढे केला. गडबडीने श्री उठली आणि हात हातात देऊन शेकहँड केला.

''खूपच दिवसांनी आठवण झाली काकूची तुला श्री! अर्थात तिच्या आजारपणाचं कळल्यावरच तू भेटायला आलीयस म्हणा. एनी वे, हाऊ आर यू? आई कशा आहेत? तुझा जॉब कसा चाललाय? की असाइनमेंट घेतेस, फ्री लान्सिंग?''

एकेक पायरीने समीर मोकळा होत होता. श्री त्याच्या विचारणांना उत्तरं देत देत नॉर्मलला येत होती. दोघंही एकाच विषयातले तज्ज्ञ, काम करणारे. त्यांचा संवाद चालू झाला. दोघंही एकमेकांना काहीतरी सांगत होते. हवेतल्या हवेत पंजांचे कंस करून आणि हनुवटीला अंगठा व त्याशेजारचं बोट लावून ऐकत होते.

सरिताच्या मनावरचं दडपण कमी झालं. धसका खाली बसला होता. समीर उसळेल, त्याचं डोकं बिथरेल, अंगावर हातही टाकेल तो श्रीच्या, या शंकेने सरिता 'आता पुढे काय' हे जाणून घेण्यासाठी जीव मुठीत घेऊन सोफ्याच्या मागच्या भिंतीच्या दाराशी टेकून उभी होती. तिची ती अवघडलेली अवस्था श्रीच्या लक्षात आली.

''बस ना गं काकू तू. ये, इथे बैस.'' असं म्हणत तिने आपल्या शेजारी बसायला सुचवलं सरिताला. एकंदरीत वेगळ्या तऱ्हेने अपेक्षाभंग करणारा हा प्रसंग आक्रस्ताळा झाला नाही, तरी न पचवता येण्याइतका साधा सरळ सुरळीत झाला होता. सरिताला पुन्हा एकदा काहीच सुचेनासं झालं. ती बावचळून म्हणाली, ''नाही, जरा चहा घेऊन येते समीरला.''

''चहा कशाला? अगं, त्याला संध्याकाळची नेस्कॅफे नाही का लागत? चिझलर्स बरोबर असतील तर उडीच मारेल तो.'' श्री उत्स्फूर्तपणे बोलून गेली आणि कानकोंडीही झाली. मग उठून लगेचच सरिताला घेऊन स्वयंपाकघरात

आली. स्वत:साठी आणि सरितासाठी चहा करून घेतला. समीरसाठी कॉफी आणि चिझलर्स आणले. सगळं अगदी सराईतपणे. चहा-कॉफीचे डबे शोधणं नाही की कशासाठी अडखळणं नाही. जणू काही गेली दोन-अडीच वर्षं खोडून टाकली गेली आहेत त्यांच्या आयुष्यातून!

समीर आणि श्रीच्या गप्पा परत सुरू झाल्या. मधली वर्षं पुसल्यासारख्या. अशी वर्षं गाळू शकतात माणसं की दोघं अतिशय उत्तम अभिनय करताहेत? सरिता मनातले हे विचार बाजूला सारून त्यांचं बोलणं ऐकत होती. समीरला सॉफ्टवेअर डेव्हलप करताना एक कठीण प्रॉब्लेम येत होता. वारंवार प्रयत्न करूनही ती अडचण ओलांडता येत नव्हती. तोच काय, त्याच्याबरोबरचे इतरही त्या बाबतीत डोकं खाजवून बेजार झाले होते. त्याने तो विषय श्रीपाशी काढला. तिने छोटेमोठे प्रश्न विचारत त्याची नेमकी अडचण समजावून घ्यायला सुरुवात केली. तिलाही ते आव्हान वाटायला लागलं. ती उत्तेजित होऊन त्यावरच्या उपाययोजना सांगू लागली, ''हे बघ, ते असं घ्यायला पाहिजे. तू बहुतेक उलटा ॲप्रोच घेतोयस.'' ''नाही गं, त्यानंतरच्या प्रोग्रॅम स्टेजला गेलो ना की सगळं ढेपाळतंय.'' असल्या संवादाची देवाणघेवाण होताना ती दोघं तिथून उठून समीरच्या स्टडीत क्रॉस चेक वगैरे करण्यासाठी कधी गेली, हे त्या दोघांनाही कळलं नाही.

कळलं फक्त सरिताला. सोफ्यातल्या एका कोपऱ्यावर बसून पाहणाऱ्या सरिताला. ती तशीच बसून राहिली त्यांच्या पाठमोऱ्या आकृतींकडे बघत. थोडी भांबावून, थोडा विषाद मनी भरून. इतकं चांगलं जमू शकतं तर का झाले ते वेगळे? तिला परत तो सल सलू लागला. त्या दोघांनी लग्न करायचं ठरवलं तेव्हा सगळ्यांसाठी ती बातमी अशी नव्हतीच. उघड गुपित होतं ते. सगळ्या ग्रुपला, शेजाऱ्यापाजाऱ्यांना, नातेवाइकांना कधीच माहीत झालं होतं ते. सरितालाही श्री खूप आवडली होती. स्मार्ट, चटपटीत, स्वच्छ मोकळ्या मनाची. थेट सरळ तडक. तोच थेट तडकपणा समीरला काही दिवसांतच खटकू लागला.

आधुनिक विचारांची, खांद्याला खांदा लावून काम करणारी, सहकारी मैत्रीण म्हणून श्री हवीहवीशी वाटत होती; पण ती जेव्हा बायको झाली तेव्हा नवरेपणाने फणा काढायला सुरुवात केली. त्याचा रासवट रांगडेपणा, हट्टाग्रह, ताठरपणा वाढायला लागला. समीर सनातन पुरुषी गंडाचा शिकार व्हायला लागला. त्यात भर पडली ती श्रीला मेरिटवर प्रमोशन मिळाल्याने. त्याचबरोबर स्टेट्समध्ये जाऊन सहा महिने प्रशिक्षणही घ्यायचं की नाकारायचं, याचं स्वातंत्र्य

तिला होतं. तिने स्वभावाप्रमाणे हो म्हणून कळवून टाकलं. समीरला गृहीत धरलं होतं. पण गृहीत धरलेला समीर मित्र होता, नवरा नव्हता. त्यातूनच पुढे वादविवाद, टोकाला जाणं, तिथेच अडून राहणं, नमतं न घेणं, हात उगारणं आणि अखेर वेगळं होणं- सगळ्याला साक्षी होती सरिता. समजावणारी, तळमळून बोलणारी, तीळतीळ मनी तुटणारी. पण सगळंच वेगाने तलवारीला तलवार भिडल्याप्रमाणे होऊन गेलं. सरिताने खोल नि:श्वास सोडला.

समीरचा प्रॉब्लेम सुटला नव्हता प्रोग्रॅममधला, पण दिशा सापडली असावी बाहेर पडण्याची. सरिता देवापुढे दिवा लावायला उठली. तेव्हा ती दोघंही समीरच्या म्हणजे पूर्वीच्या त्यांच्या बेडरूममधून बाहेर आली. दोघांचे चेहरे उजळलेले होते. कुठेतरी सोल्यूशन हाती आलं असावं. आता श्रीला वेळेचं भान आलं. ती जायची लगबग करू लागली.

"उतरलीयेस कुठे तू श्री?" सरिताने पुढे होऊन विचारलं.

"हिलसाइड इनला. तिकडे कोंढव्याला. तिथल्याच शिवम सॉफ्टवेअरमध्ये काही क्वेरीज होत्या म्हणून आले होते." श्रीने सांगितलं. इतक्या उशिरा आता बाणेरमधल्या या समीरच्या घरापासून रिक्षा तरी कशी मिळणार? हे प्रश्नचिन्ह तिच्या चेहऱ्यावर ठळकलं होतं. अस्वस्थपणे पर्सच्या झिपशी ती चाळा करत होती. सरिताने भोळेपणाने धाडकन बोलून टाकलं, "सोडेल की समीर तुला. त्यात काय एवढं? अर्धा-पाऊण तास तर लागेल." श्रीने चमकून समीरकडे पाहिलं. त्याच्या चेहऱ्यावर उत्सुक होकार दिसला. तिलाही हायसं वाटलं आणि ती दोघं जायला निघाली. तिला दाराशी निरोप देताना सरिता सरळपणे बोलून गेली, "आज तशीच चाललीयेस नुसत्या चहाच्या कपावर. उद्या दुपारची ये जेवायला. साधंच करते काहीतरी. म्हणजे तुला जायलाही बरं पडेल. आजच्यासारखी पंचाईत नको."

"दुपारी नको येऊस श्री. संध्याकाळीच ये. नाहीतरी आपल्याला बऱ्यापैकी वेळ लागणार आहे परफेक्ट सोल्यूशनसाठी. ते उरकून मग जेवू." समीरने प्रस्ताव मांडला. म्हणजे याचं आधीच ठरलेलं दिसतंय दुसऱ्या दिवशीच्या कामाचं. सरितानं नोंद घेतली.

"हां. तेच सोईचं पडेल मला काकू. काम उरकल्यावर जेवण करून मी निघेन मुंबईला जायला. बॅग घेऊनच येते. इथून हायवेवरून एखादी प्रायव्हेट बस थांबवून मला बसवून देईल समीर तिच्यात. तेच बरं पडेल. नाही का रे समीर?" श्रीने आढेवेढे न घेता स्वभावाप्रमाणे मनात आलं ते बोलून टाकलं.

सहजपणे सरिताचे डोळे समीरच्या डोळ्यांना भिडले. तिथे समाधानाचे पिसारे उभे होते.

समीरला यायलाही उशीर झाला. दहा वाजून गेले होते. सरिता त्याची वाट बघून ताटकळली होती. त्याची ती कधीच वाट पाहायची नाही. त्याच्याकडे लॅचची किल्ली होती. डायनिंग टेबलावर ताट वाढून ठेवून ती बऱ्याचदा झोपायची. त्यालाही ते सोईचं व्हायचं. एरव्ही तिने तसं केलंही असतं, पण आज तिला त्याच्यासाठी ताटकळावं असं वाटत होतं. उगाच आपलं असंच.

सोफ्यावर खुरमांडी घालून बसलेली सरिता त्याच्या मोटारसायकलच्या आवाजाने पायाची घडी सोडून उठली आणि अन्न गरम करायला आतमध्ये गेली.

शिट्टी घोळवत समीर लॅच उघडून आत आला. टीव्हीसमोर उभं राहत तो पाहत शर्टाच्या गुंड्या काढायला लागला आणि क्षणभर थांबून, "आई, मी जेवणार नाहीये गं." म्हणून स्वयंपाकघराच्या दिशेने तोंड करून ओरडून सांगितलं. "बरं, माझं वाढून घेते." सरिताही आतून मोठ्याने म्हणाली. तिने ताट वाढून आणलं आणि डायनिंग टेबलाशी बसून ती ताटातला एवढासा भात खाऊ लागली. समीरही तिच्याशी काटकोन साधून बसला होता, टीव्ही रिमोटने ऑफ करून कधीचा. दोघंही दुसऱ्याने विषय काढायची वाट बघत होते. सरितानेच अखेर सुरुवात केली.

"इतकी अनपेक्षित होती श्री, मला सुचलंच नाही रे काय करावं ते. दारात उभं राहून तब्येत बघायला आलेय तुझी मी काकू, असं म्हटल्यावर घ्यावंच लागलं आतमध्ये आणि कुणी जरी असलं तरी दार थोडंच दडपता येतं त्याच्या तोंडावर? माझ्या चेहऱ्यावरची नाराजी आणि भीती वाचलीच नाही बघ तिने."

"भीती? भ्यालीस आई? कशासाठी? मी काय म्हणेन म्हणून? मुलांना भितात आया?" धसकलेल्या सरिताच्या चेहऱ्याकडे बघून कणवेच्या उमाळ्याच्या आवाजाने समीरने विचारलं. आवाजातला ओलावा कितीतरी वर्षांपूर्वीच्या समीरचा होता. आता आताशा 'जातो येतो, कुणाचा फोनबिन? चहा दे' असल्याच दोन-तीन शब्दांचीच उच्चारणं व्हायची. डोळ्यांतही पाहायचा नाही. त्याचं आजचं विचारणं, डोळ्यांत डोकावणं- सरिताच्या डोळ्यांतून खळकन आसवं ओघळली. बऱ्याच वेळाने सुस्कारा टाकत ती म्हणाली, "नाही रे, तसं नाही. वाटलं, तू अचानक आलास ती असताना आणि वादावादी, आरडाओरडा- नको वाटतं असलं आता. सहन होत नाही. पण वाटलं नव्हतं, तू ते शांतपणे घेशील,

तिच्याशी नीट बोलशील म्हणून.''

''मग काय करणार होतो? केसाला धरून फटफटत, धक्काबुक्की करणार होतो? सगळं विसरून ती एक माणूस म्हणून तुला बघायला आली होती, तर किमान एटिकेटस् आपणही पाळायला नकोत? झालं ते झालं. तेच घेऊन बसण्यात काय- विसरणं अवघड, पण तेवढा पिरियड सोडला तर किती जवळचे होतो आम्ही. एका उरी दुसऱ्याचे श्वास असल्यासारखे. त्याला स्मरून तरी तिच्याशी नीट- काही वेळ तरी- जेवढं तेवढं डिसेंट वागलो.''

''जेवढ्यास तेवढं नाही वागलास. लग्नाआधीसारखा वागलास. तीही. मी पण चुकून बोलून गेले जेवायला येण्यासाठी. अशीच आहे बघ मी.'' सरिता स्वत:ला बोल लावत बोलली.

''तशीच आहे ती. वागता वागता तिचे सूर आपले होतात, पण हुशार आहे. अर्थात नवीन काय त्यात म्हणा? माझ्या प्रोग्रॅममधले वीक पॉइंट्स बरोबर दाखवून दिले तिने. कितीतरी वेळा मायन्यूटली बघूनही लक्षात आले नव्हते माझ्या! श्री जिनियस आहे. जेम ऑफ पर्सन.'' समीरच्या डोळ्यांतला खिन्न विषाद निपटून तिथे तेज चमकू लागलं होतं. सरिताने मध्येच भाबडेपणाने एकदम विचारलं, ''म्हणजे ती इथे आली ते आवडलं तुला?''

ते ऐकून समीर एकदम शांतपणे चिडला. त्याने दाढा दाढांवर दाबल्याची हालचाल त्याच्या गालावरून सरकून गेली. कंठमण्याची गटगट वाढली. हताशपणे तो सरिताकडे पाहत राहिला. श्रीचं येणं आवडलं की नाही, हे त्याला ठरवताच येईना. मागे बऱ्याचदा एकटंच विचार करताना त्याला त्वेष चढायचा तिच्या विचाराने. आलीच समोर तर सात पिढ्या उद्धरीन, कानशिलात वाजवीन वगैरे अनंत. आणि ध्यानीमनी नसताना अचानक ती दिसल्यावर मनातलं हे सारं तेव्हा मनातही आलं नाही. गुमानपणे निमूट नीट वागायलाच लावलं मनाने.

''आवडायचं काय त्यात, चाललं एवढंच आणि काही उपयोग होत असेल तर काय हरकत?'' समीर रिमलेस चष्मा पुसत शब्द जुळवत असताना सरिताने टोकदारपणे त्याच्याकडे पाहून उठताना विचारलं, ''संगीतामावशीला काय सांगू? या आठवड्यात येईलच तिचा फोन.'' उत्तर माहीत असल्यासारखी ती त्याची अपेक्षाही न करता झोपायला जायला उठली. सकाळी उठून शाळेत मास्तरकी करायला जायचं होतं.

समीरही उठला, आपल्या खोलीत जाऊन आढ्याला डोळे लावून पडला. उताणा. झोप येईना म्हणून पालथा झोपला तर आणखीनच झोप येईना.

दुसऱ्या दिवशी दिवसभर नकळत वारंवार वेगवेगळ्या घड्याळांत डोकावत राहिला. सरिता घरी यायच्या वेळेस कटाक्षाने घराबाहेर राहिला आणि संध्याकाळची सम गाठून कॅज्युअल आविर्भावात घरी आला. श्री आली नव्हती हे घरातून येणाऱ्या नुसत्याच टीव्हीच्या आवाजाने त्याला फाटकाशीच सांगितलं. आपल्या खोलीत जाऊन कॉम्प्युटरवर बराच वेळ काहीतरी गिरगिटत बसल्यावर बाहेर रिक्षा थांबल्याचा आवाज आला आणि थोड्या वेळात दाराची बेल वाजली. पाय फरशीवर रोवून धरत त्याने बेफिकीरपणे सरिताला 'कोण आहे बघ गं' असं ओरडून सांगितलं. कान बाहेरच रोखले गेले होते.

श्रीला आत घेताना आज सरिताने तिचं नीट स्वागत केलं. ताण नव्हता मनावर. त्या दोघी बाहेरच सोफ्यावर गप्पा मारत बसल्या. साडीखरेदी वगैरे विषयांवरच्या गप्पा संपेचनात. वेळही भरपूर होता आणि सगळं आरामात होणार होतं आज. काय वाटलं कुणास ठाऊक, सहज पाणी प्यायला म्हणून समीर बेडरूमबाहेर येऊन हॉलमध्ये रेंगाळला. टेकला. त्यांच्या गप्पांत भाग घेताना त्यांच्या कालच्या प्रॉब्लेमचा विषय काढला तेव्हा श्री उत्साहाने फसफसल्यासारखी पटकन उठली आणि त्याच्या खोलीकडे जायला निघाली; पण मग थबकली आणि त्याला म्हणाली,

''तू तेवढा स्पॉट ओपन करून ठेव. मी येते तोवर गरमागरम सामोसे आणलेत ते ताटल्यांत घेऊन. काकूला आवडतात ना म्हणून-'' समीर उठून त्याच्या खोलीत गेला. कॉम्प्युटरच्या पडद्यावर काहीतरी उमटवत बसला.

श्री खोलीत आली. सराईतपणे टी पॉयवर ताटल्या ठेवत तिने शिवकुमार शर्माच्या हंसध्वनीची सीडी शोधून प्लेअरमध्ये सारली. त्याच्या मागून ओणवत ती कॉम्प्युटरच्या कीज ऑपरेट करत होती. समीर अस्वस्थ झाला आणि ''बस ना तू इथे खुर्चीत श्री. मी घेतो दुसरी'', म्हणत उठला. दुसरी खुर्ची आणि सामोशाच्या ताटल्या घेऊन की बोर्ड शेजारी ठेवून त्याने श्रीला ''ते नंतर बघू. आणलेस ना सामोसे, ते आधी खा. मग बसू डोकं पोखरत.'' सांगितलं. दोघांनी चिंचेची चटणी चाखत सामोसे खायला सुरुवात केली. ग्रुपमधल्या निरनिराळ्यांचे विषय रंगले. त्यात अर्धा तास गेला आणि स्प्रिंग मोकळी होऊन वस्तू उडावी तशी श्री चटकन चवड्यावर उभी राहिली.

''हूं! तुला काय मस्त ताणून द्यायची आहे मला गाडीत बसवून. मला मात्र प्रवासात बसत, जागं राहत थोडा वेळ झोप घ्यायला लागणार आहे. चल सोल्यूशन शूट करू.'' मग तिने कॉम्प्युटरचा ताबा घेतला. भराभर माऊस

हलवत, कीज दाबत ती एकाग्र होऊन प्रयत्न करू लागली; पण वाटलं तेवढं ते सोल्यूशन सोपं नव्हतं. आटोकाट पिच्छा पुरवूनही ते दोघांना हुलकावण्या देत राहिलं. काय करावंच्या प्रश्नात पडून निर्णय घ्यायचा प्रयत्न चालू असताना, सरिता पाने घेऊ का विचारायला आली.

दोघंही चटकन उठून स्वयंपाकघरातल्या डायनिंग टेबलाशी जाऊन बसली. श्री निरनिराळ्या पदार्थांच्या वासाने एकदम खूश झाली. नाक फुलवून छाती भरभरून ती तो वास साठवून घेत राहिली. "काय काय मस्त बरंच केलंयस की तू काकू. छान वास सुटलेत!" तिच्या या सलामीच्या दादेने सरिताला बरं वाटलं. "सॉरी हं काकू, पण आज तुला मी अगदी काडीचीही मदत केली नाही. अगदी आयती पानावर बसलेय. तशी तर रोजच आयती बसते म्हणा!" सरिताने समीरची बाहेर पडायची तयारी पाहून त्याला कुठे चाललायस विचारलं. "पानं आणायला. श्रीला जेवणानंतर पान खायला आवडतं ना! आणि अमूलचं दहीही आणतो. आवडतं तिला."

"हं हं आण. मलाही आण एक पूना मसाला." सरिता खुलेपणाने म्हणाली.

समीर येईतोवर श्री आपली आपल्यातच गर्क होती. आपल्या आवडीनिवडी इतक्या अजून लक्षात आहेत समीरच्या? इतकी कदर? मुद्दामहून की सहज? सहजच असणार; कारण इतक्या काही मानाच्या पाहुण्या नाहीत आपण. खरं तर आगंतुकच. काकूला बघितल्याशिवाय पुण्याहून तसंच मुंबईला जाववेना तिच्या दुखण्याबद्दल ऐकल्यावर. चांगली आहे बिचारी. आधी कधीही वाईट वागली नाही आपल्याशी. आपण तिला हवी तशी सून होतो. नंतर नंतर वारं आलं म्हणता म्हणता वादळ भिरभिरायला लागलं गरागरा आणि बरीच काही उलथापालथ होऊन गेली. त्या सगळ्यामध्ये तिने कधीही शब्दाचा दोष दिला नाही आपल्याला. उलट जेवढं म्हणून सांभाळून घेता येईल तेवढं घ्यायची. उघड उघड नाही पण मुकाट्याने. समीरला कळेल ना कळेल असं. दबकून असायची फार समीरला. त्यालाही ती तशी आपल्याला दबकून असते, हे सगळ्यांना दाखवायला आवडायचं. कदर नाही पण आतिथ्याचा भाग जरूर आहे. पण इतकं कसं मधलं पुसल्यासारखं वागतोय समीर, की मनातून अजूनही- मनाने इतकं मोकाट सुटावं हे श्रीला आवडलं नाही. बहुधा आपण त्याच्या प्रॉब्लेमच्या सोल्यूशनसाठी अगदी मनापासून प्रयत्न करतोय म्हणून हे खास अगत्य असेल; पण हे असं नव्याने प्रेमात पडल्यासारखं? परत मनाला वेसण घालत तिने सरिताला शाळेविषयी काहीबाही

विचारायला सुरुवात केली. सरिता पानं मांडत तिच्याशी बोलत राहिली.

समीर आला आणि लगेचच पानावर बसला. काहीतरी विषय निघत जेवण झालं. उठताना श्री सहजपणे बोलून गेली, "किती दिवसांनी घरचं जेवले!" आणि लगबगीने बेसिनवर हात धुवायला गेली. "का, बापूसाहेब आणि रमाताई नाहीयेत मुंबईला? स्टेट्सला गेलेत अंजलीकडे? मग तू कुठे राहतेस? मुंबई विद्यापीठात की घरी हिंदू कॉलनीत?" अनेक प्रश्न सरिताने कसोशीने मनात राखले. श्री जवळ असती, तरी तिने ते तिला विचारले नसते. एक अलिप्तपणा राखायचा तिचा प्रयत्न होता. पान चघळत टीव्हीवरच्या बातम्यांचं हायलाईट पाहून समीर आणि श्री उठले. कॉम्प्युटरशी झटापट करू लागले. सरिता सोफ्याच्या कोपऱ्यात खुरमांडी घालून बसली आणि कुठलासा जुना सिनेमा पाहायला लागली.

बराच वेळ झाल्यावर टीव्ही बंद करून जांभया आवरत सरिता समीरच्या बेडरूममध्ये गेली. दार उघडंच होतं आणि आवाजाचा सरिताला त्रास होऊ नये म्हणून किंचित फट ठेवून दडपलेलं होतं.

"अरे, झालं की नाही तुमचं? उशीर झाला की श्रीला गाडी मिळणार नाही. रात्री-अपरात्रीच्या गाड्यांचा काही नेम नसतो. थांबतात नाही थांबत."

"अगं, त्यानं नाही थांबवलं काकू. मलाच चॅलेंजिंग वाटतंय म्हणून मी थांबलीये. हा प्रॉब्लेम ओव्हरकम झाला की निघते आणि फार उशीर झालाय असं वाटलं तर राहते इथेच. सकाळी उठून जाईन. तिकडे काही तारीख खोळंबली नाहीये माझी." मॉनिटरकडे एकटक पाहत माऊस हळूहळू हलवत श्री म्हणाली. तिच्या चेहऱ्यावर मॉनिटरचा प्रकाश पडला होता. हिरवट निळसर. तिचं धनुष्यासारखं ताणलेलं भान आणि जिद्द त्यात स्पष्ट दिसत होती. सरिताने चमकून समीरकडे पाहिलं. तिच्या थोडा मागे खुर्चीत बसलेला समीरही गोंधळात पडल्यासारखा दिसला. श्रीला ते जाणवलंच नाही. ती अवधान सुटू न देता, मॉनिटरवरची नजर न उचलता सरिताला म्हणाली,

"तुझ्या शेजारची खोली आहे ना आपली. गेस्टरूम. तिथे झोपेन मी. म्हणजे रात्री तुलाही डिस्टर्ब करायला नको. किती उशीर होईल काही सांगता नाही यायचं."

समीरने चेहरा प्रकर्षाने कोरा ठेवला. सरिता गोंधळून गेली. काही बोलणं नेहमीसारखंच नेमकं तिला त्या वेळी सुचेना, म्हणून 'बरं' म्हणत निघून गेली, जाऊ की नको करत.

आपल्या खोलीतून चाहूल घेत सरिता बराच वेळ जागी होती. चाहूल कसलीच लागेना. वाचायचा दिवा बंद करून ती कधी झोपी गेली ते तिलाही कळलं नाही. हल्ली औषधांच्या गोळ्यांमुळे झोप लगेच लागायची. सकाळी उठल्यावर सुम्म बधिर वाटायचं. काही उमगायचंच नाही लवकर. बथ्थडल्यागत व्हायचं अगदी. सकाळी गजर झाल्यावर ती उठली. चहा करून घेऊन फिरायला जायची डॉक्टरांनी तिला सवय लावली होती. समीरलाही उठवून चहासाठी विचारावं म्हणून ती त्याच्या खोलीपाशी गेली. तिला दार आतून बंद असल्याचं कळलं. समीरच्या खोलीचं दार बंद? आतून? का बरं? काही विशेष? नसतं खरं असं कधी. सगळे विचार सरसरत तिच्या मनात अवतरले आणि एकदम लखखकन तिच्या ध्यानात आलं- श्री राहिली की काय इथे? राहिलीच असणार; त्याशिवाय का दार बंद आहे खोलीचं? नक्कीच राहिली श्री इथे समीरच्या खोलीत. पूर्वीच्या त्यांच्या खोलीत. त्यांचा घटस्फोट झाल्यापासून झोपताना समीर दार नुसतं लोटून झोपायचा. आतून कडी नसायची. त्याला उठवायला सरिता जायची तेव्हा आधी तातडीने त्याच्या अंगावर पांघरूण घालायची आणि मग उठवण्यासाठी दंडाला धरून हलवायची. काही सुचेना म्हणून ती पॅसेजमधून स्वयंपाकधरात चालली असताना श्री समीरच्या खोलीचं दार उघडून बाहेर आली. तिची आणि सरिताची नजरानजर झाली आणि झटकन पापण्या झुकल्या; श्रीऐवजी सरिताच्या. श्री गेस्टरूममध्ये गेली आणि सरिता स्वयंपाकघरात. चहाचं आधण तिने तीन कपांचं टाकलं. दोन कपांत चहा गाळून डायनिंग टेबलावर ठेवेतोपर्यंत श्री येऊन खुर्चीवर बसली.

रात्री उशीर झाला खूप. जांभया सतत यायला लागल्या. प्रॉब्लेम सुटेना. झोप आली, निघते म्हणत श्री उठली. समीर अडवेल म्हणून ती थबकली आणि श्रीच्या मनातही तेच आहे का, बघायला समीर पुढे सरसावला. पुढे फक्त फुटलेले बांध फुफांडत सामावले एकमेकांत. नंतरही आवर्तनत राहिले. श्रीला सगळं तपशीलवार आठवलं.

चहा पिऊन तिने कप खाली ठेवला. सरिताच्या विचारणेची वाट पाहून अखेरीला घसा साफ करून तिनेच विषय सुरू केला. ''होऊन गेलं जे व्हायचं ते काकू. तू नको विचार करत बसू. डोक्याला त्रास व्हायचा.'' कबुली दिल्यासारखं नाही पण हळू आवाजात बोलली श्री.

''खरंच प्रॉब्लेम आला होता प्रोग्रॅममध्ये की...'' सरिताने तिच्या वृत्तीत नसलेल्या थेटपणानं तिच्याही नकळत वर्माचा प्रश्न केला. ''माझी तब्येत बघायला

येणंही.''

"हो काकू, प्रॉब्लेम होता. अजूनही आहे. तुला काय वाटतंय की प्रॉब्लेमचा आडोसा घेऊन मी मुद्दाम इथे रात्र काढली? आम्ही दोघांनी तसं ठरवून केलं? आम्ही दोघांनी म्हणण्यापेक्षा मीच; असंच ना काकू? तुझी तब्येत बघायला आले ते खरोखर आतल्या उमाळ्याने. ते या घरात शिरकाव करून घ्यायला पुढे केलेलं निमित्त नव्हतं. नक्कीच नाही. दोन-तीन वर्षांत मला ओळखणं विसरलीस की काय? अशी होते मी? आहे? नीट विचार स्वत:ला आणि सांग मला.'' श्री सरिताच्या उत्तराची वाट पाहत थांबली. तिच्या चेहऱ्याकडे बघत राहिली. अपेक्षेने. तिच्या ओठांना किंचित कंप सुटला होता. ते आवळून तिने तो थोपवला. सरिता काहीच बोलली नाही. बोलताच आलं नाही तिला. चहाचे घोट घेत राहिली. श्रीने एकदम चहा तोंडाला लावला आणि संपवून टाकत घाईने म्हणाली,

"आम्ही दोघांनीही ते ठरवून केलं नाही गं. कंपनीत कळलं, तुला बरं नाही ते. वाटलं तुला पाहावं म्हणून आणि विचार न करता इथे थडकले. इथे आल्यावर तू मला आत घेतलंस तेव्हा वाटलं, बघू तरी समीरची रिॲक्शन काय होतेय म्हणून. म्हटलं बोलावं तरी त्याच्याशी. मोबाईल लावत असतानाच तो आला. मला पाहताच तमाशा न करता एटिकेटस् पाळत वागला. अलिप्त सौजन्याने, औपचारिक बोलण्यातून बोलणं निघालं. अप्रिय भूतकाळ त्यातून वगळला गेला. मग त्याच्या सॉफ्ट वेअरमधला प्रॉब्लेम कळाला. मला इंटरेस्टिंग वाटला आणि परवाच्या तुमच्या वागण्याबद्दल कृतज्ञता वाटू लागली. पण म्हणजे मला म्हणायचं असं होतं, की हे सगळं ठरवून नाही झालं. अगं, ठरवायचंच असतं तर घरी कशाला ठरवलं असतं? बाहेर नसतं का आम्हाला भेटता आलं? हा, तथाकथित मर्यादा पाळली नाही गेली, पण ती तर आमच्या हातून कधीच ओलांडली गेली होती. आमच्या लग्नाआधीच. मला त्याचं आणि त्याला माझं इतकं प्रकर्षाने आकर्षण होतं, की तेव्हाही अगदी पराकोटीची आस लागली, अनावर ओढ झाली आणि आम्ही अवचित या खेळातले भिडू झालो. होत राहिलो.

"मग मला वाटायला लागलं हेच ॲट्रॅक्शन म्हणजे प्रेम! आणि या अशा प्रेमाच्या भक्कम आधारावर आमचं निभावलं जाऊ शकेल. अगं, दोघंही बुद्धिवान व्हेरी डाउन टू अर्थ माणसं होतो. आम्हाला आमच्या कमतरता, स्वभावातले गुणदोष माहीत होते; पण झालं ते तसं. तेव्हा वेगळं होऊन आम्ही एकमेकांच्या आयुष्यातले अडसर दूर केले. सतत चरफडत तडफडत राहण्यापेक्षा. कोणतीही

कडवट भावना, तिरस्कार न ठेवता; निदान माझ्याकडून तरी तसंच होतं ते.

"काल रात्री शेवटच्या क्षणापर्यंत आमच्या मनातही ते आलं नाही. त्याच्या नजरेतून मला आणि माझ्या नजरेतून त्याला नक्कीच क्षणार्धात कळून आलं असतं तसं असतं तर. तेवढे आरपार ओळखतो आम्ही एकमेकांना."

"अडीच वर्षांत एकदाही तू–" सरिता अर्ध्यातच तटकन थांबली बोलायची. काय भलतंच बोलतोय या भावनेने भांबावलीही. आक्रसली पण. ते पाहून श्री हसली. तिला तिचा तो बाळबोधपणा, भाबडटपणा आवडून गेला.

"नाही गं काकू. कुणी मनासच आला नाही, असं म्हणणं हेही चुकीचंच होईल. तसं कधी वाटूनच गेलं नाही. मनात विचार डोकावलाच नाही, असं म्हणणं योग्य ठरेल. एका वेगळ्या अर्थी मी समीरशी प्रामाणिक राहिले. राहिलं गेलं तसं हातून नकळत आणि तोही तसाच राहिला माझ्यासारखाच. काल सांगितलं त्याने आणि त्यापेक्षा त्यातली सत्यता जाणवून गेली. त्याच्या सर्वांगातून त्यातला खरेपणा जाहीर होत होता. वास्तविक पाहता अनेक देखणे मर्दानी पुरुष आसपास वावरत होते, कळेल न कळेल असं खुणावत होते; पण नाही जागी झाली त्यांच्याविषयी भावना तशी. राहता येतं अगदी सहज. तू नाही का- आणि मी तुला सांगतेय उगाचच. तत्त्वज्ञाचा आव आणून."

"मी राहिले तशी, पण वय किती होतं माझं समीरचे बाबा गेले तेव्हा? चाळिशी पार केली होती. तारुण्याचा बहर ओसरून गेला होता. संसार निम्मा-पाऊण पुरा झाला होता. मी सासरी पूर्णपणे रुजून, मुळं पसरून राहिले होते. पदरात पंधरा-सोळा वर्षांचा मुलगा होता. यांतली एक गोष्ट तरी तुझ्या बाबतीत आहे का? मी संसारात पूर्णपणे बुडून गेलेली होते. तू नुसता एक घोट घेतला होतास आणि पुन्हा तोंडालाही लावला नाहीस ग्लास. शिवाय मी विधवा होते, तू घटस्फोटित. समाजाच्या, नातेवाइकांच्या अपेक्षा वेगळ्या असतात. विधवेभोवती कारुण्याचं मखर लावतात तर घटस्फोटितेकडे डाव्या नजरेने बघतात. उदात्ततेची अपेक्षा करायची असते ती विधवेकडून. ती जशी काही शरीराविना असते! आणि तुला सांगू का श्री, माझ्या पदरात जाणता मुलगा होता. बाकी कुणाच्या अपेक्षांची फिकीर करणं न करणं सोडून दे, त्याची इच्छा, त्याच्या आशा, किंचितही धक्का लागणं इष्ट नव्हतं आणि माझीही मूळची माती तशी नव्हती गं."

"कधीच मोहाचे क्षण सामोरे आले नाहीत तुला काकू?"

"असं कधी होईल का? ते यायचे तसे आले आणि गेले. शरीरमनाची युती झाली की बुद्धीला त्यांना ताब्यात ठेवणं फार जड जातं श्री. फार जड जातं.

पण तुमची पिढी भाग्यवान आहे. हल्ली त्याचा इतका बाऊ, गहजब नसतो. समाजालाही गवगवा वगैरे करायला वेळ नसतो. ते जाऊ दे! रमाताई, बापूसाहेब कसे आहेत?''

"बापू ठीक आहेत, पण आईचं ऑपरेशन झालं. गर्भाशय काढण्याचं. अचानक ब्लीडिंग सुरू झालं. लगेच सगळ्या तपासण्या केल्या. कॅन्सरचं निदान झालं. ती दोघंही गेलीयत अमेरिकेला. तिकडची सिटिझनशिप मिळवलीये अंजलीने खटपट करून त्यांच्यासाठी. मीही चाललेय महिन्याभराने.'' प्रयत्न करूनही श्रीला सहजपणे बोलता आलं नाही. आवाज जड झालाच. थोडं थांबून बटा मागे सारत ती म्हणाली, ''तेही एक कारण होतंच इथे यायचं. तुझ्या आजाराचं कळलं नसतं, तरीही मी इथे येऊन तुला भेटून गेले असते. समीरलाही भेटले असते. जाण्याआधीचा निरोप घेतला असता. मला नोकरी सहज मिळेल तिथे. ग्रीन कार्डही. मग इकडे येणं दुरापास्तच आणि आहेत कोण आमचे नातेवाईक इथे? माझे नातेवाईक तुम्ही. घेतलं असतंस मला आत त्या वेळीही तू परवासारखंच?''
हसत श्री म्हणाली तिला सरिताची धांदल आठवली.

"मी काय गं, तुला माहितीये घाबरट, सहज दबणारी. त्याही वेळेला तसंच झालं असतं. वाटलं होतं की समीरने तुला पाहिलं की घरात भडका उडेल त्याचा, समरप्रसंग उभा राहील. स्फोट होईल.'' सरिताला समीरचं आणखी काय काय झालं असतं, तेच सांगणं सुचेना.

श्रीने आधी भरपूर हसून घेतलं आणि मग बोलली, ''मग, आहेच त्याचं प्रेम माझ्यावर! कानाखाली देईन- जाळीन, गळा दाबीन- आणखी काय काय म्हणायचा गं? खरंच प्रेम होतं माझ्यावर. प्रेम... म्हणजे पझेसिव्ह होता तुफान माझ्याबद्दल. काहीही म्हण पण खरं सांगू का काकू, मी माझंच फार बारकाईने ॲनालिसीस केलंय. मीच फिट नाहीये कुणाचा संसार करायला. फार इंडिव्हिजुअल मेंटॅलिटीची आहे. एकारलेली म्हणायला हरकत नाही. लग्न केलं वेगळ्या ओढीने, लालसेने. मग कित्येक गोष्टी काचायला लागल्या मला.''

"मी नाही काच केला तुला कधी.'' किंचित हिरमुसून सरिताने बोलून दाखवलं.

"नाही गं. तू नाही काही केलंस. उलट, सगळ्या बायकी जबाबदाऱ्यांपासून दूर ठेवलंस. समीरनेही कधी छळलं नाही, त्रास दिला नाही. पण नाही जमलं आमचं! एवढ्या तेवढ्यावरून बिनसत गेलं आमचं आणि शेवटी तुटलं. पण लवकर झालं तेही बरंच झालं. लग्न ही चूक सुधारून टाकली ते. मी पुन्हा सांगते तुला काकू, आय ॲम नॉट कट फॉर संसार, फॅमिली वगैरे. मी प्रगल्भ मॅच्युअर

नव्हते म्हण. आतासारखी असते, तर मी तो संसार रेटण्याची पाच टक्केच शक्यता होती. पण सदैव काही खुपतंय टोचतंय अशी वागले असते.'' श्री शून्यात पाहत म्हणाली. ''एक बरं झालं; पोटात काही रुजू दिलं नाही मी. नाहीतर त्याची फार फरफट झाली असती.''

''संसाराची आवड नव्हती तुला फारशी, पण समीर मात्र संसारी स्वभावाचा. लहान वयात त्याच्यावर घरकारभार पडल्यामुळे त्याला घरादाराची माहिती होती. रुळला तो ते सगळं करण्यात. त्याला आवड होती संसाराची, ती मोडून पडली तुझ्या जाण्याने. कसं काय होणार आहे त्याचं कुणास ठाऊक? गप्प गप्प असतो. शब्द काढू देत नाही.''

''हो गं. त्याला खूप हौस होती संसाराची. घर सजवायची. बागेची. मुलांचीही. आमच्या कुरबुरींना मुलाचा निर्णय पुढे ढकलण्याचंही अस्त्तर होतं काकू. शब्द काढू देत नाही म्हणजे पुन्हा काही मुली बघतेस की काय? बोलला नाही काल रात्री तो.''

''मग काय तसाच ठेवू? उभं आयुष्य पडलंय समोर. माझं काय? आता तर आजारपण भिडतंय मला. पुरुषमाणूस आहे. गरजा असतात कितीतरी. तरुण आहे. नसेल बोलला. मनात नव्हतं त्याच्या, पण आता येईल.'' थांबत थांबत सरिता सांगत होती.

''आता येईल त्याच्या मनात म्हणजे सेक्सच्या ओढीने म्हणतेयस काकू? सेक्ससाठी कुणी लग्न करतं का? तो करेल? इतका शिकलेला, अनुभवलेला माणूस?'' श्री नवलाने म्हणाली.

''अगं अजूनही तोच राजमार्ग आहे ना ती भूक भागवण्याचा? की दुसरा कुठला रस्ता आहे सांग? सेक्ससाठीच आजही ऐंशी टक्के लग्नं होतात आणि इतका शिकलेला, अनुभवलेला म्हणजे काय नरच ना तो शेवटी? मला वाटत होतं की, हा असाच राहील की काय सडाफटिंग. संसारी न होता संन्यासीटाइप होणार की काय? पण तुमचा हा कालचा प्रकार घडल्यावर जागी झाली असणार त्याची ती दाबलेली जाणीव. संगीताची भाची आहे माझ्या मनात.'' पुन्हा चहासाठी आधण ठेवत सरिता म्हणाली.

''काय तू काकू! आमच्यातला प्रकार म्हणजे काहीतरी लोकविलक्षण, आउट ऑफ धिस वर्ल्ड घडल्यासारखं बोलतीयेस. अनैतिक वाटलं तुला ते? अगं, आम्ही दोघं तर तीच होतो. मंगळसूत्र तर मी आधीपासूनच घालत नव्हते. आडनावही तुमचं लावत नव्हते. म्हणजे मॅरेज रजिस्ट्रेशन सर्टिफिकेट नावाचा

हिरवट फिका कागद रद्दबातल झाल्यावर आमचे संबंधही अनैतिक झाले की काय? म्हणजे दोन माणसं तीच, कृती तीच आणि संमतीही तीच. फक्त कृत्रिम नातेजोडावर सरकारी शिक्का उमटला म्हणजे एका रात्रीतून अनैतिक संबंधांचं राजरोस नैतिक संबंधात रूपांतर होतं. संबंध हे संबंधच असतात. त्यात कसलं आलंय नैतिक-अनैतिक? एवढासा कागदाचा तुकडा एवढं मोठं सामाजिक न्यायदान करतो? आपल्या समाजात ही ढोंगबाजी पुरेपूर भरून राहिलीय.''

आवेशाने श्रीचा आवाज तापू लागला होता. ते जाणवल्यावर आवाज किंचित खाली आणत ती बोलू लागली,

''आपल्या नैतिकतेच्या कल्पना फक्त तेवढ्या संबंधावर केंद्रित असतात. भेसळ करणारे, भ्रष्टाचारी, लोकांना लाखो रुपयांना खड्ड्यात घालणारे, अत्याचार, खून करणारे यांना कुणी अनैतिक नाही म्हणणार; पण दोघंजण नैसर्गिक ओढीने जवळ आले की झालं! ते अगदी पाप्यांतले पापी. संस्कृतीबुडवे, घाणेरडे. सगळे छाप मारायला ही लपून असंच करणारी पुण्यवान माणसं सरसावलीच.''

किंचित चिंचोळ्या आवाजात घाईघाईने हे सगळं बोलून टाकल्यावर श्रीला आपल्याच आवेशाचं हसू आलं. ही अशीच मतं समीरचीही होती. कितीतरी वेळा ऊहापोह झाला होता त्याचा त्यांच्या बोलण्यातून. तिला एकदम शंका आली आणि तिने झटकन विचारलं, ''संगीतामावशीची भाची म्हणजे निरुपमा ना? दोघांचं जमतंय का? समीरच्या मनात ती आहे? प्रेम बसलंय तिच्यावर असं काही?''

''नाही! तो तर तिचं नाव काढू देत नाही. संगीताकडेसुद्धा जातयेत नाही. तुमची फारकत झाल्यापासून इतरांकडे, नातेवाइकांकडे जाणं फार कमी झालंय, पण तिच्याकडे जाणं तर कटाक्षाने टाळतो अगदी.'' सरिता सौम्य करवादली.

श्रीच्या श्वासातून हलका निश्वास सुटला. दोनदा. पहिल्यांदा आपल्या स्पष्ट, ठणठणीत, नैतिक-अनैतिक कल्पनांना काकूने पार मोडीत काढलं नाही किंवा त्याविषयी आपलं भकणं तीव्रतेने घेतलं नाही आणि दुसरं म्हणजे मनात एक आणि संग दुसरीशी असला प्रकार नाही केला समीरने. प्रामाणिक आहे आपल्या मतांशी. त्या ओव्हरऑल प्रामाणिकपणात तिच्याशी प्रामाणिकपणाचा एक कप्पा आहे हे जाणवून स्वत:च्या नकळत श्री खुशालली. उत्स्फूर्तपणे म्हणाली, ''चांगली आहे की निरुपमा. माहितीतली. नोकरी न करणारी, संसारी स्वभावाची, देखणी, नीटनेटकी. चांगला करेल समीरचा संसार.'' लग्नानंतर वर्षा-दीड वर्षांत विधवा झालेल्या निरुपमाला पाहायची तेव्हा हळहळायची श्री

चांगलंच आहे. तिला रिलॅक्स्ड वाटलं.

नंतरचा दुसरा चहा घेताना त्या दोघीही शांतपणे बराच वेळ नुसत्याच एकमेकींकडे पाहत निरर्थकपणे बसल्या. आठाचे टोल पडल्याचा आवाज आला. त्या आपल्या विचारात गढून तशाच बसल्या असताना समीर स्वयंपाकघरात आला. पांढरा स्वच्छ झब्बा-पायजमा घालून. तोंड धुऊन भांग पाडून. तजेलदार टवटवीत चेहऱ्याने.

"गुडमॉर्निंग श्री, आई." असं काहीसं म्हणत तोंडभर प्रसन्न हसला. चहा पिता पिता टाइम्स डोळ्यांसमोर घेऊन बराच वेळ बसला. श्रीनेही टाइम्सची पुणे प्लस पुरवणी पुढ्यात ओढली होती. काही वेळानंतर कशाला तरी सरिता हॉलमध्ये जायला लागली, तेव्हा टाइम्स खाली घेऊन तो दाढीच्या खुंटांवरून हात फिरवत म्हणाला, "आई, श्री दुपारी जाईल मुंबईला. अजून थोडा वेळ काम करावं लागेल आम्हाला. पुढे चारऐक दिवसांनी श्री आणि मी आठेक दिवस पंचमढीला जाऊन राहू आणि मग इथले प्रॉब्लेम्स मिटले की आपण संगीतामावशीकडे जाऊ नाशिकला."

श्री आणि सरिता एकदम चकित झाल्या. याने ऐकलेलं दिसतंय आपलं बोलणं. दोघींना वाटून गेलं. त्या संभ्रमात असताना दोघींच्या डोळ्यांत प्रश्नचिन्हं उभी राहिली. थोडा राग तरळला सरिताच्या नजरेत आणि मग विरूनही गेला. त्या दोघींनी एकमेकींकडे पाहिल्या पाहिल्या सरिताला जाणवलं, की हा बेत फक्त समीरचाच आहे. तो आखण्यात श्रीचा काही सहभाग नाही. एकतर तिने तसं बोलता बोलता सांगूनही टाकलं असतं आपल्याला आणि दुसरं म्हणजे तिच्या चेहऱ्यावर उमटलेलं उत्स्फूर्त आश्चर्य.

एरवी असं कुणीही कोणत्याही बाबतीत श्रीला गृहीत धरलं असतं, तरी श्री भडकली असती. केवळ त्याच मुद्द्यावर. इथे तर पुरुषी अधिकारी वृत्ती, संधिसाधूपणा, मालकीची हक्कांची, किंचितही न विचारण्याची बेफिकीर भावना साक्षात साकारली होती. तिच्या डोक्यातल्या विचारांचा दणदणाट बाहेर पडूच शकला नाही; कारण तिच्या उरातली धडधड वाढली होती.

❖ ❖ ❖

भक्ती भवाळकर आणि अनुपम गुंदेचा यांच्यातली बोलणी पक्की झाली. इंडियन टाइम्समधली असिस्टंट मॅनेजर भक्ती भवाळकर 'जनमानस' मध्ये येण्याचं नक्की झालं. 'जनमानस' मराठीतलं सर्वाधिक खपाचं वर्तमानपत्र नागपूरमधलं. 'जनमानस'ला पंचवीस वर्षं पूर्ण झाल्यावर रजतमहोत्सव साजरा करून गुंदेचा शेठने 'जनमानस' ची सूत्रं समारंभपूर्वक अनुपमच्या हाती दिली. पंचवीस वर्षांपूर्वी गुंदेचाशेठनी गहाणवटीचा सावकारीचा वडिलोपार्जित व्यवसाय सोडून वर्तमानपत्र काढायचं ठरवलं. ते ऐकल्यावर सगळ्यांनी त्यांना वेड्यात काढलं. पण 'जनमानस' वर्तमानपत्र त्यांनी नुसतं प्रकाशित केलं असं नाही, तर ते नागपुरातलं सर्वाधिक खपाचं वर्तमानपत्र बनवलं. नंबर एकचं! नंबर दोनचं लोकहित आणि 'जनमानस' मध्ये दीडलाख अंकांचं अंतर होतं. हाती सूत्रं आल्यावर चार-पाच महिन्यांत अनुपमने 'जनमानस'चा मध्यमवर्गीय मराठी कारभार सुधारायचं ठरवलं. अधिक व्यावसायिक, अधिक फायदेशीर आणि अधिक अंकांचं, अधिक आवृत्त्यांचं 'जनमानस' त्याच्या नजरेसमोर होतं. त्याची स्वप्नं रंगीत, भव्य आणि भक्कम होती. 'जनमानस'च्या यंत्रणेचा कॉम्प्युटरवर बसून अभ्यास करताना त्याच्या नजरेत भरली ती 'जनमानस'ची येणी. कॉम्प्युटर पन्नास एक लाखांची वसुली आहे, हे दाखवत होता. त्याने रिकव्हरीसाठी वेगळा मॅनेजर नेमायचा ठरवलं आणि त्या दृष्टीने प्रयत्न करताना त्याच्या नजरेत भक्ती भवाळकर पडली. 'नागपूर इंडियन टाइम्स' च्या ऑफिसातली.

आधी त्याने न्यूजपेपर असोसिएशनच्या नागपूर प्रभागातल्या एका संमेलनात भक्तीशी आडून आडून बोलून तिचा कल जाणून घेतला. मग तिची 'जनमानस' मध्ये येण्याची इच्छा दिसल्यावर जाहिरात आल्यावर अर्ज टाक सांगितलं. रीतसर जाहिरात आली. 'जनमानस' ला हवी तशी क्वॉलिफिकेशन्स भक्तीपाशी अगदी

नेमकी होती. तिचा इंटरव्ह्यू उत्तम झाला. स्वत: अनुपम आणि दोघांनी घेतलेला. मग तिचं इयरली पॅकेज ठरवण्यात आलं. सध्याच्या प्रचलित पद्धतीप्रमाणे लठ्ठ पॅकेज ठरवण्यात आलं, कॉम्पॅक्ट अँड ऑल इन्क्लुझिव्ह लेटर निघालं, पंधरा लाख रुपयांची रिकव्हरी करण्याचं पहिल्या वर्षाचं टार्गेट दोघांनी चर्चा करून ठरवलं.

धनतोलीतल्या विद्या चौकामधल्या 'जनमानस' च्या तीनमजली ऑफिसमध्ये पहिल्या मजल्यावर अकाउंटस सेक्शनच्या एका कोपऱ्यात रिकव्हरी सेक्शन उभारला गेला. भक्तीसाठी एक मध्यम केबिन आणि तिच्या स्टाफसाठी थोडी जागा. स्टाफ तरी होता कुणाच? तीन जणांचा. भक्तीचा असिस्टंट जयेश, एक क्लार्क राधिका आणि एक ऑफिसबॉय गजा.

जयेशने भक्तीची माहिती इकडूनतिकडून मिळवली होती. एक-दोन वेळा तिला न्यूजपेपर असोसिएशनच्या पार्टीतही ओझरती पाहिली होती. पण तिची क्वॉलिफिकेशन्स आणि इतर माहिती यांची त्याला ओळख नव्हती. तिच्या बायोडेटावरून त्याला कळलेली तिची माहिती इंप्रेसिव्ह होती. एम. बी. ए. केल्यानंतर जरनॅलिझमचा कोर्स करून ती 'इंडियन टाइम्स' मध्ये लागली. तिथे काम करत असताना तिने कॉम्प्युटरचे तीन कोर्स पूर्ण केले. सॅप आणि सिग्मा सिस्टिमही पूर्ण आत्मसात केली होती. 'इंडियन टाइम्स' मधल्या त्याच त्यापणाचा कंटाळा आला होता. किती वर्षं तेच ते करायचं म्हणून आणि शिवाय इथे 'जनमानस' मध्ये मोठं डेसिग्नेशन मिळणार होतं. या कारणाने भक्ती त्याची बॉस बनणार होती. जयेश मनोमन दबकला, पण तो तिला खूश करणार होता. बॉस खूश झाला तर प्रमोशन्स, इन्क्रिमेंट्ससाठी काही प्रॉब्लेम येणार नव्हता. भक्ती जॉइन होण्याच्या दिवशी त्याने नेहमीपेक्षा जास्त वेळ घालवून आपली तयारी केली. आधीच उत्तम स्मार्ट दिसणारा जयेश त्या दिवशी अधिकच हँडसम दिसत होता. गुलाबाचा मोठा बुके घेऊन तो ऑफिसच्या वेळेपेक्षा दहा मिनिटं आधीच पोचला.

दहाच्या ठोक्याला भक्ती आपल्या खुर्चीवर बसलेली होती. पाच मिनिटांनी जयेश बुके घेऊन तिच्या केबिनमध्ये गेला. तिच्या हाती बुके देत तो म्हणाला,

"गुड मॉर्निंग भक्ती मॅडम, ऑल द बेस्ट."

"ए, काय रे नाव तुझं? जयेश ना? हे मॅडम, अहो-जाहो वगैरे विसरून जा बरं का. मी सगळ्यांना अरे-जारे करते, एकेरी नावाने हाक मारते आणि मलाही इतरांनी तसंच बोलवावं. अनुपमलाही एकेरीच नावाने हाक मारते-बोलते.

यू सी, वी शुड बी फ्रेंड्स.''

भक्ती अस्खलित इंग्रजीत घुसली. गजाने अनुपमकडून आलेला ऑर्किड्सचा बुके पुढे केल्याने तिचं बोलणं थांबलं. त्यासोबतच्या पाकिटातली चिठ्ठी तिने बाहेर काढून वाचली आणि हसत सुटली. चिठ्ठीत अनुपमने लिहिलं होतं, ''डॉक्टर, रिकव्हर दि रिकव्हरी प्लीज. माय बेस्ट विशेस. मे युवर डिपार्टमेंट रेस्ट इन पीस. आमेन!'' तिने हसत ती चिठ्ठी जयेशला दाखवली. तोही हसला अदबीने. तिने तातडीने अनुपमचे आभार मानण्यासाठी इंटरकॉमचं बटण दाबलं आणि ''अनुपम, हाऊ नाइस ऑफ यू! थँक्स अ लॉट.'' म्हणत इंग्रजीतली चटरपटर मांडली. अग्रगण्य मराठी वर्तमानपत्र असलं तरी 'जनरल कॉन्व्हर्सेशन' इंग्रजीतूनच व्हायचं.

तासा-दीड तासाने फुलांचा मोठा गुच्छ घेऊन नाबरिया शेठ तिथे हजर झाले. तिचं मन:पूर्वक स्वागत करायला ''हार्टिएस्ट कॉंग्रॅच्युलेशन्स भक्ती मॅडम, आता तुम्ही आलात म्हणजे आमचं काम झालंच म्हणायचं.'' म्हणत त्यांनी तिच्या हाती फुलांचा गुच्छ दिला. भक्तीने खुर्चीतून उठत तो स्वीकारला. त्यांना धन्यवाद दिले आणि बसायला सांगितलं. तिने नाबरिया शेठची ओळख करून देणाऱ्या जयेशच्या हाती काहीतरी खरडून कागदाचा कपटा दिला. जयेशने तो वाचून तिथून काढता पाय घेतला आणि चिठ्ठीत लिहिल्याप्रमाणे दुसऱ्या एका केबिनमधून तिला इंटरकॉमवरून नाबरिया शेठची माहिती द्यायला सुरुवात केली. भक्ती फक्त हुंकार भरत होती.

''भक्ती, हे नाबरिया शेठ विथ वॉर्म्थ ॲड एजन्सीचे मालक. बरंच बिल थकलंय, नेमकं सांगायचं तर सहा लाख त्र्याहत्तर हजार. गुंदेचा शेठच्या बरोबरचे. व्यवसायातल्या सहवासाने त्यांची मैत्री झाली. 'जनमानस' उभा राहताना गुंदेचा शेठना बरीच मदत केली. त्यांच्याकडून बऱ्याच गुजराथी-कच्छी, मारवाडी लोकांच्या जाहिराती येतात. बिलाचे चेक येत नाहीत; मात्र रिलीज ऑर्डर्स भरपूर येतात. नॅशनल लेव्हलचं क्लायंटेल आहे त्यांचं. गुंदेचा शेठची चिठ्ठी आणली असेल. तिथून अनुपमसरांनाही फोन करतील. पण अजिबात बधायचं नाही. सवलत द्यायची नाही. कुणाच्याही शिफारशीने नाही. केस कन्सिडर करायचा फक्त देखावा करायचा. ही सगळी आमच्या ओळखीची माणसं आहेत. किंबहुना इतक्या वर्षांच्या ओळखीने आम्हा कुणालाच या अशा एजन्सीजशी कडकपणे वागणं जमणार नाही. लोकांच्या शिव्यांचं धनी कुणाला तरी बाहेरच्या माणसाला होणं सोपं असतं. त्याचा बागुलबुवा उभा करता येतो. म्हणून तर बहुतेक

बाहेरच्या माणसाची अपॉइंटमेंट केली रिकव्हरी मॅनेजर म्हणून.'' जयेशच्या शेवटच्या वाक्यावर भक्ती चमकली. आपल्या नेमणुकीला असाही एक पैलू आहे तर! ओके! हरकत नाही. स्वीकारलेली जबाबदारी उत्तमपणे पार पाडायलाच हवी. तिने 'थँक्स' म्हणून फोन ठेवला.

''बोला सर'' म्हणत तिने नाबरिया शेठना हाताने खूण केली. जयेशही तोवर तिथे येऊन उभा राहिला होता. भक्तीला काही इन्फर्मेशन लागली तर लगेच द्यायला जयेश तिच्यापासून फूटभर अंतरावर होता. भक्तीला आधी खूप कॉन्शस व्हायला झालं. मग ती त्याने लावलेल्या किलर सेंटच्या मंद सुवासाने रिलॅक्स झाली. तिने प्रयासाने नाबरिया शेठकडे आपला मोहरा कायम केला. ती फार खोलात जाणार नव्हती. आज ती तमाम लोकांवर आपलं फर्स्ट इंप्रेशन पाडणार होती. इंप्रेसही होणार होती.

नाबरिया शेठशी भक्ती फक्त सौजन्याने बोलणार होती. त्यांना कुठलीही सवलत किंवा मुदतवाढ देणार नव्हती. त्यांच्या थकलेल्या बिलाची वसुली कशी लवकर करता येईल, ते ती पाहणार होती. खरं म्हणजे तेच तिचं काम होतं. त्यात कसूर करून चालणारही नव्हतं. हा टोटली रिझल्ट ओरिएंटेड जॉब होता. एखाद्या वेळेस अनुपम या केसकडे टेस्टकेस म्हणून पाहत असायचा. आता अशीच मॅटर्स निपटायला लागणार आहेत. ओव्हरड्यू क्रेडिट्स! मग त्या चर्चेचा साकळलेला कळकट कंटाळा. तीच ती डोकं उठाऊ बोलणी. त्याचं रँ रँ करत बोलणं, गाऱ्हाणं गाणं, सध्या कसा स्लॅग आहे, क्लाएंट्स कशी बिलं थकवतात, पैसे कसे देत नाहीत याचीच रेकॉर्ड लावणारे हे एजन्सीमालक. भक्तीला पहिल्या दिवशीच हे सगळं नकोनकोसं वाटत होतं. बरं, या रिकव्हरीच्या कामाचा उरका पाडताना या एजन्सीमालकांना दुखवूनही चालणार नव्हतं. पुढच्या जाहिरातींची सोय बघायला हवी. त्याबरोबरच आधीच्या जाहिरातींची बिलं वसूल करायला हवीत. 'जनमानस'च्या जाहिरातदारांची ही पहिली पिढी. त्यांचा मानही राखायला हवा. इतर सर्व कामांसाठीही म्हातारी खोडं आपले तगडे तरणे असिस्टंट्स पुढे करायचे; पण या रिकव्हरीच्या कामासाठी मात्र स्वत: रडत रखडत येणार. सगळेच उतारवयाकडे वाटचाल करणारे, टकले, तुपट चेहऱ्याचे, पिवळ्या तपकिरी किडलेल्या दातांचे किंवा फटफटीत पांढऱ्या अतिसुबक कवळ्यांचे. फक्त टेबलाच्या रुंदीएवढं अंतर राखत माना वेळावणारे त्यांचे चेहरे. ओघळलेल्या ओठांचे, पिकल्या दाढीमिश्यांचे, जाड भिंगाच्या बटबटीत नजरेचे.

भक्तीला तिटकारा आला. तिने नाबरिया शेठना कटवायचं ठरवलं.

''नुकताच चार्ज घेतलाय. पुढे निवांतपणे भेटून नक्की सोल्यूशन काढू'', असं सौजन्यपूर्ण बोलत आणि खोटं खोटं गालभर हसत तिने त्यांना सांगून टाकलं आणि लागलीच संधी मिळल्यासारखी ''थँक्स फॉर द कोऑपरेशन'' म्हणत फोन उचलला. नाइलाज झाल्याने चकित नजरेने नाबरिया शेठ मान खाली घालून निमूट निघाले.

तिने कुणालाच न करायचा फोन खाली ठेवला. जयेशकडे पाहून ती हसली. समर्थन मागितल्यासारखी. त्यानेही हसून तिला दुजोरा दिला. तिला बरं वाटलं. तिने त्याला नीट निरखलं. म्हणाली, ''जयेश आता मला तूच सांग, ही रिकव्हरी इतकी कशी तुंबून राहिली किंवा हाताबाहेर का गेली?''

''भक्ती, हे जे सगळे बिल तुंबवणारे एजन्सी, मालक आहेत ते एकतर गुंदेचा शेठच्या निकटचे, दूरच्या नात्यातले किंवा राजकीय पाठबळ, पार्श्वभूमी असलेले आहेत. अशी माणसं नेहमीच पैसे थकवतात. बिलं बुडवायला बघतात. त्यामुळे काय होतं...'' जयेश मनापासून तिला नेमकी अडचण, वस्तुस्थिती सांगत होता. हातवारे करत होता. त्याच्या कुरळ्या केसांची बट त्याच्या कपाळावर डुलू लागली आणि भक्तीचं चित्त उडालं त्याच्या बोलण्यावरून. ती त्याच्याकडे पाहत राहिली. तो सिरियसली समजावून सांगितल्यावर थांबला, तेव्हा ती भानावर आली. 'बराच शीण झाला' तिला वाटलं, म्हणून तिने कँटीनमध्ये जाऊन काहीतरी खाण्याची कल्पना काढली. ती म्हणतेय म्हणून जयेशही तयार झाला. भक्तीने कँटीनमधला एक कोपरा पकडला. तिथे हवा, उजेड भरपूर होता, तरीही प्रायव्हसी होती आणि मुख्य म्हणजे बाहेरचं सगळं नीट दिसत होतं.

''जयेश, आता तू माझा असिस्टंट आहेस. आपली तशी ओळख अनुपमने आधीच करून दिली आहे. एकमेकांना व्यवस्थित ओळखायला आपल्याला वेळ लागणार असला, तरी आपण आत्ता आपली थोडीफार माहिती देऊ शकतो. हो की नाही?'' तिने कॉफी पिताना विषयाला सुरुवात केली. ''कुठे रे राहतोस तू?'' तिने विचारलं, ''टिळकनगरमधल्या बागेपाशी मी राहते. तू?''

''त्याच्यापुढे दोन किलोमीटर अंतरावर समर्थ शाळेपाशी विजयनगरमध्ये अभिजित अपार्टमेंट तिसरा मजला.'' त्याने पत्ता सांगावा तसं सांगितलं, ''टू बेडरूम्स फ्लॅट आहे माझा.''

''कोण कोण असतं घरी? आईवडील आणि....'' भक्तीने प्रश्न विचारला आणि मग त्यांच्या गप्पा रंगल्या.

जयेश आणि जुई दोघंच तिथे राहत होते. दोनच वर्षांपूर्वी त्याचं लग्न

झालं होतं. जयेश ग्रॅज्युएट झाल्यावर लगेचच 'जनमानस' मध्ये लागला आणि मग पोस्ट ग्रॅज्युएशन, एम. बी. ए. वगैरे करून अकाउंट्स सेक्शनमधला महत्त्वाचा मोहरा होऊन राहिला होता. अकाउंट्स सेक्शन, ॲडव्हर्टिजमेंट डिपार्टमेंटचा जवळजवळ आठ वर्षांचा अनुभव आणि इतर ॲक्टिव्हिटीजमध्ये रस असलेला आणि प्रावीण्य असलेला. बॉडी बिल्डिंगपासून कविता, गाण्यांपर्यंत गती आणि कौशल्य असलेला. जयेश चतुरपणात थोडा कमी होता पण एकंदरीत दिलखुलास आणि आवेगात वाहणारा, मनस्वी, मनमौजी.

भक्तीनेही आपली ओळख सविस्तरपणे मांडली. आईवडिलांची एकुलती एक मुलगी. रोमँटिक नेचरची. एवढ्यातेवढ्यानेही प्रेमात पडणारी. जिमची आवड असणारी. कष्टाला मागेपुढे न पाहणारी, जिद्दी, इरेला पेटली तर वाट्टेल ते करून ते हस्तगत करणारी, एकारलेली, लहान वयात आईवडिलांच्या विरोधाला न जुमानता वीरेनशी लग्न केलेली. प्रेमाचा बहर ओसरून गेल्यावर, मतभेद हाताबाहेर गेल्याने घटस्फोट घेतलेली आणि मग शिक्षणात करियर करत नोकरीतही झेप घेणारी. नो नॉन्सेन्स टाइप. इकेबानाची आवड असणारी आणि कविता करणारी. दोघांची कवितेची आवड आणि त्यातली गती जुळल्यावर त्यांनी एकमेकांना आपसूक टाळी देत हातमिळवणी केली. चाळिशीतल्या भक्तीला तिशीच्या आतल्या जयेशबद्दल जिव्हाळा वाटू लागला. मैत्री निर्माण झाली. तासा-दीड तासात आपलेपणा निर्माण झाला.

पुढचे तीनएक आठवडे भक्तीने अकाउंट्सच्या माणसांशी बोलण्यात, त्यांच्या अडचणी जाणून घेण्यात घालवले. बऱ्याच जणांना बोलतं केलं. डिपार्टमेंट मॅनेजर्स, एकंदरीत व्यवस्थेत मान असलेल्या महत्त्वाच्या व्यक्ती अशा बऱ्याच जणांशी तिने संवाद साधला. बाहेरच्या वर्तमानपत्रांतून 'जनमानस' मध्ये आलेल्यांविषयी असलेली थोडीशी अढी, गौणत्वाची भावना निपटली जायला त्याची मदत झाली. मनमोकळ्या बोलक्या स्वभावामुळे तिच्याबद्दल मत बरं व्हायला लागलं. भक्तीही बऱ्यापैकी रुळली. आधीच्या कामापेक्षा तिला हे काम वेगळं, बरं वाटायला लागलं.

आधी 'इंडियन टाइम्स' मध्ये असताना तिच्याकडे इव्हेंट मॅनेजमेंट आणि प्रमोशनल कामाची जबाबदारी होती. अक्षय्य तृतीया, गुढीपाडवा, दिवाळी, गणेशोत्सवाच्या वेळेला जाहिरातदारांचा मेळावा घेणं, प्रदर्शनं भरवणं, स्पर्धा आयोजित करणं आणि सरसकट सगळ्यात छान-मस्त दिसत हसरी छबी मिरवणं, फोटोत झळकणं, दुसऱ्या दिवशी ते फोटो इंडियन टाइम्समध्ये पाहणं,

असा सगळा गोड गोड मामला होता. तीच जबाबदारी होती. कुणी पाककृतीच्या प्रदर्शनासाठी, कुणी रांगोळीच्या स्पर्धेसाठी, तर कुणी छोट्या जाहिरातींच्या डेपोच्या उद्घाटनासाठी गळ घालत मागे लागत. मग छान समारंभी कपडे घालून ऑफिसला जाऊन कार्ड पंच करून ऑफिसच्या गाडीतून त्या ठिकाणी जावं लागे. तिथलं आदरातिथ्य, मिळणारा मान, पुढेपुढे करणारी माणसं सगळं हवंहवंसं होतं. या सगळ्या प्रकारात लाभणारा तरण्या, देखण्या माणसांचा सहवास भक्तीला सुखावून जायचा. तिला हुरहुर लावायचा. मग त्या नशेत भरपूर डुंबून झाल्यावर तिला याचाही कंटाळा यायला लागला. आपली प्रगती कुंठित व्हायला लागलीय असं वाटायला लागलं आणि मग अनुपमची गाठ पडली.

'जनमानस'मध्ये लागून महिना होऊन गेल्यावर भक्तीला अनुपमकडून बोलावणं आलं. ती लागलीच तिसऱ्या मजल्यावरच्या त्याच्या एसी केबिनमध्ये गेली.

"ये, ये भक्ती. बस." अनुपमने तिचं स्वागत केलं. "थँक्यू" म्हणत सोबत आणलेली फाईल तिने त्याच्या टेबलावर ठेवली आणि अनुपम काही बोलायची वाट पाहू लागली.

"कसं काय चाललंय? एनी थॉट गिव्हन? रिकव्हरीचं काम कटकटीचं आणि नकोसं वाटतं, पण करायला तर हवं. ज्यांच्याकडून रिकव्हरी करायची त्यांच्या मनात कडवटपणा न राहता हे काम करायला हवं. हे काम करताना पुरुषी हडेलहप्पी, मुद्दागुद्दी, शिव्यागाळी उपयोगी नाही पडायची. हलक्या हाताने हे कुसळ निघायला हवं... सक्ती वाटता कामा नये. म्हणून तर तुझी निवड केलीय या स्किलफुल कामासाठी. अँड आय नो, यू विल डेफिनेटली प्रुव्ह युवरसेल्फ फॅब्युलसूली! तुझ्या व्यक्तिमत्त्वाने आणि बोलण्याने त्यांना रिकव्हरीची कडवट गोळी गिळताना त्रास होणार नाही..." हसत हसत त्याने दिलेली ही कॉम्प्लीमेंट तिने स्वीकारली. त्याच्या या शेऱ्यावर हसत तिने बोलायला सुरुवात केली.

"या! आय हॅव गिव्हन अ थरो थॉट. मला दोन-तीन गोष्टी तुझ्या नजरेस आणाव्याशा वाटतात. पहिली गोष्ट म्हणजे बिल थकवणाऱ्या या एजन्सीज मुद्दामहून बिल थकवताहेत की खरोखर अडचणीत आहेत, हे बघायला हवं. म्हणजे त्यातल्या जेन्युइन प्रॉब्लेममधल्या कुठल्या आणि आपली बिलं तुंबवून इतर ठिकाणी पैसा वळवणारे कुठले हे नक्की करायला हवं. जे खरंच अडचणीत असतील त्यांच्याशी नरमाईने, सहकार्याने वागायला हवं. इतरांशी कडकपणे वागायला हवं. वी वुड नॉट स्पेअर देम!"

ज्यांना खरोखर पैसे लगेच देणं शक्य नाही त्यांना सवलत, हप्त्या-हप्त्याने पैसे भरण्याची सुविधा द्यायला हवी. त्यांच्या जाहिराती बंद न करता छापायला हव्यात. म्हणजे त्यांना त्यांच्या धंद्यातून देणी देता येतील. लागल्यास त्यांना जाहिराती दिल्यानंतर मिळणारं सगळंच्या सगळं कमिशन, बिलापोटी वळतं करता येईल.''

''आणि देणी न फेडणाऱ्यांसाठी काय करायचं?'' अनुपम तिच्या बोलण्यात रस घेऊन म्हणाला, पुढे झुकून टेबलावर कोपरं टेकवत तो पुढचं उत्सुकतेने ऐकू लागला.

''त्यांना आधी व्यवस्थित समज देऊ. नाहीच ऐकलं तर त्यांच्या जाहिरात कंपन्यांकडे त्यांच्याबद्दल तक्रार करू. पुढच्या जाहिराती दुसऱ्या ॲड एजन्सीमार्फत पाठवायला सांगू आपल्याकडे. हातून कंपन्या जातील म्हणताना ते हादरतीलच. त्यातून नाहीच ऐकलं तर न्यूजपेपर असोसिएशनकडे तक्रार नोंदवू आणि त्यांच्या जाहिराती कुठेच छापून येणार नाहीत हे बघू.'' आवेशाने भक्ती बोलली.

''हे सगळं करण्यापेक्षा त्यांच्यावर रीतसर नोटिसा बजावू, कोर्टात खेचू.'' भक्तीकडे रोखून बघत अनुपम म्हणाला, ''आपल्याकडे लीगलचे लोक आहेतच की यासाठी.'' अनुपमने पुस्ती जोडली.

''पण ती एजन्सी कायमची कडवटपणा धरून बसेल. 'जनमानस' बद्दल पैसे वसूल व्हायला हवेत हे नक्की; पण त्याचबरोबर आपले हितशत्रू निर्माण व्हायला नकोत. संबंधातला ओलावा टिकायला हवा. व्यवहाराच्या वाटचालीत ती हिरवळ तुडवली जाऊ नये. शिवाय कोर्टकचेऱ्यांचा खर्च, त्यांचा वैताग लागणारा वेळ, त्यासाठीच्या स्टाफचा पगार, सगळं पाहता सामोपचाराचा मार्ग दोन्ही पक्षांच्या सोईचा वाटतो.''

''तू ना भक्ती, लवकरच तुझ्या डिपार्टमेंटची वाट लावणार!'' अनुपमच्या या कॉमेंटमधली खोच कळून भक्ती गालभर हसली. आपण काम करतोय ते डिपार्टमेंटच बंद पाडणं हेच सगळ्यात मोठं काम, यातल्या विसंगतीचं तिला हसू आलं. ''हो, पण अनुपम डिपार्टमेंट बंद पाडताना हाती लागलेल्या इररेग्युलॅरिटीजचं काय, गैरप्रकारांचं काय करायचं? त्या तशाच चालू राहिल्या तर गळती लागेल पैशांना जनमानसच्या.'' ती पुढे म्हणाली.

''नो, नो! तू सगळी सिस्टीम तपासून फुलप्रुफ बनवण्यासाठी एक रिपोर्ट बनव. तो अमलात आणला जाईल. धिस इज माय प्रॉमिस. पण तो बनवतेयस हे कॉन्फिडेन्शियल ठेव म्हणजेच तुला ट्रू पिक्चर मिळेल. त्यात कुणाकडे दोष

जात असेल, तर त्याला घरी बसवू. झालेलं नुकसान त्याच्या बेनिफिट्समधून रिकव्हर करू. त्यासाठी जयेशचीही मदत घेऊ नकोस. हे काम कुणाच्याही नकळत कर. माझा ग्रीन सिग्नल आहे त्यासाठी तुला. त्याचं रिपोर्टिंग तू मला एकट्यालाच कर पण.'' अनुपमच्या गोल तुपट चेहऱ्यावर निर्धार दिसत होता. तेलकट काळ्या कुरळ्या केसांचा भांग, गोल चेहरा, मोठे लांबट डोळे, सांगड्यासारखं नाक आणि भुवयांमधलं मारवाडी पद्धतीचं गंध यावरून त्याच्याबद्दलचं मत कुणीही बनवू नये, असं भक्तीला वाटून गेलं.

जयेश आणि भक्तीचा रॅपो चांगला जमू लागला होता. कामाबरोबरच गप्पा मारायची आवड दोघांनाही होती. भक्तीला आपणही त्याच्या तरुणाईच्या उत्साहाने जास्त ॲक्टिव्ह होतो आहोत, असं वाटत होतं. रिकव्हरीच्या प्रश्नावर तिने आता काही उपाय अमलात आणायला सुरुवात केली. एक दिवस एजन्सीकडे निघालेल्या जयेशला थोडं थांबायला सांगितलं. त्याच्याबरोबर निघायची तयारी करत ती म्हणाली,

''जयेश, मी पण येतेय तुझ्याबरोबर. बरेच दिवस झाले मला जॉइन होऊन. थोडी स्ट्रॅटेजी बदलून बघू तर खरं. बघूया लोक कसे रिॲक्ट होतात ते. आपण बिल थकवणाऱ्या एजन्सीजच्या मालकांना इथे बोलावून घेतो. आरोपींना पिंजऱ्यात उभं करावं तसं. त्यापेक्षा आपण त्यांच्या ऑफिसमध्ये गेलो तर त्यांची रिॲक्शन वेगळी होईल. पॉझिटिव्ह ॲटिट्यूड तयार होईल आपल्याकडे पाहण्याचा. को-ऑपरेटच करतील ते. आपण 'जनमानस' मध्ये नेहमीच जातो; पण 'जनमानस'ची माणसं आपल्याकडे आली, असं चांगलं इंप्रेशन होईल त्यांचं. हो ना?'' मोबाईल, पर्स घेऊन ती जयेशच्या बाईकवर बसून निघालीही. तिने नाबरिया शेठच्या 'विथ वॉर्म्थ' कडे जाण्यासाठी सांगितलं. जयेशने चकित होऊन तिच्याकडे पाहिलं आणि गाडी पिटाळली.

रस्त्यातल्या खड्ड्यांतून जाताना बाईक वरखाली उडत होती. आपटत-आदळत होती. जयेशला भक्तीचे धक्के बसत होते. अखेर तिने आधारासाठी त्याच्या मांडीवर हात ठेवला. सहज - अगदी सहज. जयेशचं अंग आपसूक चोरलं गेलं.

नाबरिया शेठने भक्तीला ऑफिसमध्ये येताना पाहिलं. ते चक्रावलेच. बाहेर येऊन त्यांनी भक्तीचं ''या या मॅडम, आपण कशाला आलात! आमचं भाग्य मोठं.'' या टाइप बोलत स्वागत केलं. फॅंटा मागवला. एसी लावला.

नाबरिया शेठशी भक्ती आधी इकडचंतिकडचं बोलली. मग थोडा वेळ

व्यवसायासंबंधी बोलली. 'जनमानस'च्या अडचणी समजावून सांगितल्या. त्यांना पेमेंटची विनंती केली. शेवटी प्रत्येक रिलीज ऑर्डरबरोबर दहा हजारांचा चेक अशी तडजोड झाली. नाबरिया शेठ तिच्याबद्दल कृतज्ञ झाले. जयेशही बघत राहिला.

मग दुसरी ॲड एजन्सी दुसऱ्या दिवशी.

त्या दोघांची निरनिराळ्या ठिकाणी जायला सुरुवात झाली. भक्ती जयेशच्या निकट जायला लागली. जयेश अंतर ठेवून वागत होता. अंग चोरत होता. भक्तीच्या सादाला अल्प प्रतिसाद देत होता. तेवढं सोडलं तर भक्तीची सगळी कामं तो इमानेइतबारे करत होता.

त्यात तिच्याबरोबर ती म्हणेल तिथे जाणं-येणं, तिला रोज येता येता ऑफिसमध्ये घेऊन येणं, सोडणं, तिच्याबरोबर डबा खाणं वगैरे वगैरे. कितीही वेगळा अर्थ काढायचा नाही म्हटलं, तरी इतरांच्या नजरेला ते काही ठीक दिसेना. 'जनमानस'मध्ये त्यांची चर्चा 'मेहुण' म्हणून व्हायला लागली. मित्रांपासून तो अलग पडू लागला. भक्तीसाठी घरून डबा आणू लागला. नाटक-सिनेमाला तिला कंपनी देऊ लागला. फास्ट फूड जॉइंटमधून तिच्यासाठी बर्गर्स, सामोसे आणून देऊ लागला. भक्तीच्या पर्सनॅलिटीच्या प्रभावाखाली तो हे करत राहिला,. वेडावला गेला. लोकांमध्ये कुजबुज सुरू झाली. त्यात किंचितही तथ्य नव्हतं. या तथ्य नसल्याचंच बऱ्याचदा भक्तीला वाईट वाटायचं. जुईचंही या गोष्टीला काही ऑब्जेक्शन नसावं. एकतर तिला शंभर टक्के खात्री होती जयेशची आणि तिला त्यात हवंनको सुरू झाल्याने ऑफिसमधल्या या कुजबुजीची गंधवार्ताही नव्हती. जयेशचं बोलणंही जुईभोवती गुरफटलेलं असायचं.

दिवसेंदिवस एकत्र काम करताना कितीही नाहीनको म्हटलं, तरी सहवासाने भक्ती जयेशकडे ओढली जाऊ लागली. जाता जाताचे तिचे त्याला होणारे सहज स्पर्श ओझरते न होता रेंगाळू, स्थिरावू लागले. त्याचा दंड धरून ती कधीकधी त्याला थांबवू लागली, तर कधी विनोदी किश्शानंतर तिची हलकी थाप त्याच्या मांडीवर पडून राहू लागली. त्याचा सहा फूट उंचीचा जरासा शिडशिडीत देह, सपाट पोट, कोणत्याही कंपनीचा शर्ट फक्त त्याच्यासाठीच माप घेऊन शिवला आहे असं वाटण्याजोगं सौष्ठव, छातीची रुंदी, तिच्या नजरेत भरून राहिले होते. दंडावरच्या चपळ पुष्ट बेटकुळ्या एवढ्या तेवढ्याने डुबळूक चुबळूक हलायच्या. फेडेड जीन्समधून उठून दिसणाऱ्या लांबोळ्या भरीव मांड्या. जीन्समधूनही त्यांच्या पटांची दडस सरसर दिसायची. रुंद मनगटं, काळीभोर जाड मिशी,

केसांचं लालसर झाक असलेलं अस्ताव्यस्त जंगल, नवीन फॅशनप्रमाणे खालच्या ओठाखालची फुलवातीएवढी दाढी, सगळ्यावर कडी करणारा कमी दुधाच्या कॉफीसारखा दाट सरसकट रंग... भक्तीची नजरबंदी व्हायची. मग मन तिच्या श्वासावर आरूढ व्हायचं. डोळे विवेकाकडे डोळेझाक करायचे, पण सूचक सौम्य इशारे त्याला कळेनात म्हटल्यावर भक्तीने दमादमाने अगदी मंद गतीने सगळं घ्यायचं ठरवलं.

किंबहुना तिला तसला पुढाकार घेणं मुश्कील व्हावं असं काहीसं घडून आलं. एक दिवस दुपारी तिला अनुपमकडून बोलावणं आलं. काय काम असावं अशा विचारातच ती तिसऱ्या मजल्यावर गेली. अनुपमच्या समोर एक मध्यमवयीन बाई बसल्या होत्या. त्यांच्या शेजारच्या खुर्चीत बसण्यासाठी अनुपमने तिला खूण केली आणि ओळख करून दिली. "भक्ती, या वरदा घोगले, भारतीय नारीमंच संघटनेच्या नागपूरच्या विभागाच्या सचिव. आणि वरदाताई, या भक्ती भवाळकर, आमच्या रिकव्हरी मॅनेजर." अनुपमने करून दिलेल्या ओळखीनंतर वरदा घोगल्यांनी संभाषणाची सूत्रं आपल्या हाती घेतली.

"भक्तीताई, मी महिलांसाठी काम करणाऱ्या संघटनेची कार्यकर्ती आहे. तुम्हाला माहीत असेलच ९७ सालच्या सुप्रीम कोर्टाच्या निर्णयानुसार किंबहुना आदेशानुसार प्रत्येक ऑफिसमध्ये महिलांच्या लैंगिक छळवणुकीच्या तक्रारी ऐकणारी वरिष्ठांची समिती असणं आवश्यक आहे. 'जनमानस'च्या या ऑफिसमध्ये तशी समिती नाही, हे माझ्या नजरेस आल्याने मी अनुपमसाहेबांना फोन करून भेटायला आले. त्यांच्याशी बोलले. त्यांना बहुतेक तुम्ही या कामासाठी योग्य वाटलात आणि..."

"हो. तूच माझ्या नजरेसमोर आलीस भक्ती. तू अगदी योग्य आहेस या कामासाठी. आपल्या या 'जनमानस' च्या छोट्या पसाऱ्यासाठी तुझी एकमेव सदस्याची समिती पुरी होईल या कामासाठी. आपल्याकडे स्टाफमध्ये महिलांची संख्या फारतर दोन आकड्यांची. त्यासाठी एकसदस्य समिती ठीक राहील. मी आजच सर्क्युलर काढतो आणि सगळ्या डिपार्टमेंट्सच्या डिस्प्ले बोर्डावर लावायला सांगतो. गो अहेड. तुला काही समितीच्या कामकाजाची पद्धत, माहिती हवी असेल तर वरदाताईंशी बोलून घे निवांतपणे." अनुपमने कॉफी सांगितली.

नंतर एक-दोन दिवसांनी भक्ती नारी मंचच्या नागपूर शाखेत जाऊन वरदा घोगलेंशी बोलली. त्यांनी बरीच माहिती दिली. भारतभर महिलांचा कामाच्या ठिकाणी लैंगिक छळ कसा होतो, त्याची आकडेवारी त्यांनी तिला समजावून

दिली. लैंगिक छळाच्या तक्रारी कशा वाढताहेत, लैगिक छळ प्रतिबंधक कायदा कसा आणि कधी संमत झाला, त्यासाठी भारतीय महिला आयोगाने कसा लढा दिला, लैंगिक छळवणुकीबद्दल मिळणाऱ्या शिक्षा काय काय आहेत आणि लैंगिक छळ या कलमात कोणकोणत्या गोष्टी येतात, ते सांगितलं. अंगचटीला येणं, अंगाला भिडणं, विनयभंग वगैरे प्रकारांपासून अश्लील हावभाव करणं, वाईट इशारे करणं, बोलणं वगैरेपर्यंत सगळे प्रकार त्यात समाविष्ट होते. अधिकाराचा वापर करून लैंगिक सुख मिळवणं हा त्यातला सगळ्यात गंभीर अपराध. त्याला शिक्षाही तशीच भारी होती. भक्तीने सगळं लक्षपूर्वक ऐकलं. तिला समितीचं काम समजावण्याच्या लेक्चरमध्ये त्या गोष्टींचा खूप उपयोग होणार होता.

"या कायद्याच्या बडग्याने बऱ्याच पुरुषांना शिक्षा दिल्या गेल्यात. कित्येकांना राजीनामे द्यायला सांगितले मॅनेजमेंटने, वरच्या अधिकाऱ्यांनी. बऱ्याचशा केसेस उघडच होत नाहीत. मग कोर्टात जाणं वगैरे लांबच. बायका सुरुवातीला एवढ्या-तेवढ्या गोष्टीतून सुरू होणारा हा छळ सहन करतात. जाऊ-दे, जाऊ-दे करतात आणि मग त्यांचा बॉस-मालक किंवा सहकारी आणखी धीट होतो. चेपायला बघतो आणि मग तो प्रसंग घडतो. बरं, प्रसंग उघड केला तर आपलीच अब्रू जाईल, बभ्रा होईल किंवा आपल्यालाच लोक नजरेने टोचतील, ही भीतीही असते. त्याने त्या अर्धमेल्या होतात. काहींना मानसिक समस्या ग्रासतात, तर काही आपला काहीच अपराध नसताना बेअब्रूच्या, बदनामीच्या भयाने नोकरी सोडतात. मग ते पुरुष आणखी मोकळे सुटतात. बदनामी न होता, उघड न होता अशा समितीच्या सहाय्याने फक्त त्या नेमक्या पुरुषाला जाब विचारला जातो. परिणामांची जाणीव दिली जाते आणि त्याची बदली केली जाते. एकूण त्या बाईला न्याय मिळतो. शिवाय गवगवाही होत नाही. म्हणून अशा समित्या जिथे जिथे महिला काम करतात, तिथे कार्यरत करण्याचा आदेश सर्वोच्च न्यायालयाने दिलाय." वरदाबाईंनी त्यांच्या नेहमीच्या बोलण्यातला प्रचारकी भाग भक्तीला सांगितला.

रात्री टीव्ही बंद करून उशी डोक्याखाली घेऊन भक्तीने मासिक वाचायला घेतलं. आवडीचा कवितांचा विभाग वाचून काढल्यावर तिच्या डोक्यात दुपारचा वरदाबाईंच्या बोलण्यातला भाग डोकावून गेला आणि त्या वेळी मोठ्या प्रयासाने दाबून ठेवलेला प्रश्न झपकन वर आला.

'वरिष्ठ पुरुषच फक्त कनिष्ठ महिलेचा लैंगिक छळ करू शकतो का?

वरिष्ठ महिला काय कनिष्ठ पुरुषाचा लैंगिक छळ करत नसतील?' भक्ती तटकन उठून बसली. तिच्या डोक्यात निरनिराळे प्रश्न भिरभिरायला लागले. सगळे कायदे तर अशा पद्धतीने बनवले होते, की वरिष्ठ नेहमी पुरुषच असतात आणि ते हाताखालच्या महिलांची लैंगिक छळवणूक करत असतात. कायदे बनवणारे अजूनही पंचवीस वर्षं मागे आहेत. त्यांनी महिला नोकरी करताहेत हे गृहीत तर धरलंय; पण त्या वरिष्ठ पातळीवर बऱ्याच संख्येने पोचल्या आहेत ही वस्तुस्थिती त्यांच्यापर्यंत पोचलेली दिसत नाहीये. त्या सगळ्याच काही सद्वर्तनी असणार आहेत थोड्याच? बऱ्याच जणी तशा असतीलही; पण काहीजणी तरी नक्की आपल्या पदाचा गैरफायदा घेत असणार. कोणत्याही प्रकारची, कोणत्याही प्रमाणातली सत्ता माणसाला गैरफायदा घ्यायला प्रवृत्त करतेच आणि त्या प्रवृत्ती होतच असणार कधीतरी. असं ना तसं.

पण पुरुषांची लैंगिक छळवणूक होते का? अवघड प्रश्न. समजा, एखाद्या लेडी बॉसने आपल्या असिस्टंटला, सबॉर्डिनेटला डोळा मारला, शीळ घातली किंवा सूचक आविर्भाव केले आणि त्याच्याकडून काम करवून घेताना त्याच्या अंगाला हेतुत: स्पर्श करून तो रेंगाळत ठेवला किंवा नुसतं त्याच्याकडे आशाळभूत नजरेने पाहून उसासे सोडले तर तो अस्वस्थ होईल, बावचळून जाईल, त्याची मानसिक स्थिती सैरभैर होईल. अशा सिच्युएशनला तो कसा तोंड देईल? तो थोडाच अशा परिस्थितीत तिच्याही वरिष्ठांकडे जाईल? सगळे हसतील त्याला! त्याची टर उडवतील, बायल्याही म्हणतील. 'अरे मर्दा, बांगड्या चढव मनगटांवर, असली तक्रार करण्यापेक्षा! आली अंगावर तर घे शिंगावर!' असे आणखी सल्ले देतील. कुचेष्टा करतील.

दुसरी गोष्टही घडू शकते. ती म्हणजे तो त्या बाईची कृत्यं आपल्या मित्रमंडळींमध्ये चवीचवीने चघळेल. स्वत:ला रंगीला रसूल, भाग्यवान ठरवून तशी बढाई मारेल आणि त्या बाईपुढे ते अडचणी निर्माण करून ठेवतील. किंवा कुणीही त्याच्यावर विश्वास ठेवणार नाही कारण अशा मनचाह्या गोष्टींच्या वावड्या बरेचजण उडवत राहतात. इतर लोक त्या संदर्भात त्याच्या बढाया मारतील किंवा ही बाई आपल्याला पटतेय का, ते पाहायला सगळे खडे मारून बघतील. लागला तर लागला- तिला बाजारबसवीची कळा आणतील.

विचार करणं पेलवेना, सोसवेना भक्तीला; पण तो सोडवेनाही तिला. तिला खात्री वाटू लागली की आपली कणखर मर्दानी प्रतिमा इतर लोकांमध्ये शाबूत ठेवण्यासाठी कोणताही विचारी मनुष्य महिला वरिष्ठाची तक्रार करणार

नाही! मग? काय करेल तो? तो फक्त विरोध दर्शवेल. ही विल बी रुडली रिलक्टंट व्हेन एव्हर दे आर अलोन. पण एखाद्या वेळेस, नाही नाही, नव्याण्णव टक्के वेळेला तो 'जाऊ दे ना, एवढ्याने तिचा त्रास मिटत असेल तर काय हरकत आहे', म्हणत तिच्या इच्छेला बळी पडत असेल. एखाद्या वेळेस आणि एकदाच. तिच्या नजरेसमोर जयेश आला आणि धमन्यांतून गरम रक्ताचा पूर वाहू लागला. त्याच्या आठवणीनेच ती गुदमरून गेली, कण्हू लागली. लेडी बॉसच्या जागी आपण आहोत आणि मेल असिस्टंट म्हणजे जयेशच हा साक्षात्कार तिच्या मनात स्पष्टपणे प्रकटला. येस आय वॉंट जयेश; पण आपण होऊन आलेला, कोणत्याही पद्धतीच्या इशाऱ्यामुळे नव्हे! जयेशच्या आठवणींच्या धगीने तिचं अंगांग ओलं होऊन गेलं. ती जयेशला मिळवणारच होती.

दुसऱ्या दिवशी जयेश आला नाही. थोडं बरं वाटेना म्हणून तसा त्याने फोन केला. भक्तीचं मनच रमेना. करमेना तिला. आपलं काहीतरी हरवलंय असं तिला वाटू लागलं, रिकामं पोकळ वाटू लागलं. कामही काही फारसं नव्हतं. उसासे सोडत राहण्यापेक्षा काहीतरी काम करावं, असं तिने ठरवलं. तिने दुपारच्या वेळात लैंगिक छळवणूक प्रतिबंधक कायद्याची आणि समितीची स्थापना वगैरेंची माहिती देण्यासाठी पर्सोनेल डिपार्टमेंटकडून महिलांची नावं आणि एक्सटेंशन नंबर्स मिळवले. वीस महिला होत्या नागपूरच्या 'जनमानस'मध्ये. त्या सगळ्यांना त्यांच्या बॉसेसना फोन करून नि कॉन्फरन्स हॉलमध्ये साडेचार वाजता बोलावलं. वरदाबाईंनी दिलेल्या माहितीपत्रकाच्या पंचवीस झेरॉक्स काढायला गजाला पिटाळलं.

काहीतरी काम करावं म्हणत ती कॉम्प्युटरवर बसली. कॉम्प्युटरवरचा डेटा सहज म्हणून डोळ्यांखालून घालू लागली. ॲड मेन, प्राईड ॲड्स आणि गुलबहार या ॲड एजन्सीजकडे सगळ्यात जास्त रिकव्हरी बाकी होती. तिन्ही एजन्सीजची मिळून जवळजवळ पंधरा लाखांची बिलं थकली होती. 'जनमानस'च्या पहिल्या दमदार फळीतल्या त्या जाहिरात एजन्सीज. बऱ्याच दिवसांपासून सातत्याने 'जनमानस' मध्ये त्यांच्याकडच्या क्लाएंट्सच्या जाहिराती येत होत्या. बऱ्याच वर्षांपासून म्हणायला हवं- भक्तीने स्वत:ला दुरुस्त केलं. नाबरिया शेठपासून सुरू झालेल्या ऑफिसभेटींच्या आवर्तनात त्या एजन्सीजच्या ऑफिसेसना भक्तीने भेट दिली होती. सक्सेना, बेदी आणि गावडे या एजन्सीमालकांची गाठ झाली होती. 'अगा परब्रह्म भेटले गा' अशा आविर्भावात त्यांनी भक्तीचं स्वागत केलं. तिचा भरभरून आदरसत्कार केला, आदरातिथ्य केलं. सहा महिन्यांची मुदत

दिली, भक्तीने तेव्हा ती मोठ्या दिलखुलास पद्धतीने मान्य केली. सगळं छान सुबक वाटत होतं.

तिने कॉम्प्युटर बंद करत उसासा सोडला. राधिकाला बोलावलं आणि या तिन्ही एजन्सीजची ऑफिस हिस्टरी तयार करायला सांगितली. राधिकाला ती कल्पनाच पूर्णपणे नवीन होती. भक्तीने तिला समजावून सांगितलं. त्या एजन्सीजनी किती जाहिराती दिल्या, त्यांची बिलं किती झाली, त्यांना काही सवलती दिल्या का, त्यांच्या जाहिरातींना काही विशेष महत्त्व किंवा दरात काही कट दिला होता का? कधी? आणि कुणाच्या शिफारशीमुळे? आणि एक महत्त्वाची आणि कडक सूचना दिली की, तू हे सगळं मलाच रिपोर्ट करायचं. कुणी काही विचारलं, काय करतेयसची चौकशी केली, तर अजिबात काहीही बोलायचं, सांगायचं नाही. अगदी अनुपमलाही. का कुणास ठाऊक, पण तिला या बाबतीत स्ट्रिक्टली आपण एकट्यानेच लक्ष घालावं, असं वाटत होतं.

जयेशला मोबाईल करायला तिने आपल्या मोबाईलचं बटन दाबलं. कितव्यांदा तरी आणि मोबाईल आधीसारखाच तो आउट ऑफ रेंज आहे हेच अद्यापही सांगत होता.

तिसऱ्या दिवशी सकाळी मोबाईल लागला. भक्ती भरभरून बोलायला लागली, पण जयेश थकलेला होता. जुईला तिच्या माहेरी अंबेजोगाईला सोडायला गेला होता तिचा मामा वारला म्हणून. आधीच बरं नव्हतं, त्यात ही धावपळ. तो आजही ऑफिसला येणार नव्हता, घरीच विश्रांती घेणार होता. तो नको म्हणत असतानाही भक्ती त्याला भेटायला गेली. तिला चैनच पडणार नव्हतं त्याला बघितल्याशिवाय. त्याच्या फ्लॅटची बेल चार-चारदा दाबली तेव्हा गाढ झोपेतून जागा झालेला जयेश दार उघडायला आला. अर्धवट जागा अर्ध्या झोपेत, उघडाबंब, फक्त शॉर्ट्स. भक्तीच्या छातीतली धडधड वाढली. न राहवून तिने बऱ्याच दिवसांनी भेटलेल्या मित्राप्रमाणे त्याला कवेत घेतलं. घाईघाईने त्यातली औपचारिकता उरकून त्याने तटकन त्याच्या कणखर हातांनी तिला बाजूला केलं. भक्ती मनाच्या मुळापासून दुखावली गेली. मनोमन तडफडली. चेहऱ्यावर काहीही न दाखवता "ए, काय रे हे जयेश? तुला छान मिठीत घ्यायचा विचार होता माझा, तर तू असं तोडल्यासारखं दूर केलंस. आता तू बघच, आपण होऊन कधी ना कधी मला मिठीत घेशील." असं हसत अर्धे विनोदाने अर्धे गंभीरपणे सांगितलं, 'माय फुट' एरव्ही जयेश चेष्टेनं असं म्हणालाही असता; पण भक्तीच्या विनोदाचा बुरखा घेण्यात अपयशी ठरलेल्या कठोर नजरेकडे नजर जाताच तो

गप्प झाला.

दुसऱ्या दिवसापासून जयेश 'जनमानस'ला यायला लागला. पुन्हा भक्ती त्याच्याशी नॉर्मल वागू लागली. पण तिने रात्रीच्या जागरणात ठरवून टाकलं, की जयेशला आपलं बनवायचं. कायमचं. हवं तेव्हा बोलवायचं. हवं तेव्हा... आपलंसं करायचं. तिने आपली इच्छा त्याच्याकडे नक्कीच ठळकपणे नेमकी व्यक्त केली होती. आता पहिली मुव्ह आपली झाल्यावर दुसरी मुव्ह, पुढाकार त्याने घ्यायचा आहे. नक्की घेईल. मी तो घ्यायला लावीन.

नाही, मी त्याला प्रेमाची सक्ती करणार नाही. आपसूक सगळं सरळ सुरळीत होईल, हे ती बघणार होती. त्यासाठी कितीही काळ थांबायची तिची तयारी होती. ती इरेला पेटली होती; फक्त ती ज्वाला अगदी शांत निळी छोटीशी होती. आग नेहमीसारखीच दाहक तीव्र होती तिची.

काही दिवसांतच अशी संधी मिळाली, चाहूल लागली. जुई या दिवसांत उगाचच जा-ये नको म्हणून माहेरीच राहणार होती. डबा खाताना जयेशने वैतागून तिला सांगितलं होतं. भक्ती शांत, अनाग्रही आणि अंतर ठेवून वागत होती. जयेशला ती नेहमीसारखीच पण वेगळीच वागत असल्याचं वाटत राहिलं. नेमकं त्याला उमगेना आणि वागण्यातलं वेगळेपणही सांगता येईना.

राधिका मेहनत घेऊन तीनही एजन्सीजची ऑफिस हिस्टरी तयार करत होती. दोन-तीनदा सहज म्हणून जयेश तिच्या कामात डोकावला होता; पण तिने भक्तीच्या सांगण्यावरून ताकास तूर लागू दिला नाही.

गुंदेचा शेठनं नागपुरातल्या 'जनमानस'ला जाहिरात देणाऱ्या समस्त ॲड एजन्सीजना एक दिवस पार्टी देण्याचा पायंडा अगदी सुरुवातीपासूनच पाडला होता. पंचवीस वर्षांची ती परंपरा अनुपमनेही पुढे चालू ठेवायला निर्णय घेतला होता. फक्त त्या पार्टीला कॉकटेल्सची पिसं लावली होती. त्या पार्टीसाठी भक्ती, राधिका, गजासह जयेशही हजर होता. ॲड डिपार्टमेंट तसंच अकाउंट्सचीही माणसं होती. सगळेच 'बेस्ट पॉसिबल ॲपीअरन्स वेअर' करून आले होते. चमकते, दमकते कपडे आणि नेमक्या मेकअप आणि इतर ॲक्सेसरीजसकट.

भक्तीने आज पहिल्यांदाच पांढरी जॉर्जेट साडी, पांढरा ब्लाउज घातला होता. त्यावर चंदेरी भरजरी नक्षीचे काठ होते. केसांत मोगऱ्याचा गजरा आणि गळ्यात मोत्यांचा हार. हाता-कानांतही मोत्यांचे दागिने घातले होते. जयेश पांढरे कपडे अणि काळपट मरून ब्लेझरमध्ये होता. त्याचं काय म्हणा, तो गोणपाटाच्या कपड्यांतही उत्तम दिसणारा होता. स्वत: अनुपम ती पार्टी होस्ट करत होता.

भक्तीही मदतीला होती. पार्टी रंगात आली. ग्लासातली ड्रिंक्स हिंदकळत होती. गप्पा रंगात आल्या होत्या. नेहमी प्यायची सवय नसल्याने भक्तीला शिंपलीभर शॅम्पेनही डोलवायला लागली. गार हवेत त्याचा परिणाम कमी होईल असं वाटल्याने ती गच्चीवर आली एकटीच. पॅरॅपेटशी उभं राहून उगवणारा चंद्र पाहत राहिली. पाठोपाठ पावलं वाजली म्हणून तिने मान वळवली तेव्हा जयेश तिच्यामागोमाग वर आला होता. तिने चमकून विचारलं, "का रे वर आलास? आणि पार्टीचं काय?" तिला पडलेली त्याची भुरळ दाटत होती. तो नुसता बेफिकीर हसला आणि नुसताच भक्तीकडे पाहत राहिला. त्याच्या नजरेतल्या टोकदारपणाचा नेमका अर्थ भक्तीला लागेना. तिला त्याची नजर सहन होईना. बेचैन होत, चुळबुळत, सहजपणाचा आव आणत किंचित हसून ती म्हणाली, "काय बघतोयस जयेश आणि तू कसा वर आलास? की माझ्यासारखाच चांदण्याच्या निवांतपणाची ओढ लागून आलास? कसं काव्य स्फुरावं असं वातावरण आहे नाही? चंद्र, मध्यरात्र, गारवा, शांतता, एकांत! अरे हो, मध्यंतरी वाचलेली एक कविता आठवली बघ एका काव्यसंग्रहातली. दोन-चारदा वाचून पाठच झाली. थांब हं, तुला म्हणून दाखवते, तुलाही खूप आवडेल." जयेशची नजर ढळायला तयार नव्हती. खुदकन हसत वातावरणात खुला हलकेपणा आणण्यासाठी ती म्हणाली, "ऐक तर आपल्या बुद्दू प्रियाला प्रेयसी काय म्हणते ते -"

कविता संपवून भक्तीने अभिप्रायासाठी जयेशकडे पाहिलं. तो एकटक तिच्याकडे पाहत होता. भक्ती म्हणाली, "म्हणजे 'तसलं काही' न करण्याची तिने त्याला शपथ घातली होती आणि खरंतर तोच इशारा होता. खूण होती ते सगळं करायची!" भक्तीच्या आवाजात घोगरट कंप आला होता. तिच्या आवाजात उत्कट लयीचे, भावनांने हिंदोळे भरून राहिले होते. डोळ्यांत आसावला ओलावा उतरला होता.

"लाजबाब, एकदम झकास, मस्त आहे हं कविता भक्ती. इट डझ रिफ्लेक्ट युवर इमोशन्स. या आताच्या माहौलला एकदम सूट करतेय हं तुझी कविता. आय बेट, ही तूच केलेली कविता आहे! पण हा त्या रमणीपासून दूर राहणारा प्रियकर कोण आहे? तो दूर का राहतोय सांगशील?" थोडं थबकून तो पुढे म्हणाला, "ही भुलवणारी रात्र तिला मोहिनी घालत असेल पण त्याला तिचं आकर्षण वाटतंय का? त्याचं मन तिच्या ठायी गुंतलंय का, हे कधी जाणून घेतलंयस? त्याचं मन रमत नसेल तिच्यापाशी. प्रेयसीच्या रूपात तो तिला बघत

नसेल. तिचं मन त्याच्यावर बसलंय म्हणे! ते प्रेम नव्हे, निव्वळ एक आकर्षण आहे त्याच्या शरीराविषयीचं, व्यक्तिमत्त्वाबद्दलचं. तिला त्याची उंची, रुंदी, इतर मापं रोज डोळाभर पाहून पाठ झाली असतील, पण त्याच्या मनात इंचभर तरी जागा आहे का हे पडताळलंय कधी तिने? अगं, त्याला मैत्री हवी असेल आणि ही तर संगाची अपेक्षा धरून बसली असेल. आणि एक सांग भक्ती, हा तिचा जो प्रिया आहे तो तिचा असिस्टंट आहे ना, तिच्या हाताखालचा -''

''जयेश, काहीतरीच भकू नकोस.'' रागाने भक्तीला पुढचं बोलणं सुचेना. ''तुला-तुला...''

''अजिबात दारू चढली नाहीये. तिनं थोडं धाडस पुरवलं हे नक्की. नाऊ लेटस ॲक्सेप्ट द फॅक्ट भक्ती. मला पूर्णपणे माहीत आहे की, मी तुला हवा आहे, औरस चौरस नखशिखांत! तुला माझा उपभोग घ्यायचाय. यू हॅव इनॉर्मस लस्ट फॉर मी, पण मला तुझी मैत्री आणि सहवास हवाय, माझ्या तशा भावना-वासना नाहीत. तू मला अशा प्रकारे आपलासा करू शकणार नाहीस. नेव्हर.'' जयेश त्वेषाने बोलून थांबला.

''तू बोललास ते सगळं खरंय. आय वॉंट यू. कधी ना कधी मी तुला माझा करीनच. घडीभर का होईना, तू माझा होशीलच. त्यासाठी मी कितीही वाट पाहायला तयार आहे. माझी आस खरी असेल, माझं मन खरोखर तुझ्यावर आलं असेल, तर तू माझा होशीलच.'' भक्तीची नजर निग्रहाने भारावलेली होती. तिचे ठाम, खर्जातले शब्द जयेशने सिगरेटच्या धुराबरोबर, फूः करत उडवून लावले. त्याने एकदाच वळून भक्तीकडे पाहिलं. क्षणभर थबकला आणि ताडताड पावलं टाकत जाणारा जयेश भक्तीच्या नजरेत सामावून राहिला.

ऑफिसच्या कामावर परिणाम होणार नाही, इतका व्यक्तिगत संबंधांतला अंतराय राखण्याइतके ते प्रगल्भ होते. वरवर बोलत, सहजपणे वावरत होते. त्यातली पूर्वीची जान निघून गेली होती. पूर्वीचे बंध आतल्या आत गाडले गेले होते. ते एकत्र डबे खाणं, गाडीवरून फिरणं, ते वडे, मस्तानी भेळ, कच्छी दाबेली, प्रदर्शन पाहणं, पिक्चरला जाणं, ते हाय-हुई, यार-दोस्त, गाल्स-गाईज् सारं मातीतल्या थेंबभर पाण्यासारखं जिरून गेलं.

दोघांमधले संबंध गारठल्यागत झाल्याचं इतरांच्या ध्यानात यायला वेळ लागला नाही. थोडे दिवस त्यांनाही नवल वाटलं, चर्चा-कुजबुज झाली, पण मग जो तो नव्या चर्वितचर्वणाकडे वळला. राधिकाने ॲडमेन, प्राइम ॲड्स व गुलबहार या ॲडव्हर्टायझिंग एजन्सीजची ऑफिस हिस्टरी पूर्ण केली होती.

भक्तीकडे त्याची फ्लॉपी देऊन ती तिच्या जबाबदारीतून मुक्त झाली होती. भक्तीने ती घरी नेली. कॉम्प्युटरमध्ये टाकून बघायलाही तिला शनिवार रात्र उजाडली, दुसऱ्या दिवशी सुट्टी असल्याने तिलाही रिपोर्ट खोलात जाऊन अभ्यासता येणार होता. थकली होती तरीही शनिवारी रात्री भक्तीने फ्लॉपी वाचायला घेतली.

सगळी पर्म्युटेशन्स कॉम्बीनेशन्स करून पाहिली भक्तीने आणि तिचे डोळेच विस्फारले गेले. अविश्वासाने तिने परत परत सगळा डेटा पाहिला आणि ती हबकलीच. कॉम्प्युटर विचारलेल्या प्रश्नांना उत्तर देत होता. त्यातून भक्तीला निष्कर्ष काढणं अवघड गेलं नाही.

या तीनही एजन्सीजच्या जाहिराती सातत्याने प्राइम पोझिशन्सला पडत होत्या. वाचकांच्या नजरेला सहज पडतील अशा वेचक निवडक ठिकाणी त्यांच्या जाहिराती आलटूनपालटून सातत्याने छापल्या जात होत्या आणि त्याबद्दल 'जनमानस'ला एक पैसाही ॲडिशनल प्रिमियम मिळाला नव्हता. या एजन्सीजनी आपल्या क्लाएंट्सकडून तो नक्कीच वसूल केला असणार.

फ्रंट पेजला क्वार्टर पेज कलर ॲड असणं, तेही रोजच्या रोज हे प्रत्येक वर्तमानपत्राला प्रतिष्ठेचं वाटतं. या तीनही एजन्सीज महिनोन महिने आधी क्वार्टर पेज कलर ॲड बुक करून ठेवायच्या आणि अगदी ऐन वेळेला जाहिरातीचं मटेरियल आर्ट वर्क आणूनच द्यायच्या नाहीत. उलट, जाहिराती कॅन्सल केल्या जायच्या. मग फ्रंट पेजच्या त्या प्रतिष्ठित जाहिरातीसाठी धावपळ केली जायची आणि या तिघींतल्याच उरलेल्या दोन एजन्सीजपैकी एक उपकार केल्याचा आव आणत आपली जाहिरात 'जनमानस'ची इज्जत वाचवण्याच्या आविर्भावात पुढे करायची आणि फ्रंट पेजच्या पोझिशनचा ॲडिशनल दुप्पटतिप्पट प्रिमियम माफ करून घ्यायची. एकाने जाहिरात मागे घ्यायची तेव्हा दुसऱ्याने औदार्याचा आव आणत आपली जाहिरात बहाल करायची. हा खेळ तीनही एजन्सीज खेळायच्या आपापसात आणि फटके मात्र 'जनमानस'ला बसायचे. सगळंच संगनमत.

आणखी एक प्रकार म्हणजे फ्री मेक गुड. जाहिरात छापून आली, की काहीतरी खुसपट काढून त्या जाहिरातीला पुन्हा एकदा छापून आणायचं. म्हणजे एकीच्या बिलात दोनदा जाहिरात छापली जायची. आणि पेमेंट न देण्याच्या कारणांना काय तोटा होता? छपाई नीट झाली नाही, शेजारी सेम प्रॉडक्टची जाहिरात पडली, पोझिशन नीट मिळाली नाही. एक ना अनेक. मग बिल वेव्ह ऑफ करणं किंवा दुसऱ्यांदा जाहिरात छापणं हेच हाती उरायचं. फ्री मेक गुड,

बिल वेव्ह ऑफ करायच्या प्रत्येक कागदावर जयेशच्या सह्या होत्या. प्रत्येक गैरप्रकारचं मूळ जयेशपर्यंत पोचत होतं. सगळ्या एजन्सीजमध्ये या तिन्ही जाहिरात एजन्सीजच्या फ्री मेक गुडवाल्या आणि वेव्ह ऑफवाल्या जाहिराती सगळ्यांत जास्त होत्या. सगळ्यातला जयेशचा सहभाग ढळढळीत होता.

भक्तीच्या डोक्याला झिणझिण्या आल्या. 'जनमानस'चा जबरदस्त रेव्हेन्यू बुडाला होता. जयेश त्यात सामील होता. अगदी वरवरचा अंदाज काढला तरी रक्कम अवाढव्य होत होती. त्यातली काही टक्केवारी जयेशकडे वळली असं धरलं, तरी ती आतापर्यंत त्याला मिळालेल्या एकूण पगाराच्या निम्मीतरी झाली असती. भक्ती रात्रभर विचार करत या कुशीवरून त्या कुशीवर होत राहिली. जयेशची सगळी कळसूत्रं तिच्या हाती एकवटून आली होती. भक्ती मनोराज्यात मग्न झाली.

रिकव्हरीच्या कामासाठी मुंबईला पुढच्याच आठवड्यात जावं लागणार होतं भक्तीला. तिने मदतीसाठी जयेशलाही घ्यायचं ठरवलं. अनुपमकडूनच थेट त्याला तशी सूचना मिळण्याची व्यवस्था केली. मनात अजिबात नसताना चरफडतच जयेश तिच्याबरोबर आला.

दिवसभराचं काम झाल्यावर ते मार्गी लागल्याच्या समाधानात भक्ती खूश झाली होती. मुडात आली होती. अर्थात जयेशची सोबत हा मूर्तिमंत मूड होताच म्हणा. दुसऱ्या दिवशी काही राहिलेल्या फॉरमॅलिटीज पूर्ण करून नागपूरला निघायचं एवढंच बाकी होतं. संध्याकाळी शॉपिंग करून ती हॉटेलवर परतली. जयेश शेजारच्याच रूममध्ये असल्याची तिची खात्री पटली. कारण त्या खोलीतून शिट्टीची दमदार धून तिच्या कानावर पडत होती. तिने शॉवर घेतला. टबातल्या गरम पाण्यात पहुडल्यानंतर शॉवर घेण्याची तिला सवय होती. बाहेर आल्यावर आरशासमोर उभं राहून तिने हलका मेकअप केला. केस ड्रायरने फुलवले आणि जयेशला फोन लावला.

"जयेश, इकडे ये ना! लेटस् हॅव अ ड्रिंक. गप्पाही मारूया थोड्या. प्लीज! मी गिफ्ट आणलीय तुझ्यासाठी."

इतक्या गोड आर्जवाच्या सांगण्यानंतरही तो काही सबबी सांगू लागला, तेव्हा तिला थोडासा वरचा आवाज लावायला लागला. नाखुशीने का होईना, पण जयेश तिच्या खोलीत आला. दोघं गप्पा मारू लागले. त्यात भक्तीचाच उत्साह आणि सहभाग जास्त होता. ती उगाचच हसत होती, खिदळत होती. हातवारे करीत होती. थापट्या मारत होती. भक्तीला जयेशसाठी आणलेल्या

शर्टची आठवण झाली. टुणकन उडी मारत तिने कपाटातून त्याचा पॅक काढला आणि तो खोलून त्याच्यासमोर फडकावल्यागत करत दोन्ही हातात उंचावत त्याला तो दाखवला.

"जयेश, ही आपल्या नव्या मैत्रीची सुरुवातीची माझ्यातर्फे भेट. प्लीज, ॲक्सेप्ट इट डियर." भक्तीच्या चेहऱ्यावर आनंद फुलला होता.

"शी! हिरवा रंग आणि तोही हाफ शर्ट? आय हेट बोथ. काय पण चॉइस आहे" जयेश वैतागून म्हणाला.

"घे ना, एकदाच घाल ना, माझ्या समाधानासाठी घाल ना, आत्ता तो. मला आवडतो हिरवा रंग आणि हाफ शर्टही. त्यात फिजिक उठून दिसतं." भक्ती गळ घालत होती.

"भक्तीऽऽ, मिस भक्ती भवाळकर, मला वाटलं ते भूत तुमच्या मानगुटीवरून उतरलं असेल." राग आणि उपहासाचं भडक मिश्रण झालेल्या आवाजात जयेश ओरडला. त्याचे डोळे वटारले गेले होते. संतापाने शब्द सलगपणे, सुसंगत उच्चारले जात नव्हते, अडत अडखळत होते.

"भक्ती, मला वाटलं होतं तुला शहाणपण आलं असेल. मी गच्चीत तुला झिडकारलं तेव्हापासून मला तू माझ्या मनातून दूर केलं असशील. पण नाही! उलट, तू इरेला पेटून मला काहीही करून आपलंसं करायचं ठरवलेलं दिसतंय. त्या वेळेसच मला अंदाज आला होता की तू कशानकशात तरी अडकवणार आणि मला तुझ्या पायाशी लोळागोळा होऊन पडावं लागणार.

"जिंकलीस तू भक्ती, पण मी हरलो नाही! बोल, तुला किती रक्कम पाहिजे? माझ्यातली निम्मी रक्कम? त्याहूनही जास्त द्यायची तयारी आहे माझी. लेटस् बिकम पार्टनर्स, नॉट इन दॅट व्हॉट यू आर क्रेव्हिंग फॉर! बट वि विल शेअर द अमाउंट."

"तुला... तुला माहीत होतं ऑफिस हिस्टरीचं? आणि त्या तिन्ही ॲड एजन्सीचं?" आश्चर्य न लपवता भक्ती उदगारली. लहान पोराला गमतीने हसावं तसं हसत जयेश म्हणाला, "ओ, ग्रो अप भक्ती, ग्रो अप! राधिका डायरेक्ट तुझ्या इन्स्ट्रक्शन घेत होती. मला कॉम्पमध्ये डोकावू देत नव्हती. अनुपमकडून डायरेक्ट मला मुंबईला जायची सूचना मिळाली. काहीतरी शिजतंय एवढं लगेच कळलं आणि राधिकाने त्या फाईलचा ॲक्सेस होल्ड केला नव्हता. माझ्या पासवर्डने ती फाईल ओपन झाली. यूँ यूँ!" जयेशने चुटकी वाजवत त्यातली सहजता दाखवली. तो विकट हसला.

"मला एकदम हबकवून टाकायचा तुझा प्लॅन होता आणि त्या ब्लॅकमेलिंगच्या जोरावर तू मला वश करणार होतीस. तुझी तीव्र इच्छा पुरी करून घेणार होतीस. ही सेक्शुअल हॅरॅसमेंट आहे भक्ती. फक्त उलटया पद्धतीची. बाईने पुरुषाला केलेली. बॉस आणि सबॉर्डिनेट हे सनातन नातं तेच आहे. मात्र इथे त्याला मी बळी पडणार नाही. यू नो भक्ती, माणूस आपल्यापेक्षा वयाने बऱ्याच मोठ्या असलेल्या बाईशी रमला तर त्याची ताकद, त्याचं बळ झपाट्याने ओसरतं. पुराच्या पाण्यासारखं. माझं मन तुझ्यावर आलं नव्हतं भक्ती. दॅट्स व्हाय आय वॉज डॅम रिलक्टंट. तू या रिपोर्टमधून जे शोधून काढलंस, त्याच्या परिणामांना सामोरं जायची माझी तयारी आहे भक्ती. मी तुला शेअर ऑफर करणार आहे. बोल किती हवेत? फिगरचा तुला अंदाज आला असणार एव्हाना." जयेश तावातावाने बोलता बोलता थांबला. मान किंचित खाली घालून, आडवी हलवत म्हणाला, "चुकलीस तू भक्ती. मला तुझी बाजू उमगतेय. तुझी कंडिशन समजतेय. पण तू ना भक्ती, तू कमीत कमी तुझ्याएवढाच कुणीतरी हेरायला हवा होतास." जयेशने घाव घातला. ऑफेन्स इज द बेस्ट डिफेन्स याचा आधार घेत त्याने भक्तीशी आक्रमकपणा केला होता. आता तो तिला पार कोलमडून टाकणार होता. तिचा उपहास करणार होता.

"भक्ती, तुझं वय त्रेचाळीस वर्षं पाच महिने तेवीस दिवस! पाच सातच्या आसपास उंची, सडसडीत बांधा, गोरासा रंग, लांब केस, बदामी डोळे, एकंदरीत वयाच्या मानाने आकर्षक व्यक्तिमत्त्व. बोलण्यावागण्यात मोहकपणा, संवाद-कौशल्य. कुणालाही भुरळ घालण्याएवढी ही सामग्री नक्कीच आहे भक्ती. फक्त तू लक्ष्य चुकीचं निवडलंस. यू नो भक्ती, पुरुषांवर कधी बळजबरी होऊच शकत नाही! माइंड इट व्हेरी वेल." जयेशचा पुन्हा प्रहार.

भक्तीला काहीच सहन होईना आता. तिचं भान पार कोलमडून गेलं. नाही नाही म्हणत ती मान जोरात हलवू लागली. तिला असह्य झालं. रडू अनावर झालं. हुंदक्यावर हुंदके फुटू लागले. कशीबशी ती म्हणाली,

"सॉरी, सॉरी जयेश! तुला मी तसं वागवायला नको होतं. प्रेम सक्तीने वसूल करता येत नाही हे माहीत नव्हतं रे मला. माझ्या आयुष्यात इतकी वर्षं कुणी आलंच नाही. मला ओढ लावणारा तूच होतास. इतक्या वर्षांनी माझ्या सहवासात आलेला. मला आवडलेला.. सॉरी जयेश, बॉसच्या भूमिकेतून मी तुझ्याशी वागले, तुला कोंडीत पकडून मला हवं ते मिळवायचा चंग बांधला. जाऊ दे. आय ॲम व्हेरी सॉरी. प्लीज, माफ कर मला. आपली मैत्री मात्र तोडू

नकोस. तेवढी भीक–''

भक्तीला आवेग अनावर झाला. ती धावत धावत त्याच्यापाशी गेली, त्याचा हात आपल्या ओंजळीत घेऊन त्यावर आपला गाल टेकवत अश्रू ढाळू लागली. जयेशच्या मनात कणव दाटली. तो मनाच्या तळापासून हलला. त्याला दया आली तिची. त्याने तिच्या पाठीवर थोपटल्यासारखं केलं. त्याबरोबर तिच्या हुंदक्यांची गती आणि आवाज वाढला. ती आपसूक त्याला बिलगली.

बऱ्याच वेळाने जयेश बाहेर जाण्यासाठी दाराकडे वळला. बेडवर पडलेला हिरवा शर्ट चुरगाळून गेला होता. यापुढे असे बॉटल ग्रीन, ऑलिव्ह ग्रीन, मरीन ग्रीन, पडवळी, पिस्ता रंगाचे अनेक हिरवे शर्ट असेच चुरगाळले जाणार होते. तो पाठमोरा झाल्यावर भक्ती खुदकन हसली. तिच्या साऱ्या बॅकलॉगच्या रिकव्हरीची सुरुवात झाली होती. कुणी त्याला कसलंही लेबल लावो!

डीन साहेबांचा फोन थोरातांना अपेक्षितच होता. पाटील रेक्टरांकडून डीन डॉक्टर वर्तकांचा मोबाईल नंबर घेऊन पोलिस कमिशनर थोरातसाहेबांनी आपल्या मोबाईलवर सेव्ह करून ठेवला होता. स्क्रीनवर नंबर पाहून थोरातांनी बटन दाबून लागलीच बोलायला सुरुवात केली. ''बोला डीनसाहेब, पोलिस कमिशनर थोरात बोलतोय, काय म्हणताहात?'' मग ते लक्षपूर्वक डॉ. वर्तक काय म्हणताहेत ते ऐकू लागले.

''बोलण्यासारखं काही उरलं नाहीये, तरीही थोडं बोलायचं होतं; भेट हवी आहे तुमची थोरातसाहेब.'' डॉक्टर वर्तकांच्या बोलण्यातून अवघडलेपण, मनावरचा ताण सहज कळून येत होता.

''या ना. कधीही या. केव्हा येता? आज संध्याकाळी साडेसातला घरी? नाही, काही प्रॉब्लेम नाही. माझ्या घरी आलात तरी कोणी पाहणार नाही तुम्हाला. अहो, पत्रकार वगैरे मंडळींचं सगळं लक्ष केंद्रित असतं ते आमच्या पोलिस हेडक्वॉर्टर्सवर. आमच्या घरच्या आसपासही जर कुणी तसला इसम फिरकला, तर त्याची ताबडतोब छुट्टी करून टाकली जाते. डोंट वरी. या, मी वाट पाहतो.'' थोरात कळतनकळत मिशीत हसले. डोळ्यांतली धूर्त तेज टोकदार नजर निवळून तिथं एक मिस्कील तिरकसपणा काही क्षणांपुरता तरळून गेला. मग पुन्हा ते रेग्युलर गंभीर, कडक पोलिस अधिकारी झाले आणि रोजच्या कामात गुंतले.

डॉ. वर्तक स्वत: गाडी चालवत थोरातांच्या बंगल्यावर पोचले. कितीही नाही म्हटलं तरी कुणी पाहील, त्याचा बोभाटा करील अशी त्यांना धाकधूक वाटत होती. पण तसं काही झालं नाही. पोलिसगार्डला आधीच सूचना मिळाल्यानं त्यांना कुणी अडवलं नाही, की गाडीची, नावागावाची नोंद रजिस्टरमध्ये केली नाही. सलामच मिळाले उलट त्यांना. ''या, या डॉक्टरसाहेब! बरोबर वेळेत आलात, अगदी डॉट साडेसातला !''

डॉक्टरांचं स्वागत कमिशनरांनी औपचारिक हसत शेकहँड करत केलं. "गुड इव्हिनिंग थोरातसाहेब, खरंतर तुम्ही कामात असाल आणि आपल्याला थोडंफार ताटकळावं लागेल, असंच मला वाटलं होतं. पण इथंतर तुम्ही प्रत्यक्ष माझ्या स्वागताला." डॉ. वर्तकांनी हसण्याचा आविर्भाव निभावत म्हटलं. कोणत्याही कारणानं पोलिस कमिशनरांची गाठ घेणं डॉ. वर्तकांना मानवणार नव्हतं. आयुष्यात कधी पोलिस चौकीची पायरीही न चढलेल्या डॉक्टरांना हे सगळंच नकोसं वाटत होतं. आजवर ते अतिशय मानसन्मानानं जगले. आपल्या हुशारीला त्यांनी मेहनत आणि चारित्र्याची जोड दिली. उत्तम डॉक्टर आणि त्याहीपेक्षा काकणभर सरस प्रोफेसर म्हणून त्यांनी नावलौकिक मिळवला. त्यांच्या शिकवण्याने त्यांचे विद्यार्थी इतके भारून जात, की पुढे स्वत: डॉक्टर झाल्यानंतरही त्यांच्याविषयी पराकोटीचा आदर बाळगत. डीनची पोस्टसुद्धा नाकारायचा त्यांचा विचार होता; कारण त्यामुळे शिकवण्याला वेळ देणं अवघड गेलं असतं. पण मग अनेकांच्या प्रेमळ दबावामुळे त्यांनी ती पोस्ट स्वीकारली आणि वेळात वेळ काढून थोडीतरी लेक्चर्स घेणं चालू ठेवलं. आपल्या व्यक्तिमत्त्वामुळे त्यांनी सामाजिक जीवनातही मानाचं स्थान प्राप्त केलं होतं. पद्मश्रीचे ते मानकरी ठरले. याशिवाय विविध मानसन्मान त्यांना मिळाले. सगळ्याच उच्चपदस्थांनी त्यांना अत्यंत सन्मानानं वागवलं होतं. कारण आजवर त्यांनी कधीच काही काम काढून त्यांच्याकडे पाऊल ठेवलं नव्हतं. आज मात्र त्यांना इथं येणं भाग पडलं. यावंच लागलं. नाइलाज होता. प्रश्न एखाद्याचा नव्हता. सातजणांचा होता; मोजून सातजणांचा.

बंगल्यातल्या व्हिजिटर्स हॉलमधल्या गुबगुबीत सोफ्याऐवजी थोरातांनी डॉक्टरांना आपल्या स्टडिरुमच्या ऐसपैस खुर्चीत बसवलं आणि 'आलोच' म्हणून ते तिथून निघून गेले. काम काहीही नव्हतं. डॉक्टरांनी थोडं रिलॅक्स व्हावं, दडपण घेऊ नये यासाठी त्यांनी डॉक्टरांना थोडा वेळ दिला होता. डॉक्टर वर्तकांनी रुमाल काढून चेहरा नीट पुसला आणि स्टडिरुमवरून नजर फिरवायला सुरुवात केली.

प्रत्येक भिंत काचेच्या कपाटांनी व्यापली होती. प्रत्येक कपाटात काचेआड जाडजूड पुस्तकं होती. डॉक्टरांना नवल वाटलं. हडेलहप्पी पोलिसखात्याचा प्रमुख असा पुस्तकांत रस घेणारा माणूस असू शकतो? का असू नये? वाचनाची आणि ग्रंथसंग्रहाची मक्तेदारी काय फक्त प्राध्यापकांकडेच असते? या विचारासरशी त्यांना आपली छोटीशी लायब्ररी आठवली. आतल्या तत्त्वज्ञानाच्या आणि काव्याच्या पुस्तकांसह. त्यांनी उठून लायब्ररीतल्यासारखी नंबर वगैरे घालून नीट लावलेली

पुस्तकं पाहायला सुरुवात केली. त्यात सर्रास कायद्याच्या पुस्तकांचा भरणा होता. महत्त्वाच्या केसेस, गाजलेले खटले आणि त्यांच्या निकालांची पुस्तकं. ॲगाथा ख्रिस्तीच्या डिटेक्टिव्ह नायकाची, हर्क्युल पायरोचीही खचाखच पुस्तकं त्यात होती. हर्क्युल पायरो? लबाड डिटेक्टिव्ह. अखेरच्या भल्या गोष्टीसाठी कपट करणारा रहस्यकथानायक. डॉक्टरांच्या कपाळावर आठी चढली. त्यांना असल्या कथा-कादंबऱ्यांचं वावडं. पोलिसखात्यातल्या सर्वोच्च अधिकाऱ्यानं कायद्याचा अभ्यास करणं, म्हटलं तर संयुक्तिक म्हटलं तर विरोधी-विसंगत; पण त्या लबाड पायरोच्या रहस्यकथा कशासाठी? पण हा थोरातमाणूस बरा असावा. अगदीच काही पोलिसी खाक्या असेल असं वाटत नाही. या विचारानं त्यांना बरं वाटलं. निदान आपलं नीट ऐकलं तरी जाईल. सांगायचंय काय म्हणा, पण राहवत नाही म्हणून आपल्या विद्यार्थ्यांची रदबदली करायला ते इथं अगदी नाइलाजानं आले होते. बोलून काही उपयोग होईल, असं त्यांना वाटतही नव्हतं. पण प्रयत्न तर करणं जरुरीचं होतं. नाहीतर त्यांना आयुष्यभराची बोच लागली असती. घडलं ते अयोग्य व असमर्थनीयच होतं; तरी पण त्यांना दोन दिवसांपूर्वीची ती रात्र आठवायला लागली.

त्या रात्री दोन-अडीचच्या सुमारास त्यांचा फोन खणखणला. दचकून जागं होऊन त्यांनी फोन घेतला. रेक्टर पाटलांचा फोन होता तो. घाबऱ्या घाबऱ्या ते बोलत होते. त्यांनी डीनसाहेबांना ताबडतोब हॉस्टेलवर यायची विनंती केली. काय घडलं ते कळत नव्हतं आणि पाटलांना सांगणं सुधरत नव्हतं. चडफडत डॉक्टर वर्तकांनी गाडी काढून हॉस्टेलकडे धाव घेतली. हॉस्टेलच्या दुसऱ्या मजल्यावर सगळे विद्यार्थी गोळा झाले होते. सगळे भावी डॉक्टर. एम. बी. बी. एस. च्या तिसऱ्या वर्षातले विद्यार्थी. परीक्षा जवळ आल्यानं रात्र रात्र जागून परीक्षेचा अभ्यास करणारे, त्या साठ जणांच्या कोंडाळ्यात काहीतरी पडलं होतं. सगळेजण त्याभोवती त्राण हरपून उभे होते..

"सॉरी हं डॉक्टर," थोरातांच्या आवाजानं डॉ. वर्तक आपल्या विचारांतून बाहेर आले. "यायला जरा वेळ लागला. ताटकळावं लागलं तुम्हाला, सॉरी. पण आता सगळं काम निपटलंय. आता नाही यायचं कुणी आपल्याला डिस्टर्ब करायला. बोला, काय म्हणताय?" थोरातांनी डॉक्टरांच्या शेजारच्या, काटकोनात मांडलेल्या खुर्चीवर बैठक मारत संभाषणाला सुरुवात केली. आता 'बोला' म्हटल्यावर किल्ली दिलेल्या खेळण्यासारखं थोडंच बोलता येतं? तरीसुद्धा डॉक्टरांनी कशीबशी बोलायला सुरुवात केली. "थोरातसाहेब, त्या प्रसंगाबद्दल

बोलायला आलो होतो. पण मला त्या मुलांसाठी काहीतरी केलंच पाहिजे. त्यांच्या हातून गुन्हा घडलाय नि:संशय.''

''गुन्हा? अहो, खून पाडलाय त्यांनी. त्या सातजणांनी. आजच दोन दिवसांच्या तपासानंतर, जाबजबाबानंतर आम्ही ते सातजणं नक्की करू शकलो आहोत. गुन्हा घडला नाहीये, खून केलाय त्यांनी.'' थोरातांनी चढता आवाज काबूत ठेवत आणि सिगारेट शिलगावत गुरकावणी केली. कपाळाला आठ्या घालत त्यांनी डीनसाहेबांकडे दृष्टिक्षेप टाकला. डॉक्टर वर्तक वरमले. पण असं वरमून मान खाली घालून हार मानून चालणार नव्हतं. या अवघड गडाची उभी चढण अजून सुरू झाली नव्हती. बोलणं तर भाग होतं. हातपाय हलवायला तर हवेच होते. आवंढा गिळत त्यांनी मवाळ आवाजात बोलायला सुरुवात केली.

''खून म्हणा, हरकत नाही कमिशनर साहेब; पण त्या आधी काय झालं, काय नाही याची मी खातरजमा केलीय ती तरी ऐकून घ्या, प्लीज, विनंती आहे माझी तुम्हाला.'' 'काय साला जमाना आलाय? आता डॉक्टर्स तपास करायला लागले खुनाचा तर पोलिसांनी काय बांगड्या भरायच्या?' असा फटकळ शेरा मारायला सरसावलेली जीभ आवरून त्यांनी चमकूनच डॉक्टरांकडे पाहिलं. चुकलंच सालं आपलं. असं हडेलहप्पीपणे मोठ्या आवाजात बोलायला नको होतं. ही उच्च विद्याविभूषित मोठ्या पोस्टवरची माणसं मानापानाची फार संवेदनशील असतात. एरवी चुकून जरी अर्धा सूर लागला असता, तर हे महोदय ताडकन उठून तरातरा निघून गेले असते. थोरातांच्या डोक्यात किडा वळवळला, त्यांनी झटकन डॉक्टरांना विचारलं, ''त्या सातजणांत तुमचं कुणी? म्हणजे मुलगा, पुतण्या, भाचा वगैरे?''

डॉ. वर्तकांचे डोळे मोठे झाले. नाकाचा शेंडा लालसर झाला. ते रागावले. पण स्वत:ला आवरत, ताब्यात ठेवत त्यांनी सांगितलं, ''नाही थोरातसाहेब, त्या सातजणांतला एक असं कुणी नाही. सातहीजण माझीच मुलं आहेत. मी विनापत्य असल्यानं कॉलेजातली प्रत्येक मुलगा-मुलगी माझीच असतात.'' हे सांगताना डॉक्टरांचा लाल झालेला चेहरा, बोलण्यातली होणारी हालचाल पाहून त्यातला प्रांजळपणा कमिशनरांच्या मनाला भिडला. डॉक्टरांनी आपल्या आईचं-उमाबाईचं रूप उचललं होतं. त्यांचा फोटो पाहिल्यावर थोरातांची पहिली प्रतिक्रिया झाली होती, 'अरे, डीनसाहेबांनी कुंकू लावलं तर ते सेम असे दिसतील.' आपला विचार आठवून थोरात किंचित हसले. डॉक्टरांना मूलबाळ नाही हे त्यांना माहीत होतं, फक्त थोडं डिवचत होते ते त्यांना. एवढा मोठा नावलौकिक कमावलेल्या

कॉलेजचा डीन आपल्याला भेटायला येतोय, त्याच्या नात्यागोत्यातलं कुणी त्या खुन्यांमध्ये नसणार, हे अंदाजानं कुणीही ताडेल आणि थोरातांनी तशी खात्रीही करून घेतली होती आधीच. त्या पोरांना खुनी म्हटल्याबद्दल कमिशनरांना स्वत:चंच बोलणं खटकलं. पण खुनी नव्हती तर कोण होती ती पोरं? विचार आवरून ''सांगा डॉक्टर'', म्हणत त्यांनी गाडी रुळावर आणायचा प्रयत्न केला.

''थोरातसाहेब, ज्या रात्री हा प्रकार घडला, त्या वेळची परिस्थिती मी तुम्हाला सांगतो. आमच्या मेडिकल कॉलेजच्या जेंट्स हॉस्टेलमध्ये हा प्रकार घडला. म्हणजे तो भुरटा चोर मेला. तुम्ही त्याला खून म्हणता, पण ती एक अनवधानानं घडलेली चूक होती. हे दिवस परीक्षेचे. ओरल्स होत होत्या. लेखी परीक्षा तोंडावर आल्या होत्या, सगळेच स्टुडंटस अभ्यासात गुंतलेले होते. परीक्षेचा कमालीचा ताण असलेला काळ तो. तिथलं वातावरण आणखी एका कारणानं चिडखोर झालं होतं. त्या काळात हॉस्टेलला जाग असतानादेखील एका चोरट्यानं बऱ्यापैकी हात मारला होता. बऱ्याचजणांच्या मोबाईल, घड्याळांसारख्या महागड्या वस्तू चोरीला गेल्या होत्या. पैशाची पाकिटं मारली गेली होती. भारीतली, दुर्मिळ अभ्यासाची पुस्तकंही लंपास केली होती. सगळ्या चोऱ्या एकसारख्या, एकानंच केल्यासारख्या. चोऱ्या झाल्या झाल्या पोलिसचौकीत नोंदवल्या होत्या. माहीत असेलच तुम्हाला. पण काहीही निष्पन्न झालं नाही.''

थोडा दम खात डॉक्टरांनी पुढे सांगायला सुरुवात केली, ''मुलं आधीच ताणाखाली आणि त्यात हे प्रकार झाले. त्यानं पार पिसाळून गेली. चिडखोर झाली. त्यांनी वॉचमनवर अवलंबून न राहता आपल्या आपल्यात वेळा वाटून घेऊन गस्त घालायला सुरुवात केली. मी समजूत काढली, वॉचमनच्या जोडीला आणखी एक गुरखा नेमला तरीही मुलांनी अजिबात ऐकलं नाही. ही कॉलेजातली मुलं; तुम्हाला तर माहीत असेलच किती बेदरकार असतात ती. अजिबात ऐकत नाहीत मोठ्यांचं. त्यातून ही मेडिकलची मुलं अतिशय हुशार आणि सगळं आपल्यालाच समजतं असं मानणारी -'' डॉ. वर्तकांनी पाण्याचा ग्लास तोंडाला लावला. ते गंभीरपणे सांगत होते. त्यांच्या बोलण्यातली कळकळ, काळजी, वेदना सच्ची होती. थोरातांनी सिगारेट शिलगावली.

''गस्त घालून बरेच दिवस झाले. चोर हाती लागला नाही. पोरं चिडत चरफडत राहिली. पाटील रेक्टरांचा बंदोबस्तही चोख होता. ते परिस्थितीवर बारकाईनं लक्ष ठेवून होते. मीही दिवसाआड स्वत: हॉस्टेलमध्ये जाऊन सगळ्या खोल्यांमध्ये डोकावून जायचो. बरं वाटायचं तेवढंच मुलांना. मग पोरांची सहनशक्ती

संपण्याची वेळ आली आणि तशात हा बाळू भोई त्यांच्या हाती सापडला. त्याला ते तो चोरच समजले. पण तो एकदमच नवखा निघाला. डोळा चुकवून चलाखीनं निसटून जावं हेही त्याला सुचलं नाही.'' डॉ. वर्तकांनी हाताचे पंजे हवेत उडवले.

''सुचलं नाही असं नाही. सुचलं. पण त्याप्रमाणे घडलं नाही. माहितीये तुम्हाला? हा बाळू भोई दोन-चार दिवसांचा उपाशी होता. खंगलेला अशक्त होता. तो बिचारा एकटा आणि तुमच्या पोरांची गँग तरुण तगडी. त्यातून चिडलेली. आम्ही जाबजबाबात दोन दिवस घालवले. एकही जण माहिती देत नव्हता. जंग जंग पछाडलं. गोड बोललो, शपथा घातल्या, त्यांच्या सदसद्विवेकबुद्धीला आवाहन केलं. आमिष दाखवलं– एकही जण बधेना. अखेर कसंबसं यश मिळालं. सातजणांनी त्याला बदड बदडलं हा निष्कर्ष निघाला. तर काय सांगत होतो हं; तो चोर– उभं राहायलाही अवसान गोळा करायला लागत होतं त्याला. त्याला खायला हवं होतं. भुकेनं त्याच्यावर ही चोरी करायची वेळ आली होती डॉक्टरसाहेब. त्याच्या पोटातले अन्नाचे अवशेष होते ना, ते चार दिवसांपूर्वीचे होते. तो मुळात तिथे गेला तो भुकेला काही मिळेल या आशेनं आणि मग तो सहजपणे तुमच्या त्या मुलांच्या हाती पडला. त्यांनी त्याला इतकं बदडलं की, ते सहन न होऊन तो मेला.'' थोरातांनी एकटक कठोर नजरेनं डीनसाहेबांकडे पाहत सांगितलं.

''नाही नाही कमिशनरसाहेब, त्यांनी बाळू भोईला मारलं; पण ते अगदी मरेतोवर नक्कीच नव्हतं. त्यांनी त्याला थपडा मारल्या, कानाखाली भडकावल्या कबूल आहे; पण लाथाबुक्यांनी नाही मारहाण केली. लाठ्याकाठ्यांनी ठोकून काढणं तर दूरच. मुलांनी पोलिसांनाही असंच स्टेटमेंट दिलंय. मुळात त्यांनी मला शपथेवर सांगितलंय. एरवीही ती खोटं बोलत नाहीत माझ्याशी.''

''मान्य, अगदी कबूल की या भावी डॉक्टरांनी लाथाबुक्यांनी मारहाण केली नाही. पण तुम्ही डॉक्टर आहात आणि तुम्हाला माहीत असेलच की, एखादा लहानसा फटकाही वर्मी बसू शकतो. त्यामुळे मरण ओढवू शकतं. एक इसम काही जणांच्या ताब्यात सापडतो, ते त्याला मारहाण करतात आणि तो इसम मरतो. म्हणजेच त्याची हत्या होते आणि त्यांनी ती केलेली असते. इतकं सगळं सरळ साधं आहे ते.'' थोरातांनी डॉक्टरांना ते मॅटर ऑफ फॅक्टली उलगडून दाखवलं. त्यांची मुद्रा उग्र झाली होती. नजर कडक टोकदार झाली होती.

''कबूल.'' कोरड्या पडलेल्या ओठांवरून जिभेचा शेंडा कसाबसा फिरवून

डॉक्टर वर्तकांनी कसेबसे शब्द उच्चारले, "पण ते मुद्दाम कोणत्याही इराद्यानं केलं नाही. ती एक प्रतिक्रिया होती एकंदरीत परिस्थितीची. शिवाय कुणाच्या फटक्यानं त्या इसमाला वर्मी इजा झाली ते कसं कळावं? म्हणजे कोण दोषी ते कसं ठरेल?'' डॉक्टरांनी आपला लुळापांगळा बचाव कसाबसा चाचरत मांडला. त्यांचा आत्मविश्वास पार कोलमडला होता.

"इरादा नसेना का कोणताही, कसलीही प्रतिक्रिया असेल, अनवधानानं, कट न करता झाला असेल, पण झाला तो खून, मनुष्यवध. लक्षात घ्या डॉक्टर, मनुष्यवधाचा गुन्हा घडला. कुणाच्या हातून? तर सातहीजणांच्या हातून! दोषी कोण तर सातहीजण. गुन्हा सिद्ध झाला, सगळे दोषी आढळले तर डीनसाहेब प्रत्येकाला एकवट शिक्षा मिळणार. एकसप्तमांश शिक्षा नाही! म्हणजे चौदा वर्षांची जन्मठेप प्रत्येकाला दोन दोन वर्षं अशी विभागली जाणार नाही. जाऊच शकत नाही. नेव्हर!'' कमिशनर थोरात सिगारेटचा कश घेण्यासाठी थांबले. डॉ. वर्तकांचा चेहरा पार पडला. विवश मुद्रेने, शून्य नजरेने ते पाहत राहिले. जणू काही त्यांच्या लाडक्या मुलांना न्यायाधीश जन्मठेपेची शिक्षा सुनावत होते. वज्रलेप करत होते, त्या भावी डॉक्टरांच्या भवितव्यावर. आणि पोलिस कमिशनर न्यायाधीशांना मदत करत होते. त्यांनी मान खाली घातली मग मनातल्या मनात बोलण्याचा सराव करून काय बोलायचं ते स्वत:शी घोटून घेतलं आणि मान वर केली. म्हणाले, "पोरं उमेदीतली आहेत, हुशार आहेत. कमिशनरसाहेब, त्यांच्यासमोर खूप विशाल भवितव्य आहे. ते सगळं अंधारून जाईल. सगळे अगदी चांगल्या संस्काराचे आहेत. आतापर्यंत एकदाही साधं वर्गाच्या बाहेरही काढण्यात आलं नाही कुणाला. चांगल्या घरांतली मुलं आहेत ही. सात आयुष्यं उद्ध्वस्त होतील, कमिशनरसाहेब. डॉक्टर व्हायला फक्त काही महिन्यांचा अवकाश आहे त्यांना. सरकारनं आजवर बरेच पैसे खर्च केलेत या मेरिटमधून मेडिकलला प्रवेश घेतलेल्या सातहीजणांसाठी. आयुष्यातून पार उठतील ती. शिवाय, शिवाय तो बाळू भोई–'' परोपरीनं आपली बाजू पटवताना वर्तक डॉक्टर अगदी काकुळतीला आले होते. इतकी अजिजी, आर्जवं की कुणालाही आपल्या स्वत:च्या पोरांबद्दल गळ घालताहेत, रदबदली करताहेत असं वाटावं. या 'त्यांच्या' मुलांबद्दलचा कळवळा दाटून आल्यानंतर त्या भावनेच्या भरात ते एक गुपित बोलून जाणार होते. पण अगदी ऐनवेळी त्याची जाणीव झाल्यानं त्यांनी जीभ चावली आणि बोलणं तटकन थांबवलं. पण तो प्रयत्न व्यर्थ ठरणाराच होता. प्रत्यक्ष पोलिस कमिशनरांसमोर अशी लपवाछपवी थोडीच चालू शकली असती? थोरातांनी

करड्या सुरात आणि डोळे बारीक करत, नजर तीक्ष्ण बनवत वर्तकांना विचारलं, ''शिवाय, शिवाय काय म्हणत होता डीनसाहेब तुम्ही? बोला. शिवाय काय...''

''नाही म्हणजे तो भुरटा चोर होता ना, काय नाव त्याचं? हं, बाळू भोई, तो म्हणे एच. आय. व्ही. पॉझिटिव्ह होता.''

''तुम्हाला कुणी सांगितलं?'' डॉक्टरांच्या गुळमुळीत आवाजाशी चांगला टोकाचा विरोधाभास साधत कमिशनर गरजले. ''त्याच्या पोस्टमार्टेमचा रिपोर्ट अजून बाहेर यायचाय.'' सूतभर आवाज खाली आणत ते म्हणाले.

''मला माझ्या एका विद्यार्थिनीनं सांगितलं. ती एड्स रिसर्च लॅब ऑफ इंडियामध्ये काम करते. एड्सच्या रोग्यांवर इलाज, औषधोपचार असं साहाय्य करते ही संस्था. तिथे हा औषधं घ्यायला जायचा. तो ठरलेल्या दिवशी आला नाही तर लॅबची गाडी जायची त्याच्या घरी आणि त्याला लॅबमध्ये घेऊन यायची. मॉनिटरिंग करायची. ती तिथे डॉक्टर आहे. तिला वर्तमानपत्रातून या भुरट्याचं नाव कळाल्यावर तिनं ते बरोबर ओळखलं. पुन्हा कागदपत्रांवरून खातरजमा केली आणि लागलीच मला कळवलं.'' आपण जास्तच बोलून गेलोय, असं जाणवल्यावर डॉक्टरांनी बोलणं थांबवलं. त्यांचं कमिशनरांकडे लक्ष गेलं. थोरात एकटक नजरेने त्यांच्याकडे पाहत होते. डॉक्टरांनी त्यांची नजर टाळली.

''आणखी काय म्हणत होती तुमची विद्यार्थिनी?'' जरब आणि उपहासाचं अस्तर लागलेल्या आवाजात थोरातांनी विचारलं.

''ती म्हणत होती की फार दिवसांचा सोबती नव्हता तो म्हणून. फार अशक्त झाला होता, पोखरला गेला होता पार आतून. नुसत्या फासळ्या उरल्या होत्या. घरच्यांनी त्याच्याशी संबंध तोडले होते. घराबाहेर काढलं होतं लाथ घालून पेकाटात. त्यानंतर त्याच्या रखेलीकडेच राहत होता म्हणे!'' डॉक्टरांनी किंचित उत्साहानं सांगितलं.

''तो फार दिवसांचा सोबती नव्हता म्हणून तुमच्या विद्यार्थ्यांनी केलेली हत्या समर्थनीय ठरत नाही, डॉक्टरसाहेब. नराधमाची हत्या हासुद्धा खूनच असतो कायद्याच्या भाषेत. फक्त फाशी दिल्यावर तशा प्राण घेण्याला खून म्हणत नाहीत. तो न्यायाधीशांचा अधिकार असतो. ते जाऊ द्या डॉक्टर. सहज बोलण्यातून आलं तुमच्या विद्यार्थ्यांबद्दल म्हणून विचारतो. खूप असतील नाही तुमचे विद्यार्थी तुम्हाला मानणारे? निरनिराळ्या विषयातले तज्ज्ञ, निरनिराळ्या हुद्द्यांवरचे अधिकारी; हो ना?''

विद्यार्थ्यांचा विषय निघाल्याबरोबर डीनसाहेबांचा चेहरा उजळला. त्यांचे

बारीक लांबट डोळे चमकू लागले. पांढऱ्या केसांची रुळू लागलेली बट त्यांनी लागलीच मागे सारली नाही. त्यांच्या चेहऱ्यावर हास्याचा मंद प्रकाश पसरला होता. त्यांच्या गोऱ्या रंगाला थोडी लालसर पाणी दिल्यासारखी छटा होती. तरतरीत सरळ नाक फेंदारल्यासारखं दिसायचं. दाढी-मिशी सफाचट केली होती. त्यांचे गाल सुरकुतायला लागले होते. ओथंबून थरथरायचे आवेशानं बोलताना. हनुवटीवर बारीक खड्डा होता. हं, काय म्हणतात बरं त्याला? हो खळी; खळीच म्हणतात नाही का? अगदी आईसारखीच आहे ती. तंतोतंत. आईचं नाव उमाकाकी नाही का? आणि धाकट्या भावाचं नाव किशोर. किशा म्हणत त्याला सगळे. डॉक्टरांच्या उत्साहानं बोलण्यानं थोरातांची विचारशृंखला तुटली.

"माझे विद्यार्थी ना खूप आहेत. अजूनही मला ओळख देतात. मान देतात. अगदी मंत्री झालेले विद्यार्थीसुद्धा मला उठून नमस्कार करतात. मी बसा म्हटल्याशिवाय बसत नाहीत. काहीजण तर अगदी चारचौघांतही वाकून नमस्कार करतात. युतीच्या काळातले आरोग्यमंत्री माझेच विद्यार्थी. आता मंत्री झालाय म्हणून अहोजाहो म्हणायचं. नाहीतर मी त्याला गमतीनं ठोंब्या म्हणायचो! आघाडीतल्या कृषी राज्यमंत्री टोणपीबाई माझ्याच विद्यार्थिनी. मोठमोठ्या हॉस्पिटलमधले प्रख्यात डॉक्टर्स, डिपार्टमेंट हेड्स, मेडिकल कॉलेजचे प्रिन्सिपॉल्स. ठिकठिकाणी विखुरलेत विद्यार्थी माझे; मोठमोठ्या पोस्ट्स असलेले आणि आता त्यात डॉक्टर्स सोडून कलेक्टर्स, कमिशनर्स झालेल्या विद्यार्थ्यांचीही भर पडतेय. आय ॲम व्हेरीमच प्राउड ऑफ देम थोरातसाहेब. दे ऑल आर माय चिल्ड्रेन!"

डॉक्टरांचा चेहरा अभिमानानं फुलला होता. आवेशानं थरथरत होता आणि क्षणार्धात त्यांच्या डोळ्यांत पाण्याचा अस्पष्ट पडदा उभा राहिला. तो कमिशनरांना दिसू नये म्हणून त्यांनी मान खाली घातली. "पण या पोरांमुळे आमच्या कॉलेजचं नाव पेपरात अशा पद्धतीनं आलं. मान खाली घालायला लावली यांनी. पण पोर मांडीवर हागलं तर काय मांडी कापून टाकायची की पोर भिरकावून द्यायचं?" डॉक्टर थोरातांना म्हणाले, हलकेच स्वतःशीच पुटपुटावं तसं. थोरात त्यांच्याकडे अनिमिष नेत्रांनी पाहत राहिले. त्यांनाही भरून आलं. या छानपैकी पिकलेल्या गुरुवर्यांचा अभिमान आणि खेद पाहून पोटच्या पोरासाठी काहीही करायला तयार असणाऱ्या एखाद्या आईनं धावाधाव करून त्यांच्यावरचं संकट पांगवण्यासाठी आकाशपाताळ एक करावं तसा आविर्भाव होता डीनसाहेबांचा. त्यांनी सहानुभूती दाखवत मान वरखाली हलवली. डीनसाहेबांची वेदना त्यांना जाणवली. थोडा वेळ तसाच गेला. मग थोरातांनी डॉक्टरांना बोलतं करायचा

प्रयत्न केला.

"डॉ. मयंक लाहोटी तुमचाच विद्यार्थी ना, ब्रिटिश पार्लमेंटमध्ये परवाच्या निवडणुकीत निवडून आलेला? आणि डॉ. आभा उमर्जी ऑस्ट्रेलियातली महापौर?"

"हो, हो. ते दोघंही माझेच विद्यार्थी. दोघंही खूप हुशार बरं का आणि राजकारणाची आवडही त्यांना अगदी फर्स्ट एम. बी. बी. एस. पासूनची. जी. एस. साठी दोघंही आपापल्या वेळी उभे होते. तो आला निवडून पण ती पडली. अशी तशी नाही तर पार आडवी झाली. हा: हा:" डॉक्टर हसायला लागले. आपलं काम विसरून वेगळ्याच मुडात गेले.

"इतके बारीकबारीक तपशील आठवतात तुम्हाला या तुमच्या हाताखालून गेलेल्या विद्यार्थ्यांचे? ग्रेट आहात सर! इतकं प्रेम करता त्यांच्यावर. तुम्हालाही ते मानतात तर कधी काही शब्द टाकलात की नाही, गुरुदक्षिणा मागितलीत की नाही कधी?" थोरातांनी खडा टाकला.

"नाही मागितली गुरुदक्षिणा कधी. पण माझी पक्की खात्री पटली आहे, की नुसता शब्द टाकायचा अवकाश, आपलं डोकं छाटून माझ्या हाती ठेवतील!" डॉक्टरांनी अभिमानानं छाती भरून सांगितलं. "तसा प्रसंगच आला नाही कधी. आला तर मी हजारवेळा विचार करीन आधी आणि मगच..."

डॉक्टरांचं बोलणं अर्धवट तोडत थोरातांनी वेगळाच, आधीच्या बोलण्याशी सुसंगत प्रश्न केला, "आणि डॉ. रमेश तुळपुळे, शासकीय रुग्णालयातले पोस्टमार्टेम चीफ?" त्यांच्या प्रश्नात एकदम सहजता होती.

"हो, माझाच की तो विद्यार्थी. ऐंशीच्या बॅचचा. फार तीक्ष्ण बुद्धीचा बरं का तो. अर्ध्या सुतावरून पूर्ण स्वर्गावर जाणारा! तोच काय, मुंबईच्या शासकीय वैद्यकीय महाविद्यालयाचे सगळे पोस्टमार्टेम चीफ माझेच तर विद्यार्थी." डॉक्टरांनी अभिमानानं सांगितलं. त्यांचे डोळे चमकत होते. मघाचा पाण्याचा पडदा नाहीसा झाला होता. आपण इथं कशासाठी आलो आहोत, याची जाणीव झाल्यावर त्यांनी निराशेनं नि:श्वास टाकला. मान झुकली. खिन्न मनानं त्यांनी कमिशनरसाहेबांचे औपचारिक आभार मानायची तयारी केली. उठून ते जाण्याची तयारी करत असताना थोरातांनी, "थांबा ना डॉक्टर, आलोच जरा दोन मिनिटांत एक काम उरकून." असं म्हणत ते आत गेले. थोरात आतून आले ते छोट्याशा ट्रेमध्ये दोन ग्लास घेऊनच. एकात डॉक्टरसाहेबांची आवडती व्होडका होती आणि दुसऱ्यात थोरातांची लाडकी डायरेक्टर स्पेशल व्हिस्की. बाजूला एका डिशमध्ये खारवलेले काजूही होते. डॉक्टरांचे आवडते. डॉक्टर चाट पडले. फार थोड्या

माणसांना त्यांची ही आवड माहीत होती. अगदी जवळच्या मांडीला मांडी लावून बसण्याजोग्या मित्रांबरोबर त्यांनी आजवर ड्रिंक्स घेतली होती. एरवी रोज रात्री आपल्या स्टडीरूममध्ये एक-दीड पेग घेतल्याशिवाय ते निद्राधीन व्हायचे नाहीत. व्होडका त्यांची अतिशय आवडती.

डॉक्टरांचा चकित आविर्भाव पाहून थोरातांना आपल्याला मिळालेला रेफरन्स अचूक असल्याची खात्री पटली. डॉक्टरांच्या पर्सनल फाईलमधून वाचून ती माहिती स्वत: कमिशनरसाहेबांनी मिळवली होती. ते पोलिस कमिशनर झाल्यापासून त्यांनी सगळ्या नामवंतांच्या, बड्या धेंडांच्या, अधिकारशहांच्या स्वतंत्र फाइल्स ठेवायला सुरुवात केली होती. त्यात त्यांच्या आवडीनिवडी, नातेसंबंध, छुपेसंबंध सगळं एकेक करत गोळा होत होतं. ती फाईल म्हणजे एक नखशिखांत अगदी केसभर माहितीही न लपवणारा एक्सरेच होता. हे कायद्यानुसार ग्राह्य होतं. माहितीचा गैरवापर पोलिसांनी केला किंवा तसा तो केल्याबद्दलची तक्रार झाली, तरच ते आक्षेपार्ह ठरलं असतं. बायोडेटा जमवायला कसली आलीये हरकत?

डॉक्टर सावरून बसले. त्यांचा हात आपसूक वर झाला. ग्लासभोवती त्यांची पकड बसली आणि तो ओठांशी कधी लागला, ते त्यांनाही कळलं नाही. आपणच आधी ग्लास तोंडाला लावला हे जाणवल्यावर त्यांना कानकोंडं वाटलं. ते काही आर्जवाचं बोलणार होते पण थोरातांचा हात त्यांच्या खांद्यावर विसावला. किंचित थोपटल्यासारखं करून थोरातसाहेब त्यांना म्हणाले, ''डॉक्टरसाहेब, आहे ना तुमच्या आवडीचं? होऊ द्या सावकाश. मलाही कधीमधी एखादा पेग घ्यायला आवडतं, चांगली कंपनी असेल तर त्याची नशा वाढतेच.''

''थँक्यू कमिशनरसाहेब. फार ताण आला होता मनावर. बरं वाटलं, रिलॅक्स झालो. पण एवढं संपवून निघतो मी. तुम्हाला भेटलो; काम नाही झालं तरी निदान ओळख झाली. परिचय झाला.''

''काय काम होतं नेमकं तुमचं डॉक्टरसाहेब?'' कमिशनरांनी रोखून बघत विचारलं.

''काय काम असणार आहे कमिशनरसाहेब? या माझ्या स्टुडंटसना जामीन मिळावा. मी राहीन त्यांना जामीन. पोलिस कस्टडीऐवजी ज्युडिशियल कस्टडी मिळावी, जामीन मिळणार नसेल तर. कमीत कमी एवढं तरी व्हावं असं वाटतं, त्यांची परीक्षा तोंडावर आलीये. तिचा अभ्यास व्हावा, तिला बसता यावं, वर्ष वाचावं...''

"म्हणजे आम्ही सगळं विसरून जावं? फुटकळ निदर्शनं करून, अटक करून घेतल्यासारखं त्यांना सोडून द्यावं? बाहेर पडताना प्रत्येकाच्या हाती मिठाईची पेटी आणि फुलांचा बुके द्यावा का आम्ही? आणि हवा असल्यास शनिवारवाड्यावर सत्कार?" कमिशनरसाहेब डरकाळले.

"नाही हो थोरातसाहेब. असं कुठं म्हणतोय मी? असं कसं म्हणेन मी?" ओशाळत वर्तक डॉक्टर म्हणाले, "कायद्याचं महत्त्व, गांभीर्य मलाही कळतं. मला फक्त एवढंच म्हणायचं की, त्यांना अट्टल गुन्हेगारासारखं वागवू नका. त्यांची करिअर बरबाद होऊ देऊ नका. त्यांच्या प्रत्येकाच्या ऐवजी माझ्यासकट सहा प्राध्यापक चौकीत राहतो. त्यांची परीक्षा होईतोवर. पण त्यांची परीक्षा पार पडू दे." भाबड्या लहानग्यासारखं त्यांचं ते वास्तवाला सोडून बोलणं एरवी थोरातांना खदाखदा हसवायला पुरेसं होतं. पण आता ते गंभीर झाले होते. डॉक्टरांच्या डोळ्यांत विलक्षण कळकळ अवतरली होती. त्यांच्या बोलण्यातून जशी काही त्यांची आसवं टपकत होती.

थोरात त्यांच्याकडे शांतपणे पाहत राहिले. त्यांच्या हातातलं ड्रिंक सिप करत राहिले. डीनसाहेब शून्यात बघत होते. त्यांच्या हातातला ग्लास तसाच राहिला होता. त्यांना एकदम वास्तवाची जाणीव झाली. बॉटम्स अप करून उठत त्यांनी थोरातसाहेबांशी शेकहॅण्ड करण्यासाठी हात पुढे केला. ओढूनताणून हसू आणत ते म्हणाले, "निघतो थोरातसाहेब. तुमच्या सहकार्याबद्दल..."

"बसा हो डॉक्टरसाहेब. एक स्मॉल होऊ द्या, मग जा." कमिशनरांच्या विनंतीला मान देऊन डॉक्टर खाली बसले. त्यांना अस्वस्थ वाटत होतं. सांगायचं ते सांगून झालं होतं. आता इथून जायला हवं होतं. इथे थांबून ड्रिंक्स घ्यायला हे काही आपले अट्टल मित्र नाहीत. थोरातांनी ड्रिंक्स ओतली. डॉक्टरांचा ग्लास त्यांच्या हाती दिला आणि दोन काजू तोंडात टाकले. सहज म्हणाले, "इतकी प्रिय आहेत ही मुलं तुम्हाला? तुमच्या बोलण्यावरून तुम्ही त्यांच्यासाठी काहीही कराल असं वाटतं. खरंच काहीही कराल त्यांच्यासाठी?"

"हो. अगदी काहीही. जीवसुद्धा देईन." हे जीव देणं वगैरे ऐकल्यावर कमिशनरसाहेब मनोमन हसले. स्वतःशी पुटपुटले. 'जास्त झाली बहुतेक.' "तुमचे विद्यार्थीसुद्धा तुमच्यावर एवढे प्रेम करतात? तुमचा प्रत्येक शब्द मानतात? तुमची एखादी इच्छा काही प्रश्न न करता शिरोधार्य मानतात? यापुढेही तुमचा शब्द प्रमाण मानतील? कितपत खात्री आहे तुम्हाला?" कमिशनरांनी सहज विचारल्यासारखं विचारलं आणि कान टवकारून उत्तराची वाट पाहू लागले.

"एकशे दहा टक्के! खात्रीच आहे तशी माझी." सटकन उत्तर आलं डॉक्टरांचं.

"डॅम शुअर नानूदादा?" कमिशनरांच्या तोंडून आत्तापर्यंत दाबून धरलेलं संबोधन बाहेर पडलं. डॉ. वर्तकांचा आपल्या कानांवर विश्वास बसेना. त्यांची धाकटी भावंडं त्यांना नानूदादा म्हणायची. ज्ञानेश्वर नावाचं छोटं सोपं लडिवाळ रूप नानू झालं. त्याला दादा चिकटलं. डॉक्टरांनी एकदम चमकून पाहिलं. त्यांचे डोळे विस्फारायच्याही पुढे गेले. एकटक पाहूनही त्यांना 'नानूदादा' म्हणणाऱ्या थोरातांची ओळख लागेना.

"मी थोरातमामांचा धाकटा; रत्नाकर. तुझ्या सगळ्यात धाकट्या भावाचा मित्र. किशाचा बाबल्या. बाबल्या म्हणायचे सगळे त्या वेळेस मला." कमिशनर खुदकन् हसले.

"बाबल्या? अरे होय की रे! आत्ता आठवलं. किती लहान होतास इंदापूरला असताना. पाटलांच्या आळीत राहायचो आम्ही. तू म्हाळसाईच्या गल्लीत ना? ओळखलंच नाही तुला. किती बदललाय तुझा चेहरा!" डॉक्टरांनी अघळपघळ हसत म्हटलं. त्यांनी खरंतर थोरातांना अजिबात ओळखलं नव्हतं. पण या बाबल्याप्रकरणातूनच आपल्या कामाची निरगाठ हाती येईल, असं वाटल्यानं त्यांनी ते सगळं पुढं चालू ठेवलं.

"मी मात्र तुला कधीचाच ओळखत होतो. तुझ्या चेहऱ्यात काडीचाही फरक पडला नाही. तस्साच आहेस तू. अगदी उमाकाकीची कॉपी! तसाच चेहरा, हातवारे वगैरे. आणि ओळखशील कसा तू मला? त्यावेळेस तू कॉलेजात आणि मी आणि किशा चौथीत. तू सुट्टीलाच फक्त घरी येणारा आणि किशाचं मित्रांचं लेंढार, पांजरपोळच असायचा. शिवाय आम्ही सगळेच तेव्हा खाकी हाफपँटीतले, सोल्जर कटातले आणि हो शेंबडेसुद्धा!" खदखदा हसत आणि नानूदादाला कडकडीत टाळी देत बाबल्या म्हणाला. दोघंही बराच वेळ बोलत राहिले. खदाखदा हसत राहिले. मग थोड्या वेळानं तो आवेग निवळल्यानं परत दोघं भानावर आले. मूळ मुद्द्याकडे वळाले. दोघंही सीरियस झाले. काय बोलावं ते दोघांनाही सुचेना. शेवटी थोरातांनीच पुढाकार घेतला.

"ओके डॉक्टर, नाऊ लेट अस बिकम फॉर्मल. जरी मनानं आणि भावनिक दृष्ट्या आपण अगदी जवळ आलो असलो, तरी आपल्यातलं हे नातं औपचारिकच राहील यापुढे. पण आजची आपली ही बैठक होईतोवर तरी आपण आपापले पेशे, स्टँडर्स न सोडता एकमेकांशी मनातलं बोलू या. चालेल? तू

नानूदादा आहेस हे मला माहीत होतं. म्हणून मी तुला घरी बोलावलं. नाहीतर माझ्या ऑफिसच्या अँटीचेंबरमध्ये आपल्याला सहज बोलता आलं असतं. कोणताही डिस्टर्बन्स न येता! खरं की नाही? चल मुद्याचं बोलतो. तुझ्या या स्टुडंट्सच्या पोलिस कस्टडीसाठी आम्ही फार आग्रह धरणार नाही आहोत. जामीन मिळेल त्यांना. दॅट्स माय प्रॉमिस. मग पोरांच्या परीक्षा होतील. ती पास होतील वगैरे. पण पुढे काय?'' वेगवेगळ्या मुद्दयांना हात घालत पुढे कायच्या समेवर येऊन थोरात थांबले. ''पुढं काय असणार? खटला, बदनामी, शिक्षा. दुसरं काय? त्यांची, कॉलेजची. माझीही कुचेष्टा, हेटाळणी. ते कसं टाळता येणार?'' खिन्न आवाजात डॉक्टर पुटपुटले.

''नो, ते टळेल असं वाटत नाही. यू इमॅजिन, त्या बाळू भोईच्या जागी तुझा एखादा विद्यार्थी आहे असं; फॉर अ मोमेंट.''

''त्याच्या जागी? एका भुरट्या चोराच्या जागी? एड्सनं पोखरलेल्या चार आण्याच्या गुंडाच्या जागी? आईबाप बायकापोरांनी हाकलून दिलेल्या रंडीबाजाच्या जागी? अरे, एकच फक्त आलाय या सातांतला मध्यमवर्गीयांतून. बाकीचे सगळे अतिशय उच्च वर्गातून आले आहेत. श्रीमंत पण मेहनतीनं, नेकीनं कमावलेला पैसा बाळगून असलेल्या घराण्यांतून आले आहेत ते. कुणाचे वडील महामंडळाचे अध्यक्ष आहेत, कुणाचे डॅडी नॅशनलाईज्ड बँकेत खूप मोठ्या हुद्द्यावर आहेत, तर कुणाची मम्मी चीफ सेक्रेटरी आहे.'' मग थोडं चिडीनं, थोडं हेटाळत डॉक्टर वरच्या आवाजात म्हणाले, ''यू मस्ट नॉट कंपेअर देम विथ दॅट एड्स् पेशंट.''

''आय मस्ट. कारण सगळेच सजीव आहेत आणि त्यातल्या एकाचा जीव घेतला त्यांनी.'' थोरातांनी थंडपणे सांगितलं आणि मग शांतपणे बॉम्बगोळा टाकला. ''हे बघ नानूदादा, मी एक प्रस्ताव तुझ्यापुढे ठेवतो. ही सगळी मुलं संशयाचा फायदा मिळून पुराव्याअभावी सुटतील, याची मी खात्री देतो.''

''काय? काय बोलतोयस तू...''

''हो. मी खात्रीनं सांगतो, गॅरंटी घेतो त्याची.'' थोरातांच्या चेहऱ्यावर प्रचंड आत्मविश्वास होता.

''कशी?'' अजूनही अविश्वासानं थोरातांकडे पाहत डॉक्टरांनी विचारलं. काहीतरी अशक्य अघटित ऐकावं, तसा त्यांचा चेहरा दिसत होता.

''हे बघ, याची वाच्यता कुठे करायची नाही. प्रॉमिस नको मला तुझ्याकडून, पण नुसता शब्द दे. तेवढा पुरे.'' डॉक्टरांची मान उत्सुकतेनं होकारार्थी हलली. तो इशारा समजून थोरातांनी त्यांना विश्वासात घ्यायला सुरुवात केली. ''खात्री

देऊ शकतो, याचं कारण म्हणजे आम्ही पोलिसांनी सादर केलेल्या पुराव्यावर, उभ्या केलेल्या केसवर तर कोर्ट निकाल देतं ना? केस ढिसाळ तपासाची, अपुऱ्या पुराव्याची किंवा तिचं प्लीडिंग नीट नसेल तर कोर्ट सबळ पुराव्याअभावी आरोपींना निर्दोष मुक्त करतं. फार तर फार पोलिसांवर ताशेरे ओढतं.'' थोरातसाहेब आपल्या मांडीवर थाप मारत मुक्त हसले.

''म्हणजे आम्ही ऐकतो ते खरं आहे तर! गुंडांची आणि पोलिसांची मांडवळ होते. तपासात जाणूनबुजून फटी ठेवल्या जातात. मग ढिसाळपणे खटला उभा केला जातो कसाबसा. आरोपी निर्दोष सुटतात. सन्मानानं समाजात मिसळतात. त्यांचे सत्कार होतात, प्रतिष्ठा वाढते आणि तुम्हा लोकांची श्रीमंती वाढते! हो की नाही?'' तिडीक भरलेल्या आवाजात डॉक्टरांनी शेरा मारला.

''खरंय ते काही प्रमाणात, पण सर्वस्वी खरं नाही. ते जाऊ दे. त्या विषयाला अनेक कंगोरे आहेत. ठीक आहे? अरे, असे आरोपी सुटणं, पोलिसांवर आरोप होणं आता पब्लिकच्या, वर्तमानपत्रांच्या डोळ्यांवर यायला लागलंय, म्हणून काहीतरी वेगळे मार्ग शोधतोय. आपण एक सौदा करू, लेट अस स्ट्राइक अ डील.'' थोरातांचा खर्जातला खोल घुमारेदार आवाज हुकूम सुनावल्यासारखा.

''डी-ल!'' ठळक अलग अक्षरांवर जोर देत थोरात ठाशीव बोलले, ''ऐकलंस ते खरंय. असा चमकू नकोस. एक सौदा करूया आपण. थांब. मी सांगतो तुला अगदी थोडक्यात. तुझे सातजण आम्ही वाचवणार त्या बदल्यात तू आम्हाला सातजणांचे जीव घेतल्यावर वाचवायचंस.''

''काय डोकंबिकं फिरलं की काय तुझं बाबल्या?'' डॉक्टरांनी आपली सुसंस्कृतपणाची आभूषणं काढून फेकून दिली.

''सॉरी! माझं म्हणणं नीट ऐकून घे. जो सौदा करायचाय त्याबद्दल तुला आधी माहिती देतो. तुला माहीत असेल की आमच्या हातून पोलिसचौकीत किंवा तपासात काही माणसं मरतात. मग ते निस्तरणं फार जड जातं. काही वेळा चुकून मरतात तर कित्येक वेळा त्यांना आम्ही मारूनही टाकतो. कारण ती हजार टक्के गुन्हेगार असतात आमची. आम्हा सगळ्यांची तशी ठाम खात्री असते. पण ते कायद्याच्या पकडीत सापडणार नाहीत, याचीही त्याच्या दसपट खात्री असते. अशा वेळी त्यांना टपकवण्याशिवाय गत्यंतर नसतं. असे गुंड, गुन्हेगार मारल्यानंतर त्यांचा हा असा खून पचवणं कठीण जातं. असं काही झालं की लागलीच वर्तमानपत्रं, मानवी अधिकारवाले, सत्यान्वेषीपणाचा वसा घेतलेले टीव्ही चॅनेलवाले

कुत्र्यासारखे आमच्या मागे लागतात. फार हैराण करतात. सडकून टीका केली जाते. फटके बसतात. अशा कितीतरी संशयित केसेसच्या पोस्टमार्टेममध्ये हार्ट फेल, फास लावून केलेली आत्महत्या, विषारी औषधं-गोळ्या घेऊन केलेला आत्मघात अशी लेबलं त्यांच्या मरणाला लागली, तर फार बरं पडतं. आम्ही सुटतो.'' थोरातसाहेब दम घेण्यासाठी थोडं थांबले. ''समाजजीवनाची चांगली जाण असलेला, नस ओळखणारा न्यायाधीशही मग त्याकडे दुर्लक्ष करतो. पण आमचं घोडं अडखळतं ते पोस्टमार्टेम करणाऱ्यांपाशी. पूर्वी करायचे काहीजण सहकार्य. थोड्याफार फेव्हर्स देऊ करायचो आम्ही. त्यांची खात्री पटवून दिली की ते मारणं कसं अपरिहार्य होतं की झालं! तयार व्हायचे आढेवेढे घेऊन. पण आता हल्ली-''

''हल्ली काय? आता का अवघड जातंय तुम्हाला? अं? इतकं की साक्षात पोलिस कमिशनर एका य:कश्चित म्हाताऱ्या डॉक्टरला गळ घालताहेत. त्याच्याशी सौदा करताहेत?'' विलक्षण उपहासानं कडवटपणे डॉक्टर वर्तकांनी पोलिस कमिशनरांना विचारलं.

''कारण, पुण्या-मुंबईतल्या पोस्टमार्टेम ॲथॉरिटीज सध्या आहेत त्या; त्या वर्तक डॉक्टरांच्या शिष्य आहेत. सरसकट सगळे डीनसाहेबांचे स्टुडंट्स, खरं तेच माझं म्हणणारे, ताठ कणा असलेले, कुणापुढेही मान न झुकवणारे, कशालाही न भुलणारे. थोडक्यात म्हणजे अव्यवहारी. पण आशेचा एकमेव किरण म्हणजे डीनसाहेबांना मानणारे आहेत.'' डॉक्टरांकडे दृष्टिक्षेप टाकत थोरातसाहेब म्हणाले.

''पण पोलिसांनी असा कायदा हातात घ्यायचं कारणच काय? कायदा हा सर्वश्रेष्ठ आहे. त्याचं पालन व्हायलाच पाहिजे. सांग काय कारण आहे ते.''

''कायदा हातात नाही घेत आहोत आम्ही. कायद्याचा हात हातात घेऊन त्याला गुंडांच्या मागे पळवणं फार जड जातं आम्हाला. भाईलोकांच्या टोळ्या, त्यांच्या गुन्हे करण्याच्या पद्धती, त्यांच्या युक्त्या बेसुमार वाढायला लागल्यात. दम आणलाय नाकात त्यांनी आमच्या. त्यांची प्रगती इतक्या वेगानं होतेय, की कायदा अपुरा पडायला लागलाय. आपले सगळे कायदे म्हातारे झालेत. त्यांच्याच्यानं काम होत नाही आताशा.''

''मग कायदे बदला.'' डॉक्टर उसळून म्हणाले.

''फक्त दोन मिनिटं विचार करून सांग मला, फक्त दोन मिनिटं! सोपं आहे ते? सध्याची राजकीय परिस्थिती जाणतोस तू. होणार आहेत कायद्यात बदल? अगदी प्रामाणिक विचार करून सांग मला. माझा पूर्ण विश्वास आहे तू

अखेरीस नाहीच म्हणशील.'' थोरातांनी त्यांना थोडा वेळ देऊ केला.

''पण मग तुमचे अधिकारी चेकाळतील. 'आधीच मर्कट तशात मद्य प्याला' असे वागतील. पाहतो आहेस ना तेलगी प्रकरणात तुमच्यातल्या थोर लोकांनी काय दिवे लावलेत ते! अशांना मग वाटेल ते करायला अनिर्बंध मुभा मिळेल त्याचं काय?'' डॉक्टर वर्तकांच्या विचारात अगदी किंचित, केसभर फरक पडला.

''नाही, तसं नाही व्हायचं. आता आमच्याकडे मुंबईच्या तीन, भिवंडी, पुणे आणि उल्हासनगर इथल्या प्रत्येकी एक एक अशा सहा केसेसची अर्जन्सी आहे. त्याशिवाय एखादी ऐनवेळची केस आली तर ती. असा विषय अजेंड्यावर आहे. म्हणून फक्त सातजणांच्या बदल्यात तुझ्या सात विद्यार्थ्यांना पुराव्याअभावी कोर्टाकडून सोडवून द्यायचा आमचा विचार आहे.'' थोरातसाहेबांनी पेय पिण्यासाठी ग्लास तोंडाला लावला. तिरक्या नजरेनं ते डॉक्टरांची प्रतिक्रिया पाहत होते.

''आमचा म्हणजे? तुझ्याशिवाय आणखी कोणी आहे की काय या कटात?'' डॉक्टर एकदम उडालेच. त्यांच्या आवाजात प्रचंड भीती आणि अविश्वास यांची शीग लागली होती. ''सांग कोण आणखी सामील आहे यात? सांग.''

''तुला काय वाटतं, की माझा एकट्याचाच हा प्लॅन असेल? अरे, अनेक पातळ्यांवरून पूर्वीपासून तसा हळूहळू विचार पक्का होत होता. कायद्याचे हात अपुरे पडताहेत. त्यामुळे लोकांचा न्यायालय, शासन, पोलिसयंत्रणा यांच्यावरचा विश्वासच उडायला लागला. धाक कमी व्हायला लागला आणि मग गुन्हेगारांचं पीक यायला लागलं. अपराध्यांना वचक वाटेनासा झाला कुणाचा. यात मी एकटाच असेन, आणि माझ्या डोक्यातून ही सुपीक कल्पना आली असेल असं वाटलं तुला? चुकून बोलून गेलो, पण आता तू बाकी नावं सांगितल्याशिवाय अजिबात कोऑपरेट करायचा नाहीस. पहिले मुंबईचे पोलिसकमिशनर, राज्याचे गृहराज्यमंत्री आणि महाराष्ट्राचे एक न्यायमूर्ती. सुप्रीम कोर्टातून रिटायर झालेले. त्यांनीच हा उपाय सुचवला. नाव नाही सांगत त्यांचं. बघ तुला ओळखू येतंय का ते.'' थोरातांनी शांतपणे सांगितलं.

डॉक्टरांनी अविश्वासानं थोरातांकडे पाहिलं. त्यांच्या मनात क्षणार्धात जस्टीस देशपांड्यांचं नाव उमटलं. नक्कीच न्यायमूर्ती देशपांडे, सुप्रीम कोर्टातून रिटायर झालेले महाराष्ट्रीयन न्यायमूर्ती म्हणजे तेच. दुसरं कोण? मान वरखाली हलकेच हलवत थोरातही तेच सुचवतोय. डॉक्टरांच्या मनातल्या जस्टीससाहेबांच्या आदरणीय प्रतिमेच्या क्षणार्धात चिंधड्या उडाल्या. अत्यंत न्यायनिष्ठुर, शुद्ध चारित्र्याचा हा न्यायाधीश डॉक्टरांना आवडायचा. समवयस्क असूनही देशपांडे

जस्टिसांबद्दल त्यांना फार आदर होता. डॉक्टर खूप दुखावले गेले. त्यांच्या नजरेत पराकोटीची खिन्नता आली. एवढा मोठा माणूस असं सुचवितो? पण त्यांचाही नाइलाज झाला असेल तर, त्यांनाही एवढा एकच मार्ग शिल्लक राहिला आहे असं वाटत असेल तर? म्हणूनच तर त्यांनी असा उपाय सुचवला असेल. एवढा आंतरराष्ट्रीय ख्यातीचा न्यायव्यवस्थातज्ज्ञ निष्णात कायदेपंडित, जागतिक न्यायालयातील न्यायाधीशपदासाठी जिचा विचार केला जात होता, अशी व्यक्ती जर हे सुचवत असेल, तर तेवढाच एक उपाय शिल्लक आहे असं समजायला हरकत नाही. डॉक्टरांनी खूप मोठा विचार करायला घेतला. पण ते हवं त्या प्रमाणात त्यांना जमलं नाही. पार जड झालं डोकं त्यांचं.

"तुम्ही लोक तुम्हाला हव्या त्या माणसाची वाट लावून मग माझ्यावर दबाव तर नाही आणणार?" डॉक्टर बऱ्याच वेळानंतर थोरातांशी पुटपुटत बोलले. त्याचा अर्थ क्षणार्धात कमिशनरांच्या ध्यानात आला. दोन्ही हातांनी कडकडीत टाळी वाजवून 'हुर्रेऽऽऽ' असं ओरडावंसं त्यांना वाटलं. अगदी अटीतटीनं त्यांनी तो मोह आवरला आणि भावनावश झाल्यागत दाखवत त्यांनी आपल्या नानूदादाला ओलसर आवाजात विचारलं,

"खरंच तुला असं वाटतं नानूदादा? मनापासून सांग. इतक्या हलक्या पातळीवर उतरू आम्ही पोलिस कमिशनरच्या केडरचे लोक? मी तुझ्या धाकट्या भावासारखा; वैयक्तिक हिशेब चुकते करण्यासाठी करेन मी असं? बघ विचार करून. लागल्यास अजून एखादा दिवस घे त्यासाठी." थोडं थांबून विचार करून एकदम बोलावं तसं थोरात म्हणाले, "चल नानूदादा, तुला शंका असेल तर मी माझा शब्द देतो की, तुला जेव्हा एखादी केस अशा प्रकारचा निकाल लावण्यासाठी योग्य वाटेल, तेव्हाच तू पोस्टमार्टेम चीफना फोन करायचा, चालेल? आणि खरं म्हणजे मुळात एखाद्या नावाबद्दल आमची खात्री होऊन एकमत झालं, टार्गेट ठरलं, की मगच तुला सांगितलं जाईल. चालेल?" एकदम मोठ्या संकटातून सुटल्यासारखं डॉक्टरांना वाटलं. प्रचंड ताणातून मोकळं झाल्याच्या भावनेतून त्यांनी तत्काळ 'चालेल' म्हणत थोरातांचा हात घट्ट दाबत प्रॉमिस देऊन टाकलं.

डॉक्टरांना आता तिथे क्षणभरही थांबवेना. श्वास घुसमटल्यासारखं होऊ लागलं. त्यांचं फार मोठं काम झालं होतं. "ही व्यवस्था किडलीये, सडलीये असं म्हणत जी काही चांगली माणसं शाबूत आहेत, त्यांना तू बिघडवायला बघतोयस, ही विसंगती नाही का रे तुझ्या लक्षात येत तुझ्या विचारातली?" असा प्रश्न त्यांना थोरातांना विचारायचा होता. पण आता त्यांना तिथे थांबवेना. आता त्यांची

पोरं सुटणार होती, डॉक्टर होऊन लोकांची सेवा करणार होती. मोठी पदं भूषवणार होती. आता नकळत, अभावितपणे झालेल्या गुन्ह्याचा बट्टा त्यांना लागणार नाही. सगळं कसं सुरळीत होईल याचं त्यांना खूप बरं वाटलं. सातजणांच्या बदल्यात फक्त सातवेळा आपल्याच माजी विद्यार्थ्यांना फोन करणं, पोस्ट मार्टेम चीफ असलेल्या- बस्स इतकंच, एवढंच.

प्रायश्चित्त म्हणून ते मग सगळ्या डॉक्टर कलाकारांचा एक जंगी गायनवादाचा कार्यक्रम करणार होते. जमा झालेला फायदा ते बाळू भोईच्या घरच्यांना देणार होते. डॉक्टरांचं मन मग शुद्ध विशाल विमल झालं. आपण काही चुकीचं करणार नाही हा त्यांचा बाणा टोकदार झाला. ते स्वत:वर खूप खूष होत तिथून निघाले.

थोरातांनी त्यांना त्यांच्या गाडीचं दार उघडून दिलं. मग हात हलवून प्रशस्त ऐसपैस बाय बाय केला. रुंद हसत त्यांना निरोप देणाऱ्या डॉक्टरांच्या त्या बाबल्यानं बंगल्यात येत तातडीनं गृहमंत्र्यांना फोन लावला.

''सर, काम झालं. आता एकेक वेचायला हरकत नाही.''

''अरे वा! गुड! म्हणजे मिशन सक्सेसफुल तर! पण पोरं सुटल्यावर डॉक्टरांनी आखडता हात घेतला तर?''

''नाही नाही, फार पक्का आहे शब्दाचा माझा नानूदादा.'' थोरातसाहेब गडगडाटी हसले.

''काहो थोरात, तुम्ही तर म्हणाला होतात की तुमचं सगळं बालपण मराठवाड्यात गेलं म्हणून. मग डॉक्टरांना नानूदादा म्हणण्याएवढी घसट- कोकणातले ना ते.''

''काय पण सर, त्यांची सगळी माहिती काढली वाडवडिलांसकट आणि मगच तर त्यांचा बाबल्या झालो.''

''असं होय! ओके! ओके! वेल डन, गुड तुम्हाला बरी संधी मिळाली. अगदी गॉड सेंड, तो एड्स होऊन मरायला टेकलेला भुरटा चोर होस्टेलमध्ये चोरी करायला जातो काय आणि तुम्ही ती संधी झडप घालून साधता काय! योगायोगाचा उत्तम वापर करून घेतलात हं तुम्ही.''

''आमच्या खात्यात योगायोग कसला सर? आम्हाला नडू शकणारे डीन साहेबांचे शिष्य आहेत म्हटल्यावर प्लॅन ठरला. त्यासाठी चारजण तयार ठेवले होते. आता दहा-पंधरा दिवसांत मरणार म्हटल्यावर बंडू भोई तयार झाला. त्याच्या प्यारीला पंचवीस हजार द्यायच्या बोलीवर. हा: हा: ऽऽऽ''

❖❖❖

त्याची आई नॉर्मल नव्हती. नुसती म्हातारीच होत चालली होती. थांबायचं नावच नाही! नखात रोग नव्हता आणि म्हणूनच तिच्या मरणाचा योग नव्हता. नव्हती नॉर्मल त्याची आई. सुरकुतलेली, अंगाची धनुकली झालेली. किती वर्षांची असेल बरं...? सदानंदाला हिशोब करता येईना. पण आलाच विचार डोक्यात आईच्या वयाचा, तर काढू तरी तिचं नेमकं वय— म्हणत तो सरसावला. कागद घेऊन बसला. पेन हाताशीच होतं. पण पेननं कागदावर लिहिण्याची गरज भासली नाही त्याला.

आपलं काय वय...? हं, यंदाच्या खंडेनवमीला शहात्तर पूर्ण होतील. चौतीस सालचा जन्म. कोकणातला, डेरावली गावाचा. रत्नागिरीपासून दोन तास लागायचे तिकडे जायला. पन्नासेक मैलांचा पल्ला होता. कसाबसा एक बैलगाडी जाण्याइतपतच रुंदीचा रस्ता. दोन्ही अंगाला गच्च झाडी. हिरवीगार उंच भिंतीसारखी.

काय चित्रं समोर उभी राहताहेत ही? विचारांच्या गुंत्यात पडलेल्या सदानंदाला वास्तवाचं भान आलं. हं... आईचं वय. त्या काळी नव्हता जन्मदाखला वगैरे. आयांना सतत पोरं व्हायची दर वर्षाआड. दहा-आठ पोरं तर घरोघरी असायची. थोरल्या लेकीचं मूल आणि आईचं शेवटचं पोरगं सारख्याच वयाची असायची तेव्हा. लग्नंही लवकर व्हायची तेव्हा. मुलगी न्हाण येऊन एखादं वर्ष पालटलेली आणि तिचा नवरा अठरा-वीसचा. आई सांगायची ना की, ती पंधरा वर्षांची होती लग्नात तिच्या. म्हणजे ते पंधरा. अगदी पहिल्या वर्षीच पाळणा हलला धरलं तरी ते एक वर्ष आणि आत्ता आपल्या वयाची शहात्तर, म्हणजे बहात्तर. छे, बहात्तरची कशी असेल आई आपणच शहात्तरचे असल्यावर? हां, मग ब्याऐंशी की ब्याण्णव? ब्याण्णवच बहुतेक.

सदानंद कुलकर्णी, राहणार नवी पेठ, पुणे, निळ्या दत्ताच्या पुढचं घर; हे आपल्या आईच्या वयाचा हिशेब करण्यात व्यग्र

झाले. जाईबाईंनी किती तरी वेळा सांगितलं होतं तरी असे सोपे हिशेब करणं, पाढे म्हणणं आणि उलटे अंक घोकणं वगैरे त्यांनी काही केलं नव्हतं. मग कोडी सोडवणं, आठवतील तशी गाणी लिहून काढणं वगैरे दूरच राहिलं. खरं तर त्याची त्यांना अगदी गरज होती— आजारपणाच्या टप्प्यात.

विस्मरणाच्या आजारानं सदानंद हरिभाऊ कुलकर्ण्यांचा ताबा घ्यायला सुरुवात केली होती. हल्ली-हल्ली हे अल्झायमर नावाचं प्रकरण त्यांच्या मानगुटीवर बसलं होतं. पूर्वी व्हायचं विस्मरण त्यांना; पण असं कधी तरी साठीनंतर होतं तसं. साठी बुद्धी नाठीतल्या अनेक तऱ्हांमध्ये ते खपून गेलं. आणि खपून जाण्याइतकं नगण्यही होतं ते. मात्र पाच वर्षांपूर्वी शारदा गेली त्यांची— अचानक हार्ट ॲटॅकनं, तेव्हापासून हे प्रमाण मुंगीच्या पावलांनी वाढत राहिलं.

फार अवलंबून होते ते शारदावर. तिनंही आपल्या पत्नीधर्मात काडीचीही कसर ठेवली नव्हती. पंधरा वर्षांपूर्वी अद्वैत गेला अमेरिकेला. आधी शिक्षणासाठी; आणि मग नोकरीसाठी तिथेच राहिला. तिथेच ओळख झालेल्या कोमला यादवाड नावाच्या सॉफ्टवेअर इंजिनिअरच्या प्रेमात पडला. सदानंदाला आणि शारदेला त्यानं तसं कळवलं आणि दोघं भारतात येऊन लग्न करून गेले. मग प्रथेप्रमाणे आई-वडिलांना तीन-तीन महिन्यांसाठी नेणं झालं. पोरं झाली; म्हणण्यापेक्षा पोरगा झाला आणि जाणं-येणं कमी झालं, दोन्ही बाजूंकडून. भेटण्याची ओढही कमी झाली असावी. गरज, असोशीला ओसरण लागली. मात्र पुढे काही वर्षांनी सदानंदाला त्याच्या हाका यायला लागल्या.

शारदेच्या अचानक जाण्यानं अद्वैतचं सुस्थिर, सुरक्षित जग थरथरलं. एकाएकी आपण आई-वडिलांचं काही करत नाही, आपण कर्तव्यात कमी पडतो, असं वाटायला लागलं असावं. सर्वथैव असं सुखी, संपन्न असल्यावर अशा खंती लागतात त्या माणसांना. त्यामुळे संवेदनशील असल्याचा गंड बाळगता येतो. शिरपेचातल्या पिसांत एक असलं खंतीचं पीस असलं की शोभिवंत दिसतो तो. सामाजिक किंमत, आदर वाढतो त्यानं. त्यामुळे अद्वैतनं घेतलं बोलावून त्यांना तिकीट पाठवून मागच्या एक-दोन वर्षं. त्यालाही आता दोन-तीन वर्षं झाली. आता मामला फोनवरच्या किंवा मेलवरच्या भेटींचा. आता आमंत्रणं होत नव्हती. झालीच अगदी तरी तोंडदेखली. तिकीट पाठवणे वगैरे प्रकार नव्हते होत आता. नको वाटतात त्याला हे म्हातारे वडील.

जाईबाई चहा घेऊन आल्या. गवती चहा, आल्याचा चहा असणार तो वाफाळता. बरोबर मारीची चार बिस्किटं. चहाचा पहिला घोट घेतल्यावर त्यांनी

चक्क मिटकी मारली. छान, झक्क जमला होता तो. तसं त्यांना सांगायला त्यांनी तोंड उघडलं, तेवढ्यात त्यांना आईची हाक ऐकू आली— "सदानंदाऽऽ कुठे आहेस रे; घेतलास का चहा? कोणती बिस्किटं खातोयस ते सांग बरं." शेजारच्या खोलीतूनही येणारा आईचा आवाज चांगला खणखणीत होता. होतीच त्याची आई अॅबनॉर्मल, सतत जगत राहणारी. सतत काळजी घेणारी. त्या काळजीचा मुलांना त्रास होतो ते न कळणारी. आधी शारदा गेल्यावर तिनं पुढाकार घेतला. नव्यानं संसार मांडल्यासारखी करत होती ती त्या काळात. आणि आता या आजारपणाची चाहूल लागल्यापासून पुन्हा तसंच— मुलगा लहान बाळ असल्यासारखं. खरंच, लहान मुलांना विचारावं तसं विचारत राहते— 'काय खाल्लंस? त्याला काय म्हणतात? आपल्या शेजारी कोण कोण राहत होतं डेरावलीला? तुझ्या आत्याचं नाव काय, सांग बरं?' खेळणंच मिळालंय तिला सदानंद नावाचं. डॉक्टरांच्या सल्ल्यानं ती हे करते म्हणे. म्हणजे, सल्ला खराच होता त्याच्या देखत दिलेला.

आपल्याला काही आजार आहे, हे मान्य करायला सदानंद तयारच नव्हता. होतं असं कधी कधी वय झालं की, असं त्याचं म्हणणं होतं. त्याच्या आईसारखाच त्याच्याही नखात रोग नव्हता. पण जाईबाईंना ते वेगळंच वाटलं. जेवण होऊनही जेवण घेतल्याचं न आठवणं. केबलमध्ये बिघाड झाला आणि टीव्हीभर नुसते काळे पांढरे ठिपके हलते व्हायला लागले तरी टीव्ही पाहणं, नावं विसरणं... व्हायला लागल्यावर त्यांनीच सदानंदाच्या पाठीमागे लागून त्याला डॉक्टरांकडे नेलं. नर्सेस ब्युरोच्या अनुभवी सेविका होत्या. त्यामुळे हे काही तरी वेगळं आहे, हे त्या इतर अनेक म्हाताऱ्यांच्या त्यांना येत असलेल्या अनुभवानं त्यांनी ते ताडलं होतं.

मग डॉक्टरांनी पुढे केलेल्या चित्ररूप कोड्यांची उत्तरं शोधताना आणि डॉक्टरांनी घेतलेल्या चाचण्यांतून निष्पन्न होऊन बाहेर आलं ते विस्मरण आजाराचं— अल्झायमरचं. त्यातली पहिली घ्यायची दक्षता म्हणजे, अशा माणसाला फार वेळ मुक्यानं राहू द्यायचं नाही याची. त्याला बोलतं ठेवायचं. लहानपणच्या आठवणी काढायच्या, नाही तर हे दुखणं विकोपाला गेल्यावर तो माणूस फक्त श्वास घेणारं प्रेत होतो. खाणं-पिणं, गिळणं, नाव-गाव, नाती-गोती सगळं सगळं विसरतो... आणि हे झपाट्यानं होतं. एवढं होऊनही त्याची तब्येत तशी ठणठणीत असते. फक्त मरत नाही अशी व्यक्ती, ही त्यातली वाईट बाब असते.

जाईबाईंना आता सदानंदाकडेही लक्ष द्यायला लागायचं. खरं तर त्या हे नात्यातलं काम घेणारच नव्हत्या. पण दयानंदनं गळ घातली. त्याच्या बायकोच्या चुलत मामाच्या बायकोची जाई ही भाची. ब्युरोत लागून काही वर्षं झालेली. दयानंदाला त्याच्या मोठ्या भावानं— सदानंदानं सांगितलं एखादी बाई बघायला, त्याच्या शारदावैनी गेल्यानंतर. म्हणून त्यानं गळ घातली. आणि सदानंदाच्या घरचं काम जाईबाई करू लागल्या. झाडणं, पुसणं, स्वयंपाक करणं आणि सदानंदाच्या आईचं म्हणजे यमुनाबाईंचं सगळं करणं.

त्या वेळी ठीक होतं. खरं म्हणजे, त्या वेळेसही यमुनाबाई जख्खच म्हाताऱ्या होत्या. पण सगळं स्वत:चं स्वत: करायच्या. आता त्यांचं खूपच करायला लागतंय. आणि भरीत भर म्हणजे, सदानंदाचं दुखणं सुरू झालंय. हा न टोचणारा, न दुखणारा आजार पार पोखरतो माणसाला; उरतं फक्त भुश्श्याचं बाहुलं. पुढच्या कल्पनेनं जाईबाई शहारल्या. पण आता त्या फार काळ थांबणार नव्हत्या. या घरचं काम नको होतं त्यांना. फार जिकीरीचं आणि कंबरडं मोडणारं होणार होतं ते काम. त्यांनाही आताशा होत नसायचं. आल्या तेव्हाची गोष्ट वेगळी होती.

दयानंदचा फोन आला की सांगणार होत्या त्या. पण त्याचे येताच कुठे फोन? येतात तसे दिवाळी-दसऱ्याच्या शुभेच्छा द्यायला. संक्रांतीचा तिळगूळ आणि दसऱ्याचं सोनं फोनवरून घ्यायचा तो, गावात असून! आणि रिसीव्हर कानाला लावूनच 'बोलाचीच कढी' तसा बोलाचाच नमस्कार करायचा. आशीर्वादही हटकून निसटायचे सदानंद आणि यमुनाबाईंच्या तोंडून. तेव्हा कुजकं हसत म्हणायचा दयानंद—

''कशाला हवं ते दीर्घायुष्य? रडत-खडत जगायला? माणसानं कसं झट्‌कन मरावं— आपलं कुणाला करायला न लावता. झट की पट, चुटकीसरशी! आणि तसं म्हणाल बंधुराज आणि मातोश्री, तर दीर्घायुष्याची परंपरा तर आहेच की आपल्या घरात. बाबा नव्वदाव्या वर्षी गेले आणि...'' वाक्य अर्धवट सोडून दयानंद खदखदा हसायचा. 'कशी आहे तब्येत? औषधपाणी करतो ना दादा व्यवस्थित? खायला- प्यायला हवं तसं, की काही बंधनं? फळं, बिस्किटं, फरसाण आणतो की नाही?' सगळ्या चौकश्या अगदी मन लावून, तळमळीच्या आवजात. तपशीलवार. बाहेरच्यांनी कुणी ऐकलं, तर म्हणतील— काय जीव आहे लेकाचा आईवर!

यमुनाबाई लागलीच लगोलग हुरळायच्या. अगदी आसुसून, ओथंबून

बोलू लागायच्या.

“आता काय रे औषधं घेऊन उपयोग आहे? रामही म्हणता येत नाही रे. तो बोलावतच नाही, तर काय करणार? मी ठीक आहे रे; पण तू हडकलायस अगदी. कळतंय ना मला आवाजावरून. हसतोयस काय? कळतं हो आईला मुलांच्या आवाजावरनं त्यांचं वजन. कळतं, कळतं! आणि आता काय राहिलंय माझं? जेमतेम महिना-दोन महिने.”

सदानंदाच्या आईचे महिना-दोन महिने काही संपणारे नव्हते. गेले कित्येक दिवस ते चालूच होतं. नॉर्मल नव्हती त्याची आई; जगतच चालली होती. सदानंदाचं म्हातारपण पिकत चाललं होतं. त्याला आता रोजचं आईचं कचकचणं सहन होत नव्हतं. जाईबाई घरच्या असल्यासारख्याच झाल्यानं सहन करत होत्या. त्यांना यमुनाबाईंचं नवल वाटायचं. एरवी बोलताना आवाज खाली गेलेला असायचा; पण वादविवादात, भांडणात मात्र तो ढाला आणि चढा व्हायचा. आणि आताआताशा तर त्यांचे देहविधी अंथरुणातच होत होते. ते त्यांना अगदी नकोसं होत होतं. जाईबाईंना त्याचा उबग, घृणा येत होती. त्यांना काम सोडायची घाई झाली होती. पण दुसरी काही व्यवस्था होईतोवर जबाबदारी टाळताही येत नव्हती. तोडू म्हटले तरी काही ऋणानुबंध तुटत नाहीत सहज.

“घेतला गं चहा. चांगला छान केलाय जाईबाईनं. बिस्किटं खाल्ली मारीची. आता फार नको विचारू; हे कोण, ते काय वगैरे. फार अभ्यास घेऊ नकोस माझा. फार करतेस हल्ली. बघून ठेवलंय मी. लहान पोरासारख्या सतत चौकश्या तुझ्या. विटलो मी पार. जरा देवाचं नाव घे— धनुष्य झालं तरी तोंडात राम नाम नाही. तेच तारील तुला. माणसानं जगावं तरी किती—” सदानंदाचा तोल अचानक ढळला. हल्ली हल्ली असंच व्हायचं. काहीही कारण नसताना एवढ्या-तेवढ्यावरनं वतवतायचा, भडकायचा तो. तोंडाला येईल ते बडबडत सुटायचा.

“तुझ्या चांगल्यासाठीच विचारतेय ना मी? तुला सारखं तुझी ओळख पटवत राहायचं, तुझं भान सतत राखायचं, जागतं ठेवायचं, असं सांगितलंय ना डॉक्टरांनी? तरच तू तुझा राहशील; नाही तर आपण कोण आहोत, काय करतो आहोत— सारं विसरायचास तू. सगळी पाटी कोरी व्हायची एवढ्या पंचाहत्तर-शहात्तर वर्षांची.”

“हे आणखी वर! सारखं-सारखं माझं वय काढतेस; जशी काही लहानच आहेस माझ्यापेक्षा!” बघता-बघता दोघांमधली कचकच वाढली. जाईबाईंना ते

मांजरीची पिल्लं / १६३

ऐकवेना. त्या काही समजूत काढायचं बोलू लागल्या आणि त्यांच्याच अंगावर ती दोघंही चवताळून आली. त्यांचीही उत्तरं-दुरुत्तरं चालू राहिली. घर दचकावं आणि भिंतींना अचंबा वाटावा, एवढा कालवा वाढला. दारं फटाफटा वाजवीत आणि वावटळ आत घुसून तिनं पडदे, सामान घुसळून काढावं तसं झालं होतं. आणि एक धुमसती शांतता साकावली.

"म्याँव म्याँव ऽऽऽ" एक व्याकुळ बाळ आवाज त्या हिंस्र शांततेला तडा पाडून गेला. आईला शोधत, हाकारत टेकीला आलेला आवाज आर्जवं करत होता. भूक लागली असावी त्याला. अजून डोळेसुद्धा पुरते न उघडलेलं पिल्लू होतं ते. त्याच्या करुण आणि बळ नसलेल्या आवाजावरनंच कळत होतं ते. सदानंदाच्या बंगल्याच्या हॉलच्या दारापाशीच असावं. आवाजावरनं तर ते तसंच वाटत होतं. भाटीनं आणून सोडलं असावं. पण अशा सोडत-बिडत नाहीत मांजरी आपल्या पिल्लांना; तो खास माणसाचा गुण. हां, बोक्यापासून पिल्लं वाचावीत म्हणून मांजरी नऊ ठिकाणं बदलते पिल्लं ठेवण्याची. त्यातल्या एका ठिकाणी जाताना पडलं असेल तिच्या तोंडून ते, तोंडात धरून नेताना. पण मग पडलं, तर नेईल की लगेच उचलून. एका वेळी काही दोन-दोन तीन-तीन पिल्लं नाही नेत ती. पण मग काय झालं असावं? सदानंदाला प्रश्न पडला.

जाईबाईंनी कान टवकारले. चाहूल घेत त्यांनी सदानंद आणि यमुनाबाईंकडे पाहिलं. डोळे चमकत होते त्यांचे. या बंगल्याच्या वातावरणात किती तरी दिवसांनी असे चिमणे स्वर निनादले होते. इथल्या वठल्या, जुनाट जीवनाला जसा काही एक टवटवीत हिरवा-पोपटी कोंब फुटला होता. त्या दोघांची धुसफुस, कचकच थांबली आणि तेही पुढं काय होतंय, हे उत्सुकतेनं पहात होते.

तीच त्यांची संमती समजून जाईबाई पुढे झाल्या. त्यांनी दार हळूहळू उघडलं. अगदी दाराशी असेल तर दुखावलं नको जायला ते मांजरीचं पिल्लू. ओणवून त्यांनी ते हलक्या हातांनी उचललं. ओंजळीत घेऊन त्यांनी त्याला निरखायला सुरुवात केली. हडकुळं, शुभ्र कापसासारखं, टोकेरी त्रिकोणी कानांचं, पेळूसारख्या शेपटीचं आणि खपाटीला गेलेल्या पोटाचं. सगळंच सामान्य असलेल्या त्या पिल्लाचे डोळे मात्र मोठे चमकते, काळेशार आणि आर्जवी होते. त्याच्या डोळ्यांत याचना ओठंगून उभी होती.

आता या वर्षावर्षांची घडी बसलेल्या आणि सरावून साका झालेल्या बंदिस्त वातावरणास असा तडा कुणा माणसाच्या आगमनानं गेला असता, तर सदानंदाला चालला नसता; पण त्या निरुपद्रवी मांजराच्या पिल्लाचं तिथलं येणं

त्यानं स्वीकारल्यासारखं वाटलं. त्याला थोडी बळकटी आणावी, अशा विचारानं म्हणल्यासारख्या जाईबाई मान वेळावत सांगू लागल्या—

"अहो, किनई बोका आहे हा; भाटी नाही. ते आधी पाहिलं म्हणजे मोठा झाल्यावर पिल्लाचं लेंढार नाही मागे लागायचं! नाही तर एकदा आलं पिल्लू, की सतत आपल्या पुढच्या पिढ्या वाढत राहतात. वंशावळ पसरत राहते आणि त्या घरात बारा महिने तेरा काळ आपला मांजरांचाच वावर. घोटाळतात मेली पायांत सारखी. पण ह्याचं असं नाही व्हायचं. त्याचा पोरवडा त्याच्या भाट्यांच्या घरी! आपल्या नाही हो.

"तुम्हाला माहितीय का भाटी पाळणाऱ्यांची पंचाईत? दर वर्षी वितात त्या; आणि पहिली पिल्लं कौतुकानं ठेवून घेतली जातात. त्यांनाही दूध-भात खायला घातला जातो... पण मग पुढची वेतं होऊ लागली भाटीची की, नको तो लबेदा, असं व्हायला लागतं. भाटी तर काही सोडून देता येत नाही. आणि पोत्यात घालून दूरवर टाकून दिली, तरी येते परत. कुत्र्यांसारखं नसतं मांजरीचं. त्यांचं प्रेम घरावर; कुत्र्यासारखं मालकावर नाही. मग काय, उपायच उरत नाही. जरा किलकिले झाले डोळे पिल्लांचे की, घरचे लोक उचलतात आणि टाकून देतात कुणाकुणाच्या दाराशी. मग घेतात काही लोक आपल्या घरात. काहींना खातात कुत्री. इतकी लहान असताना पिल्लांची ताटातूट केली की, सरावतात ती नव्या घराच्या वासांना आणि आपल्या आईच्या घरी जाऊ शकत नाही."

विसावा घ्यायला थांबल्या जाईबाई आणि सदानंदाच्या ध्यानी त्या विवरणाचा अर्थ आला. त्यानं निक्षून 'नाही' म्हणण्यासाठी तोंड उघडलं, पण तेवढ्यात त्याची नजर त्या पिल्लाच्या डोळ्यांकडे गेली.

मूर्तिमंत याचना तरळत होती तिथं. भुकेनं कोवळं 'म्यॉव म्यॉव' ही रेटलं जात नव्हतं त्याच्याच्यानं. खपाटीला गेलेलं, बरगड्या दाखवणारं पोट धपापत होतं. खालवर होत होतं. 'नसती ब्याद' म्हणत तो ते झिडकारणार होता, पण कुठे तरी कठोरपणाच्या चिऱ्यांमध्ये हिरवा अंकुर अवतरला आणि तो गप्प राहिला. तीच त्याची संमती आहे, असं मानून त्याचा विचार बदलायच्या आत जाईबाई त्याला घेऊन गेल्याही स्वयंपाकघरात.

काठी टेकवत-टेकवत आलेल्या यमुनाबाईंनीही फारसं काही ताणून धरलं नाही आणि रुळू घातलं ते पिल्लू त्या दिवसापासून. शूत् शुक् फिस् फिस् करत त्याला बोलावण्यापेक्षा काही तरी नाव ठेवा, असं दोन-चार दिवसांनी जाईबाईंनी सांगितल्यावर दोघा मायलेकरांनी अबोला सोडून एकमेकांशी विचारविनिमय

केला.

"काय ठेवायचं नाव आई? मांजराचं नाव; पहिल्यांदाच ऐकतो आहे असला प्रकार! या जाईबाईंचं काही तरीच. ओके. काय ठेवायचं नाव? उगाच 'सरवड्डैशाळे कृंभंष्णावट्टिल्ले' असलं काही ठेवू नका. आधीच मला आठवत नाही काही वेळा; त्यात ही भर नको. आयडिया! आई, तुझंच नाव ठेवतो त्याला. यमुना म्हणू त्याला, म्हणजे मीही विसरायला नको. हा: हा: हा:" कधी नव्हे तो सदानंद आपल्याच विनोदावर खदाखदा हसला.

कमरेत वाकल्यानं कुणाकडे पाहायचं म्हणजे संकट वाटणाऱ्या यमुनाबाईंनी भान विसरून हसत-हसत वर पाहिलं आणि कमरेत सणक भरली. ती कळ मोडायला त्या कमरेतून वर झाल्या आणि उसण भरली. त्यांना तशा अवस्थेत कॉटवर झोपवलं आणि त्यांनी अंथरूण धरलं. डॉक्टरांनी सांगितलं, हे आता असंच चालायचं. म्हातारपणाचं हाडाचं दुखणं ते. त्याला काही इलाज नव्हता. आणि नुकत्याच सहा-आठ महिन्यांपूर्वी इतर साऱ्या तपासण्या झाल्या होत्या, त्यात काही निघालं नाही. डायबेटिस, हार्टचं दुखणं, कॅन्सर... काही काही निघालं नाही. नॉर्मल नव्हती त्याची आई. नुसतीच आपली जगत चालली होती, इतरांची काहीच पर्वा न करत.

तोंड चालू, भान प्रखर, हात शाबूत; मात्र पाय अन् त्राण हरपलेलं. यमुनाबाई आयुष्यात पहिल्यांदाच अशा दयनीय अवस्थेत पडलेल्या; मग सगळं अंथरुणातच होणं भाग होतं आणि सहानुभूतीमुळे जाईबाईंना ते साफ करणंही भाग होतं. आधीचा काम सोडण्याचा विचार थोडा मागे पडला. पण आता या महिन्याच्या अखेरीला आधी तीन आठवडे सांगून काम सोडायचा त्यांचा निश्चय झाला. आईच्या मायेनं सांभाळलेलं 'यमुना' त्या घेऊन जाणार होत्या.

सदानंदाला त्यांनी एकदा तालमान पाहून सांगितलं. सदानंदाला धक्काच बसला. जाईबाईंचं त्या घरात असणं इतकं गृहीत धरलं होतं त्यानं की, त्या जाणार हे कल्पनेतच बसत नव्हतं त्याच्या. त्यातून त्याला आता अशा कल्पना करणं, समजावून घेणं झेपेनासं झालं होतं. जाईबाई बाहेरच्या व्यक्ती आहेत; घरातलं माणूस नाही एखादं, हे त्यांनी कधी जाणवू दिलं नाही आणि सदानंदालाही जाणवलं नाही. पण आता योग्य वेळ आली होती.

सदानंदाला काही सुचेना. स्तंभित झाल्यागत झाला होता तो. डोक्यात शिरेना आधी, त्या का जाताहेत ते. आणि समजावून सांगितल्यावर आता काय करायचं, हे मोठं प्रश्नचिन्ह त्याच्यासमोर ठाकलं. त्याचा विचारमग्न मठ्ठसा चेहरा

पाहून त्यांना मनोमन हसूच आलं. एवढा प्रॉब्लेम वाटण्यासारखं आहेच काय त्यात? शारदावहिनी असत्या तर क्षणात त्यांनी या समस्येवर उपाय काढला असता. मुळात त्या असत्या तर ही समस्या उद्भवलीच नसती. त्यांनी यमुनाबाईंची रवानगी बरोबर केली असती दयानंदाकडे.

दयानंदकडे यमुनाबाईंना पाठवायला हवं, तरच आपल्यालाही काढता पाय घेता येईल आणि या जंजाळातून निसटायची संधी मिळेल. पण सदानंदानं दयानंदाकडे आईला पाठवायला तर हवं ना? तेवढी त्याला उमज तर पडायला हवी ना? सगळं समजावून, उकलून सांगायला लागतं. आणि आता-आताशा सगळंच बिंबवायला लागतं सारखं, तेव्हा कुठे तरी प्रकाश पडतो थोडासा डोक्यात.

"आता बास झालं आई-आई करणं. सगळं तुम्हीच करायचं आईचं, असं काही ॲग्रीमेंट करून आला नाहीत तुम्ही ब्रह्मदेवाशी. सांभाळलंत तुम्ही इतकी वर्षं; आता करू द्या त्यांना. त्यांचीही आईच आहे ना? त्यांचाही हक्क आहे आईवर." जाईबाईंनी परोपरीनं समजावून सांगितलं आणि सदानंदालाही पटलं की, आपणच काही मक्ता घेतला नाहीये आईला सांभाळण्याचा. त्यानं दयानंदला फोन करायला घेतला आणि थेट बोलायला सुरुवात केली. तसं केलं नाही, तर मनाशी काय बोलायचं ठरवलंय, त्याचाही आपल्याला विसर पडेल, असं ठामपणे वाटलं. आपल्याला आपलीच भीती वाटतेय, हे जाणवून तो अस्वस्थ झाला. पण तेवढ्यात फोनची घंटी थांबली आणि दयानंदाचं 'हॅलो' ऐकू आलं. डिसप्लेवरचा नंबर पाहिला नसावा घाईघाईत त्यानं, नाही तर 'बोल दादा' म्हणाला असता.

"हॅलोऽऽ दयानंद हियर" दयानंदचं एकूणच सगळं वागणं-बोलणं साहेबी. युनिक ॲडव्हांटेज कंपनीमध्ये तो सिनिअर मोस्ट मॅनेजर होता. त्यामुळे सगळं वागणं शिस्तीचं, साबणाचा वडीसारखं कातीव आणि विशिष्ट अंतर ठेवलेलं. बोलण्यात कृत्रिम आपलेपणा आणि हुशारी. मधून-मधून हसत एखादा दाद देणारा इंग्रजी शब्द लकब म्हणून आपसुक वापरला जाणं, हेही त्याच्या कधीच तोंडवळणी पडलेलं होतं.

झटकन सदानंदाला काय बोलावं ते सुधरेना आणि मग दयानंदनंच बोलायला सुरुवात केली, बहुधा डिसप्लेवरचा नंबर पाहून.

"बोल दादा, काय म्हणतोयस? खूप दिवसांनी फोन—" सदानंदाला जाणवलं— अरे, यानंही फोन केला नाही किती तरी दिवसांत की वर्षांत; आणि

आलाही नाही भेटायला. आपल्याला नाही आणि जन्मदात्या आईलाही नाही. आणि वर आपल्यालाच विचारतोय की, खूप दिवसांनी फोन म्हणून?

"काय रे, कसा आहेस? बरा आहेस ना? आणि तूसुद्धा किती तरी दिवसांत फोन नाही केलास ते? ऐक, तुझ्याकडे काम आहे थोडं माझं. काम माझं आहे असं नाही; म्हणजे मला असं म्हणायचंय की—"

"बोल, काय सांगायचंय ते सांग, व्यवस्थित सांग. असा गुळमुळीत बोलू नकोस." सिनिअर मॅनेजरांनी झट्‌कन मुद्द्यावर यायला सुचवलं. तेही बरंच झालं. सदानंदाला 'कसं कसं'तून सुटका मिळाली.

"हे बघ दया, आईला बरं नाहीये. सणक भरलीये कमरेत. झोपून आहे अगदी कॉटवर. डॉक्टरांना दाखवलंय. ते म्हणाले, असंच चालेल अजून काही दिवस. पण आता एक प्रॉब्लेम झालाय. माझीही तब्येत बरी नाहीये आणि मुख्य म्हणजे जाईबाई आता काम करायचं नाही म्हणताहेत. त्यांना होत नाहीये. तर, तू घेऊन जा आईला—"

"जाईबाई नाही म्हणताहेत, तर दुसरी बाई बघ. त्यासाठी आईला माझ्याकडे कशाला पाठवायचं?"

"तुझ्याकडेच आणून घालतो आईला. अरे, किती वर्षं मी करायचं? पूर्वी बाहेरच्या राज्यात तुझ्या बदल्या व्हायच्या, म्हणून तिचं राहणं तुझ्याकडे नाही. त्यानंतर पुण्यातलं तुझं घर लांब, एकटं म्हणून नाही. मग शारदा वारली. आता दोघं एकमेकांच्या आधाराला राहा म्हणालास, म्हणून नाही. एकट्या माझीच आई नाही रे दया ती; तुझीही आहे."

"आहे ना दादा, आहे. पण आमच्या घरी तू बघतोयस. जेमतेम चार बेडरूमचं घर आमचं. आणि माणसं किती बघ! म्हणजे आमची एक बेडरूम, सानियाला एक हवीच. ती आता पोस्ट ग्रॅज्युएशन करतेय. सारंगला तर एक सेपरेट बेड देणं मस्ट आहे. तो, त्याचे उशिरापर्यंत रात्रीचे चालणारे फोन, त्याचं म्युझिक, त्याची जागरणं. उरली फक्त एक रूम. त्यात दमयंतीच्या आई येऊन राहतील काही महिने तिला सुद्धा खूप काम आहे तिच्या ऑफीसमध्ये. तिची रिटायरमेंट होईल आता वर्षा-दीड वर्षात, तेव्हा आणीन मी कायमसाठी आमच्या घरी. प्रॉमिस! मला माहीत आहे— खूप केलंस तू, वहिनींनी."

"हे बघ चापलुसी बंद कर. तुला काय वाटलं, तुझ्या या असल्या खुशामतीला भुलेन होय रे मी? तापवू नकोस डोकं माझं. दमयंतीची नोकरी म्हणून तिला बघता येणार नाही आईकडे; म्हणून आई माझ्याकडे. तुझ्या मुलांना

स्वतंत्र खोल्या हव्यात, म्हणून आई माझ्याकडे. सगळ्या तुझ्या अडचणी पदोपदी. आई नॉर्मल नाहीये, ती जगतच राहणारेय. तरी निसर्ग आणि काळ कुणाचे पक्षपाती नसतात. दमयंती रिटायर होईतोवर आईचं काय होईल, ते सांगता येणार नाही. खरं म्हणजे, वर जायचं वयही उलटून गेलंय तिचं. जाईलही, राहीलही. पण तुम्ही तिला नेलंत, तर वाटेल बरं तिला. मलाही काही होत नाही रे तिचं. दिवसेंदिवस म्हातारा झालोय मी.''

''आम्ही तरी असे काय तरुण राहिलोय?''

''अरे, माझ्या मानानं तरुणच. बारा वर्षांचं अंतर आहे तुझ्या-माझ्यात.''

''ते ठीक आहे रे... पण नाही होत आता आमचं आम्हालाच. त्यात आणखी—'' दयानंदचा हा सूर विसंवादी होणार याची नांदी सुरू झाल्यावर सदानंदानं त्याचं बोलणं तोडत म्हटलं.

''अरे, तुम्ही थोडंच करणार आहात तिचं? लावा चार माणसं कामाला; करून घ्या त्यांच्याकडून पैसे टाकून. पैसे टाकले की जगात काहीही मिळतं, एक आई-बाप सोडले तर. आणि पैसा भरपूर आहे तुमच्याकडे. तशी तब्येतीची कुरबूर तुझी लहानपणापासूनच आहे. ती नवीन नाही.''

''तसं नाही... पण, त्याचं काय आहे दादा, तुझी अपेक्षा आहे आम्ही तिचं करावं म्हणून. ते करून घेण्याचा तिचा हक्कच आहे म्हणून. पण कर्तव्य आणि हक्क या एकाच नाण्याच्या दोन बाजू आहेत. आईनं काय केलं आमचं? सारखी तुझ्याचकडे राहत, तुझंच करत आली ती—'' गुळमुळीत बोलणाऱ्या दयानंदवर दमयंतीनं डोळे मोठे केले असतील आणि बोलण्याचा इशारा केला असणार.

आयुष्यभराची मळमळ अशी बाहेर आली म्हणायची दयानंदची. आयुष्यभराची म्हणण्यापेक्षा लग्नानंतरच्या आयुष्याची म्हटलं तर योग्य होईल. सदानंदाच्या डोक्यात तिडीक गेली. एरवी गोड-गुळमट, उमाळ्याचा आव आणून बोलणाऱ्या दयाचं खरं रूप उघडं पडलं तर! सदानंद त्या सणकीतच बोलायला लागला.

''जन्म दिला ना तुला, तेवढ्यानंच तिला तो हक्क मिळतो. पण तिनं तेवढंच नाही केलं आपलं; दूध पाजलं, लहानाचा मोठा केला. अक्षरश: रात्रंदिवस झटली ती. झालास तेव्हा कमी वजनाचा होतास; दोन अडीच पाउंडांचा. तुला कापसात गुंडाळून ठेवायला लागायचं. दिव्याची ऊब द्यायला लागायची. परातीत न्हायला घालायला लागायचं. तेव्हा तू मोठा झालास. मोठा होत असताना सतत आजारी असायचास. गोवर, कांजिण्या, डांग्या खोकला, हगवण... प्रत्येक

आजार तुला व्हायचा.

"तू नोकरीनिमित्त बाहेरच्या राज्यांमधून फिरायचास. तुझी मुलं आईनं ठेवून घेतली नाहीत, म्हणून राग तुझा; होय ना? बालवाडी-पहिलीपासून मुलांचं करण्याएवढी होती ती? पन्नाशीच्या पुढे पोचली असणार त्या वेळेस. पाळी जायच्या त्रासानं गांजलेली. त्यात रक्तदाबाचाही त्रास. जागाही केवढी लहान होती. हा बंगला आता- आताचा.

"नाही पटायचं तुला. आपलं पोट फाडून तुला जन्माला घातला ना, एवढ्या एका कारणानं... चल सोड— कळली तुझी हरामी वृत्ती. तुला आईला न्यायला लागेलच दया. खरंच तू जर नुसता ओळखीचा असतास तर बघितलंही नसतं तुझ्याकडे; संबंध ठेवणं तर लांबची गोष्ट. पण रक्ताचं नातं पडलं ना— केव्हा नेतोयस?"

"दोन दिवस सासुरवाडीला जातोय. परवा-तेरवा परत येईन. आल्यानंतर फोन करीन, मग घेऊन जाईन. असं करतो— आजचा सोमवार. गुरुवारपर्यंत उशिरात उशिरा येईन. शुक्रवारी सकाळचा येईन... तिची इच्छा असेल तर न्यायला." दयानंदनं राजकीय भाषा सुरु केली.

"हं," म्हणत सदानंदानं फोन ठेवला. त्याला कसलीही खात्री नव्हती दयानंदची. 'काय केलं आईनं आमचं?' असं विचारताना लाज कशी वाटली नाही त्याला? नसेल नव्हे, नाहीच आई सद्‌गुणाची पुतळी. कोण असतं असं आदर्श? सोन्यालासुद्धा फार चकाकतं म्हणून नावं ठेवणारी माणसं असतातच ना? तू तरी आहेस का? आणि तुझी शेपटी— वृत्तीच वाकडी. तिनं कितीही केलं तरी तुझं समाधान झालं नसतं. कोणतं ना कोणतं कारण दाखवून तू कधीच नेलं नसतंस तिला. सदानंद विचारात गुरफटला गेला.

त्याची आई नॉर्मल नव्हती. जगतच चालली होती ती. सदानंदाला क्षणभर आपल्या आईचं नावच आठवेना. हादरला तो. जरा डोक्याला ताण दिल्यावर आठवलं. त्यानं भराभर जाऊन अद्वैतचा पत्ता, फोन नंबर, ई-मेल ॲड्रेस पाठ करायला घेतला. आता तो रोज शंभर वेळा घोकणार होता. त्याचं विस्मरण होणं परवडण्यासारखं नव्हतं. जीवन मरणाचा प्रश्न झाला असता नाही तर तो.

आईचं काय करायचं? हे दुखणं कसं निभावणार जाईबाई नसताना? आई असली तरी ती एक बाई आहे. तिचं आपण कसं करणार? दया नेणार याची गॅरंटी काय? त्याला काय हात धरून 'ने आईला' म्हणणार, की कानाला

धरून? कसं करावं; काहीच सुचेना त्याला. तो नेणार नाही आईला. आपण नेऊन सोडावं, तर तो काही तरी कारणं काढून येऊ देणार नाही. काय करावं बरं? काय करावं...?

विचारातला सदानंद दचकला. त्याच्या पायाला यमुना अंग घासत होता. इवल्याश्या तांबड्या जिभेच्या शेंड्यानं पाय चाटत होता. त्याची शेपटी वर झाली होती. त्याच्या जिभेचा ओलावा सहन न झाल्यानं सदानंदानं पायानं त्याला एकदम झिडकारलं. लडखडत तो चार फुटांवर फेकला गेला. म्यॉव करत परत त्याच्या पायापाशी आला आणि पुन्हा चाटू लागला.

"काय सालं लोचट आहे!" म्हणत सदानंद बसल्या जागेवरनं उठला. "कोण कुठले लोक अशी मांजराची पिल्लं आणून सोडतात दारी आणि त्या घरची माणसं पाळतात नाइलाज म्हणून; हरामी!" सदानंद आपल्याशीच म्हणाला. आणि तत्काळ तिथल्या तिथे त्याला साक्षात्कार झाला. मेंदू झगझगला त्यानं त्याचा. हलला, थरथरला. सापडला त्याला उपाय... यमुनानंच शोधून दिला म्हाताऱ्या यमुनाच्या प्रॉब्लेमवरचा. असंच सोडायचं आईला दयानंदाच्या दाराशी. मांजरीचं पिल्लू करायचं आईचं. म्हणजे लोकलाजेसाठी तरी दयाला तिला आतमध्ये घ्यायलाच लागेल. हा: हा: काय मस्त उपाय! आता असंच करायचं. ठरलं, अगदी ठाम. येस, यहीं करेंगे. लेकिन या म्हाताऱ्या पिल्लाला कळता कामा नये आपले हेतू. खूष झालेला सदानंद बाहेर निघाला, तेवढ्यात यमुनाबाईंच्या खोलीतून हाक आली— त्याला बोलावती.

"ये सदानंद, बस जरा माझ्यापाशी. ऐकलं मी तुझं आणि दयाचं बोलणं. फार केलंस माझं तू. आता सोड तू मला त्याच्यापाशी. करू दे त्याला माझं आता. राहिलेत किती दिवस; माहीत नाही. पण ते मोजकेच असू दे, ही प्रार्थना रोज करते रे. पण तो उचलून नेतच नाहीये बघ. दीर्घायुष्याचा आशीर्वाद का देतात, देव जाणे. शाप आहे खरा तर तो. लहानपणी अश्वत्थाम्याचं चिरंजीवीपण किती छान वाटायचं... तेव्हा मृत्यूचं भय वाटायचं पण आता त्याची इतकी असोशी लागलीय बघ. पूर्वी म्हणे, त्या जपान्यांमध्ये पद्धत होती की, माणूस म्हातारं झालं की त्याला उचलायचं आणि सरळ उंच डोंगरावर नेऊन ठेवायचं— मरायला. तसं हवं होतं बघ आपल्याकडे." यमुनाबाईंना अशक्तपणामुळे बोलणं जमेना. त्यांनी भांड्यातलं पाणी प्यायलं थोडं. जिभेला ओलावा लावून त्यांनी तो ओठांवरनं फिरवला. घसा खाकरत त्या पुढे म्हणाल्या.

"फार लोचट आहे यमुना म्हणालास ना? आहेच तो. पण जगातली

सगळ्यांत लोचट गोष्ट कोणती, माहितीय सदा तुला? ती असते आईची माया. मुलांनी कितीही झिडकारलं, तरी ती त्यांचाच विचार करते. त्यांच्यावर तितकंच प्रेम करते पूर्वीसारखं. अति लोचट बघ. आणि एक गंमत सांगू का तुला? ती जिथे असते ना, त्या मुलाची सोडून इतर मुलांची काळजी करत असते. दृष्टीआड असतात ना ती. चल, जाऊ दे. सोड मला दयाकडे. अगदी तुझ्या मनात आला ना विचार, तसंच सोड मला त्याच्याकडे. अवचित, अचानक. सगळ्या सामानासरशी, औषधं-कपड्यांसकट. घ्यावंच लागेल त्याला हे म्हातारं मरतुकडं मांजराचं पिल्लू आतमध्ये... तू दाराशी सोडून मागच्या मागे निघालास की.'' त्यांना आता जास्त बोलवेना. त्यांनी डोळे मिटले.

पडत्या फळाची आज्ञा मानण्याचं सदानंदानं ठरवलं. फळानं पडावं असं वाटावं आणि फळालाही त्याच क्षणी उडी घ्यावी खाली असं वाटावं, असा प्रकार झाला. त्यानं जाईबाईंना बोलावून सगळा प्रकार त्यांच्या कानी घातला आणि दयाच्या कानावर काही जाऊ देऊ नका, म्हणून बजावलं, ''तिथे तुम्हाला आईचं सगळं लागी लागेतोवर राहावंच लागेल आणि त्यानंतर तुम्ही जाऊ शकता. बघेल दया काय करायचं ते. हो— पण यमुनाला तुम्हाला न्यायला लागेल तुमच्या घरी. तो थोडाच तुम्हाला सोडून राहणारेय?'' एवढं बोलून त्यानं लागलीच तयारी करायला घेतली.

आईचे कपडे, औषधं, रिपोर्ट्सची फाईल, एक्स-रेज, बँकेचं पासबुक, चेकबुक, मेडिकल स्कीमचं कार्ड... अनेक प्रकार.

डायपर्सचं पुडकं, वॉकर, किडनी ट्रे, युरीन पॉट, बेड पॅन यांचं पॅकिंग जाईबाई करणार होत्या.

सदानंदानं ॲम्ब्युलन्स बोलावली. त्यांच्या स्ट्रेचरवर त्याच माणसांनी सदाच्या आईला निजवलं. चादर घातली आणि ते ॲम्ब्युलन्समध्ये नीट ठेवून ड्रायव्हरनं ती सुरू केली. सदानंदाच्या आईसोबत जाईबाई होत्या. त्यांना घर माहीत होतंच दयानंदचं.

सदानंद ॲम्ब्युलन्सच्या मागोमाग गाडीतून जात राहिला. दयाचं घर आलं आणि सदानं सांगितल्याप्रमाणे ड्रायव्हर अन् त्याच्या सहायकानं ते स्ट्रेचर फाटक उघडून आत नेलं. वॉकरच्या साह्यानं यमुनाबाईंना उभं केलं. जाईबाईंनी एका हातानं यमुनाबाईंना घट्ट धरून दुसऱ्यानं दाराची बेल वाजवली. एवढ्या सकाळी कसली गडबड आहे, आलंय तरी कोण— हे पाहायला दमयंतीनं खिडकीतून बाहेर डोकावलं आणि ती अचानक एखादं भूत पुढ्यात उतरावं तशी पांढरी

फटक पडली. बेल वाजत राहिली. दमयंती तशीच मुखस्तंभासारखी उभी होती. पाहतोय ते खरं आहे का आभास, हे न कळल्यागत. बेल वाजतेय आणि दार का नाही उघडलं जात नाहीये, हे बघायला दया आला धावत आणि दार उघडून पाहतो तो समोर यमुनाबाई! सदानंदानं सोडलेलं अशक्त, थरथरत करुणेची भीक डोळ्यांनी मागणारं एक जख्ख असहाय मांजराचं पिल्लू. त्याचे डोळे बशीएवढे झाले होते.

हे सगळं होईतोवर ॲम्ब्युलन्स धुरळा उडवत निघूनही गेली होती. सदानंद लांबून गाडीतून डोकावून पाहत होता ती गंमत. गंमतच वाटत होती त्याला ती. हसत-हसत तो दयाचा थयथयाट पाहत राहिला. दया रस्त्यावर यायच्या आत गियर टाकून त्यानं गाडी माघारी वळवलीही.

गाडीतून घरी परतताना त्याला नेमका रस्ता आठवेना. थोडा वेळ गोंधळलेल्या अवस्थेत गेला आणि मग सारं ठीक झालं. राहून-राहून त्याला आईचा चेहरा आठवत राहिला. नजरेपुढे येत राहिला. कितीही नको असलेलं माणूस नजरेआड झाल्यावर खुषीत येऊ पाहणाऱ्या मनाला आत कुठे तरी कसर, कुरतड लागते. एकटेपणात तर ती फारच लागते. कितीही झटकू म्हणता झटकता आला नाही आईचा विचार.

घरी येऊन सदानंद एकटेपणाची ऐश चाखत-माखत उपभोगू लागला. कसलीच घाई नाही, कटकट नाही, व्यवधान, चिंता, काळजी— नथिंग! मधेच आईची हाक आल्यासारखं वाटत होतं, पण मग ती दयाकडे धाडून दिल्याचं डोक्यात येताच त्याला हसू फुटायचं.

घरात पाऊल ठेवता-ठेवता त्याला फोनची घंटी वाजत असल्याचं कळलं. टाहो फोडत, किंचाळत होती ती. वारंवार वाजत, थांबत फुत्कारत होती ती. न सांगताच कळत होतं— कोण पुनः पुन्हा कोण फोन करत होतं. तडफडाट झालेल्या दयानंदाशिवाय कोण असणार होतं? त्यानं टाळी वाजवत मस्त छान हसून घेतलं.

दयानंदावर चांगलीच मात केल्याचं समाधान दोनच दिवसांत निवळलं आणि आपला दिनक्रम पार पाडताना काही तरी विसरतोय आपण, याची टोचरी जाणीव त्याला बोचू लागली. किती तरी वेळ आठवत राहिला तो. काही तरी चुकतंय, असं वाटत असतानाच त्याच्या स्मरणात '६४ अव्हेन्यू रोड, थर्ड लिंक अर्नॉर्बर' ही अक्षरं घोळू लागली. पत्ताच हा— पण कुणाचा? इंग्लंडमधला की अमेरिकेतला? कळेचना त्याला काही! हे शब्द आपण पाठ करत होतो, हे

त्याला आठवलं. पण कुणाचा पत्ता हा? आठवता-आठवता दोन दिवस बोले आणि झप्पकन वीज चमकावी तसं झालं.

अरेच्या! आपल्या अद्वैतचा पत्ता की! हा: हा: हा: काय तरी आपण! पोराचं नाव विसरलो आपल्या स्वत:च्या? या विचारासरशी त्याच्या काळजाला चर्रदिशी चटका बसला. आज पोराचा पत्ता विसरलो; उद्या आपल्या दुखण्यानं पुढची पायरी गाठली तर? आपण कोण आहोत, याचीही जाणीव राहत नाही म्हणे. आपलं नाव-गाव विसरलं जातं. काळाचं भान विसरलं जातं. खाणं-पिणं विसरतोच माणूस. एवढंच नाही— कुणी भरवलंच अन्न, तर गिळणंही विसरतो तो. आपलं भविष्यातलं चित्र पाहून सदानंद मुळापासून हादरला. आता तत्काळ काही तरी केलंच पाहिजे, या भावनेनं झटपट कामाला लागला.

आपणही नॉर्मल नाही आहोत, जगतच चाललो आहोत... मान्य केलं त्यानं स्वत:शीच हे. फार मानसिक क्लेश झाले त्याला. त्यानं तातडीनं जुजबी सामान घेतलं. मोठ्या-मोठ्या अक्षरांत अद्वैतचं नाव, पत्ता, मेल ॲड्रेस, फोन-मोबाईल नंबर लिहिलेली दोन-चार प्लॅकार्ड्स तयार करून घेतली. सारखा-सारखा मनाशी घोकत राहिला पत्ता. पासपोर्ट-व्हिसा होताच त्याचा. तिकीट काढून तो थेट अमेरिकेत धडकणार होता... अद्वैतच्या दाराशी जाऊन थडकणार होता! फोन, मेल करून सूचना देणं म्हणजे भारतातच राहावं लागणार, हे त्याला अगदी पक्कं माहीत होतं. म्हणून त्यानं ते निग्रहानं टाळलं. आता भले काही होवो; अद्वैत सगळ्यांना घेऊन सुट्टीचा कुठे कुठे फिरायला गेला असू दे, नाही तर हिवाळ्यातला टनभर बर्फ आपल्या अंगावर साठू दे. सदानंदाचा निग्रह पक्का होता. केसभरही ढळणार नव्हता.

आपणच आपल्या हातून आपलंच करणार होता सदानंद— आणखी एक जखख मांजराचं पिल्लू.

❖❖❖

त्यानं घट्ट मिठी मारल्यावर मितालीनंही आपले हात त्याच्या गळ्यात टाकले. अनिशच्या इतक्या आवेगी कडक मिठीचं तिला नवल वाटलं नाही. हे पूर्वीसारखंच. फक्त त्या वेळेस मंगळसूत्र गळ्याशी रुतायचं. त्याचे ओठ तिच्या अंगाशी भिडले. आधी कपाळ... मग गाल, ओठ, कानाची बुच्ची पाळीही हलकेच दातांत धरली त्यानं. त्याच्या बकार्डीचा वास तिला जाणवला आणि आपली जिन....?

अनिशचे हात सरसरत तिच्या अंगा-खांद्यांना दाबत, आंजारत-गोंजारत होते. मात्र तिचा प्रतिसाद नेहमीपेक्षा जास्त आठरत होता. ही स्पर्शातील आर्जवं नवी होती. आवेगही अनोखा होता नेहमीपेक्षा हं; म्हणजे तीनएक वर्षांपूर्वी होता, त्यापेक्षा. अगदी लग्नानंतरच्या दिवसांत तरी असा कुठे होता? विसरायची शिकस्त करूनही असं सगळं आठवत राहिलं— काहीही कारण नसताना.

का तयार झालो आपण?

"अंऽऽऽ आपण दोघं... एकदाच... अखेरचं? वन फॉर दि रोड...?" अनिशनं चेष्टे-गमतीच्या सुरात तिला विचारलं; हसल्यासारखं करत. त्याच्या म्हणण्याचा अर्थ तिच्या लागलीच लक्षात आला. न यायला काय झालं? पंधरा वर्षांपासून नवरा होता तिचा तो. तीन वर्षांपूर्वी त्यांनी वेगळं व्हायचं ठरवलं— खरं तर तिनंच. त्या दिवसापर्यंत आजही नवरा होता तो. आणि हे विचारत, बोलत होता तो ताजा-ताजा माजी नवरा. परस्परसंमती तर होतीच; फक्त त्यावर शिक्कामोर्तब झालं.

निकालानंतर कोर्टाबाहेर पडताना पुढे गेलेला अनिश थबकला. तो येईतोवर 'ठीक आहे. ओके, सी यू'च्या निरर्थक आणि अप्रासंगिक देवाण-घेवाणी झाल्यावर त्यानं एकदम बिझनेस डील व्हावं तसा तिचा हात आपल्या हातात घेतला आणि हलकेच विषय काढला. सगळं तोच तर करत होता; ती फक्त ऐकत

होती. मानही हलवत नव्हती. तिचं गप्प राहणं, हीच तिची संमती धरून चालला होता तो. सोईस्करपणे तिनं चमकून त्याच्या डोळ्यांत पाहिलं.

"लास्ट ऑकेजन..." त्याचा सूर किंचित अधिकाराचा, बाकी सारा मनधरणीचा. पण आता हा परपुरुष. परका पुरुष नाही. नवरा नसलेला पुरुष— परपुरुषच. का ही लास्ट ऑकेजनची रिक्वेस्ट? निरोप घ्यायची अनोखी पद्धत. कसली आठवण जपणार आपण त्याची? आयुष्यातली इतकी वर्षे वाया घालवली; आता परत उभारी धरायची.

"बोल ना— एकदाच..." तिनं त्याच्या डोळ्यांत बघितलं. हे बोलताना सूर विनवणीचा होता. पहिल्यांदाच पाहिली त्या संदर्भात तिथे विनवणी आणि इतर संदर्भांतही प्रथमच.

"बघू नंतर—" एल. आय. सी. मधल्या इतक्या वर्षांच्या नोकरीत सतत काही ना काही कारणानं उच्चारायला लागणारे शब्द तिच्या ओठांतून घरंगळून बाहेर पडले. खरं तर ठाम 'नाही, नको'ला सभ्य पर्यायी, न दुखवणारे शब्द हे. त्यांचा अर्थ खरं म्हणजे त्या बेतानंच घ्यायचा असतो.

"काय मस्त मेंटेन केलीयेस तू फिगर! जरा कमी झालीयेस कमरेत आधीपेक्षा. मस्त!" अनिशचे हात पाठीवरून कमरेशी पोचले होते. गोल-गोल पंजे फिरवून संपूर्ण पाठ त्यानं पुरती स्पर्शून घेतली. तिला आपल्या हाताचं काय करावं, ते कळेना. नुसतेच छातीशी दुमडून ठेवले. लहानपणी हाताची घडी घालून बाई सगळ्या मुलांना शांत बसायला सांगत; तसे. तेवढ्यानंही आश्वस्त वाटलं तिला. आपली आपल्यालाच छान सोबत झाल्यासारखं वाटलं तिला. आपल्या अंगांगांचा इतका निकट सहवास एवढ्यात लाभला नाही आपल्याला, हे तिला जाणवून गेलं.

अनिशनं तिला आणखी जवळ घेतलं— घट्ट मिठीत. तीही गेली. त्यासाठीच तर भेटायचं ठरलं होतं ना! त्यानंच ठरवलं. हिनं फक्त रुकार दिला. का? इतक्या वर्षांची सवय मोडवेना, की भीड चेपेना; की मधल्या तीन वर्षांच्या एकटेपणाला ते हवं होतं...? तिला चिकित्सा करणं अवघड होत गेलं. पण कशाला हे विचार? या स्वीकारलेल्या घडीची पूर्ण एंजॉयमेंट घ्यायला हवी. ती भानावर आली. हाताची घडी सोडवून घेऊन त्याच्या उघड्या पाठीवर तसेच गोल-गोल पंजे फिरवायला लागली. बरगड्या उभारून आल्यात पूर्वीपेक्षा, हे जाणवल्यावर तिच्यातली माजी बायको कळवळली आणि थोडं बरंही वाटलं तिला— किंचितसं आत कुठे तरी. तिचं विमान वर निघालं होतं.

खरं म्हणजे, तो परत फोन करेल असं वाटलं नव्हतं तिला. त्याचा फोन

आल्यावर चमकलीच ती थोडी. ''कशी आहेस, कुठे आहेस—'' वगैरे संभाषणाच्या नांदीनंतर त्यानं मुद्द्याला हात घातला— ''कधी भेटू या?''

''कशासाठी? व्हाय फॉर?'' तिचा कसासाच राग.

''व्हाय नॉट? वी आर नॉट फोज. लेट अस बिगिन अवर फ्रेंडशिप. त्या मैत्रीची सुरुवात... किंवा... झकास आयडिया— डिव्होर्स सेलिब्रेट करू या...''

''सेलिब्रेशन? डायव्होर्सचं? ही: ही: खी: खु:'' तिला हसूच आलं. बाकी सारं विसरून तिनं हसून घेतलं. ती संधी साधून त्यानं शनिवार रात्रीचं सांगूनही टाकलं.

''हे बघ— शेवट गोड ते सगळं गोड. आपण एकमेकांसाठी चांगली आठवण ठेवू अखेरची. मी येतो; तू तयार राहा. थोडा स्टफही आणतो आणि चायनीजही. ओ. के.!'' काही बोलायच्या आत त्यानं फोन डिस्कनेक्टही करून टाकला. तिनं उलट फोन करायचा प्रयत्न केला. एंगेज्ड होता. मग नंतर तिनं प्रयत्नही केला नाही.

त्यानं टर्म्स डिक्टेक्ट करायच्या आणि आपण मान तुकवायची, ही सवय अजून कुठे तरी बारीक मूळ धरून होती, हे नक्की. की... आपल्याला हवं होतं ते? असेलही.

– नाही, हवं होतंच! तीन वर्षं गेली अशीच कोरडेपणाची.

– मध्यंतरात पुन्हा कधी मिळणार...? नो वे.

– लग्नाचा विचारच करायचा नाही पुन्हा. इनफ्. तोंड पोळलंय.

– मग, तसंच...?

– ॲब्सोल्यूटली नॉट, नेव्हर. नो वन नाईट स्टँड. त्यामागे प्रेम हवं. प्रेमातून सारं उमलावं.

– मग आता त्याच्या मिठीत शिरताना प्रेमाचा महासागर हेलकावणार आहे का तुझ्यात?

– नाही. पण सवयीचा आहे माझ्या... नवरा...

– पण माजी; आताचा नाही. आणि नवाही होईल ना सवयीचा. एक-दोन इंसिडन्सेसनंतर.

– ओह, स्टॉप इट; आय सेऽऽऽ

तिला काहीच आठवत नव्हतं. आपण बोललो की नाही आणि बोललो तर काय बोललो! त्यानं शनिवार रात्र सांगितली आणि फोन ठेवला. आपणही नकळत वाट पाहत राहिलो आणि तो येऊन ठेपलाही.

''ये—'' दारात उभ्या असलेल्या माजी नवऱ्याचं स्वागत इतक्याच शब्दानं ठीक होतं. अल्पाक्षरी. ओठांवर ताणलेलं औपचारिक हसू डोळ्यांत

प्रतिबिंबित न झालेलं. ती मागे सरकली नाही. तो तिला बाजूला करत आत आलाच असता. दारावरनं त्याचं नाव काढून टाकल्याचं त्याच्या ध्यानीही आलं नाही. पर्वाही नसावी त्याची त्याला.

"ओहो, वॉव! फर्स्ट क्लास! मस्त रंग लावलायस हॉलला. अ‍ॅक्रलिक ना?" हातातली कॅरीबॅग घेऊन तो थेट स्वयंपाकघरात गेला. वेगवेगळ्या डिशमध्ये चकणा काढून घेतला. दोन ग्लास काढले. फ्रीजमधून बर्फ काढला आणि हॉलमध्ये आला. सी डी प्लेअरमधे गझलांची सीडी सारली. सोफ्यात हुश्श करून ऐसपैस, आरामात बसला मांडी घालून अन् तिच्या हाती ग्लास कोंबून.

"घे— शिंपलीभर जिन आणि ग्लासभर लिम्का. पिता कशाला च्यायला लेकीहो तुम्ही..." ओठाला ग्लास लावायच्या आधीचा हा नेहमीचा डायलॉग. त्याच्या मते विनोदी. आजही तोच तसाच. जणू मधे तीन वर्षं गेलीच नाहीत. मधलं सगळं पुसलं गेलं.

"चिअर्स फॉर आवर डायव्होर्सेस सेलिब्रेशन!" तिच्या ग्लासला ग्लास टिचकावत त्यानं आपला ग्लास लावलाही तोंडाला. कधी बरं... अर्ध्याच तासापूर्वी.

सेलिब्रेशन ना; ओके! झालोच आहोत तयार, करतो आहोत त्यानं नेमलेलं; तर होऊन जाऊ दे. तिनं मोकळेपणानं त्याच्या गळ्यात हात टाकले. होऊ दे तुझ्या मनासारखं. अनफर्गेटेबल सेलिब्रेशन! काय बरं म्हणाला तो? एवढ्या एका प्रसंगासाठी आपण एकमेकांच्या कायम लक्षात राहू या— आधीचं सगळं विसरून. ओके.

त्यानं तिच्या ओठांत आपले ओठ मिसळले. केसांशी चाळा आरंभला. तिनं डोळे मिटून घेतले. जिनचा अंमल सुरू झाला होता. तिला खूप उत्साहित वाटू लागलं.

लग्नानंतर हनीमूनला आंबोलीच्या जवळच्या गावात गेले होते ते. तिथं नुसता पाऊसच पाऊस. सरळ, तिरका, रपरप, मुसळधार, वादळात घुसलेला. तेव्हा ती अचानक चिंब होत म्हणाली होती, "नुसता पाऊसच पाऊस ना... आणि झाडं तरी किती! धम्माल ना नुसती." त्यावर तोही उद्गारला, "तुला माहितीय, इथली माणसं कुठे जातात हनीमूनला ते? मुंबईला! आणि वर म्हणतात कसे— कित्ती उकाडा आहे ना? आणि माणसं तरी कित्ती! धम्माल ना नुसती—" दर वेळेसारखं तिला त्या आठवणीसरशी हसू फुटलं. पण आज तीनेक वर्षांनी तरी किमान आठवला तो.

तिचा खांदा उघडा करत तो त्याच्यावरून बोट फिरवत राहिला. "इथे एक तीळ होता ना; मसुराएवढा?" उघड्या खांद्याकडे बघत त्यानं विचारलं.

"होता तिथे कधी, पण आता तो सरकत-सरकत इथपर्यंत आलाय बघ" म्हणत तिनं आपला दुसरा खांदा उघडा करून दाखवला.

"आम्ही आपले गवंडी. आम्हाला त्यातलं काय कळतंय? आणि तुझ्या खांद्यामध्ये तरी डावं-उजवं करण्यासारखं काय आहे? फक्त तिळमात्र फरक दोघांत. दोन्ही तसे उजवेच की!" त्यानं त्या तिळावर ओठ टेकवले. झालेली फसगत त्यानं चलाखीनं विनोदाखाली झाकायचा प्रयत्न केला. अशा अनेक चलाख्या चालू असायच्या सतत.

व्यवसायानं सिव्हिल इंजिनिअर. कुठल्याश्या मैत्रिणीचा कुठलासा भाऊ. ओळख झाली, वाढली. दिसायला इंप्रेसिव्ह. बोलण्यात चतुराई. साहित्याचा बरा अभ्यास. भाळली, फिरली, लग्न झालं. जात, धर्म, आर्थिक स्तर वगैरे सगळं समान. अडथळा कसलाच नव्हता. आणि नेहमी चांगलीच बाजू समोर यायची; दाखवला जायची. हनीमूननंतरही दिवस चांगले गेले. नंतर त्याच्या बढाया वाढू लागल्या. कमाईही कमी होऊ लागली. तिच्या एलआयसीच्या नोकरीत ती चढत राहिली. त्याची मिळकत बरी होती. पैशांचं सातत्य नव्हतं. कमालीचा आत्मकेंद्रित माणूस होता तो.

कमालीचा स्वार्थी मात्र नव्हता. तसा असता तर कधीच... त्याचं अवघं विश्व त्याच्याभोवतीच फिरायचं. त्याच्या जगात फक्त त्यालाच प्रवेश होता; बायकोलाही नाही. झाली असती पोरंबाळं, तर त्यांनाही त्याच्या त्या खास खाजगी जगात स्थान मिळालं नसतं. स्वत:चं वेगळं जग असणं निराळं आणि नुसतं स्वत:चं एकमेव जग असणं निराळं. दुरावा वाढत चालला. तीच दुरावत होती. त्याला अर्थातच कसली दखल असायचं काहीच कारण नव्हतं. त्याच्या डोक्यात दुसऱ्याच्या दखलीचं केंद्रच नसावं.

साहित्यातले, कथा-कादंबऱ्यांतले दाखले बोलण्यातच असायचे; वागण्यात नाही. वेगळं होण्यातला महत्त्वाचा भाग होता तो त्याच्या अजाण, अभेद्य आत्मविश्वाचा. फसवणूक वगैरे कधी केली नाही त्यानं. वसुलीला कुणी आलं नाही. पण संसार, घर चालवणं वगैरे सगळं तिचंच असल्यागत वागणं. घराकडे कर्त्या सोडाच, पण साध्या एका त्यात राहणाऱ्या पुरुषासारखं बघितलं असतं तरी चाललं असतं. पण तेवढेही तो लक्ष घालत नसेल, पैसे देत नसेल, तर त्याच्याबरोबर राहण्यात तरी काय अर्थ आहे? असाच असता आणि संवेदना, सहवेदना दाखवत राहिला असता, तरीही ठेवला असता त्याला घरात. त्याच्यासोबत राहण्यात काही तरी अर्थ असता.

काय अर्थ गमावला आपण, ते बहुधा दाखवतोय तो आपल्या कृतीतून! ती खुद्कन हसली. खरोखरीच अविस्मरणीय अनुभव द्यायला आलाय की काय हा! येऊ दे बापडा. म्हणजे हाही आणि त्यासाठी त्याचा तो अनुभवही! तिनं डोळे मिटले ती शिंपलीभर जिन नसेल, बहुधा जास्तच असेल. बरंय एक दारू प्यायल्यानंतर बोलणं बरळण्यासारखं आणि बरळणं बोलण्यासमान मानता येतं. आपला चॉईस तो.

दारू पिणं वाढलं होतं का त्याचं? आठवत नाही. मनातून इतकं तट्कन दूर केलं त्याला की, 'टच ॲण्ड गो' लावल्याप्रमाणे सारंच विसरलं गेलं त्याचं; तर नाही आठवत. एकदा त्यानं असेच पैसे मागितले.

"मीता, पैसे दे गं जरा. लेबर पेमेंटला लागणार आहेत मला. देतो परत पुढच्या आठवड्यात चेक मिळाला की—" त्याच्या स्वच्छ साळसूद नजरेकडे बघून दिले तिनं त्याला पैसे. पण पुढचा आठवडा उगवलाच नाही. किती तरी वेळा आठवण करून दिली, तरी काही नाही. इल्ले! त्यानंतर मग ठरवलंच की, पैसे उचलून द्यायचे नाहीत असे एकरकमी. हातखर्चाला देत जावेत असे अधून-मधून. माणूस आणि त्यातही पुरुष म्हटला की लागतात असे. कधी कधी द्यायचाही तो पैसे— घरगाडा चालवायला— हजार-दोन हजार. पण आले पैसे की स्वत:साठी रोलेक्सचं घड्याळ काय घेईल, महागडे बूट काय आणेल. पण चुकूनही मीतासाठी काही आणलं नाही. नव्या नव्हाळीच्या, नातं घट्ट करायच्या दिवसांतही साधा गजरासुद्धा आणला नाही. कुरबूर केली की म्हणायचा– "आहेस ना तू कमावती, तर मग घे की. कमी पडले, तर घे माझ्याकडून." त्याच्याकडून पैसे? असतील तर ना! आणि मागायला कशाला हवेत? दोन वेळा गिळणं, चार वेळा चहा— यांसाठी काही ना काही किमान पैसा हा लागतोच. बोलण्या-दाखवण्यात रसिक, साहित्यप्रेमी; पण त्यासाठी जे काही मोजायचं, ते तिनं. सदैव गृहीत धरणं.

नावड निर्माण झाली त्याच्याबद्दल. नवऱ्याबद्दल, संसाराबद्दल. आधी कणभर, मग सतत वाढतच गेली. कधीच कमी झाली नाही. या अशा वेळी ओढ वाटायची. आसुसून आपल्या देहाची हौस पुरवून घ्यावीशी वाटायची. त्याला कवळून आपल्यात विलीन करून घ्यायची ऊर्मी यायची. नंतर तेही कमी व्हायला लागलं. वाटणं, जाणवणं वगैरे. आणि आता तर अगदीच पोरखेळ वाटतोय सारा. त्याची निरुपद्रवी कसरत, चाळे. निरुपद्रवी. पण त्यातही नवरेपणाचा तोरा आहे. आला असता प्रियकर होऊन तर? काय अवघड आहे माजी

नवऱ्याला प्रियकर होणं? आपलं पूर्वीचं सारं विसरलं की झालं...

"घेणार ना? घेऊ या आपण. मला लार्ज भरतो, तुला स्मॉल!" त्यानं तिला विचारल्यासारखं केलं. तिच्या दुबळ्या 'नाही-नको पुरे' ला न जुमानता त्या तिच्या ग्लासमध्ये जिन ओतली. तिचा विरोध लटका आहे, हे त्याला माहीत होतं. त्यानं जरी जोरा करून या सगळ्याचा घाट घातला होता आणि तिनं त्याला जो काही अर्धा-मुर्धा, औपचारिक विरोध केला होता; तो सरून आता थोडी खुमारीही यायला लागली होती. जिनमुळे की त्याच्या सहवासामुळे... तिचं भान पुरतं सरलं नव्हतं— स्वत:चं आणि भूतकाळाचंही.

'ही साली हरामी कातडीही आपल्याच स्पर्शानं सुखावत नाही; दुसरा स्पर्श लागतो तिला! मग मोहरते, फुरफुरते ती— मनाचं काहीएक न ऐकता.' तिनं स्वगतात आपल्या देहाला शिवी घातली. देहाशी दुरावा सांगत, मनाला आपलं म्हणत.

"घ्या मॅडम! घ्या हे स्तनाकार प्याले... " त्यानं जिन आणि बकार्डीचे घाटदार ग्लास पुढे केले.

"बाकीबाब ना? जपानी रमालाची रात्र?" ती हसून ग्लास घेत म्हणाली. बा. भ. बोरकरांच्या कवितेचा हा उल्लेख तिला तोंडपाठ होता, कारण त्यानंच कितीदा केला होता तो. एकदा रझाचं चित्रही दाखवलं होतं, अभिसारिका नावाचं. रात्रीच्या गर्द अंधारात नाजुकशी अभिसारिका एका हातात कंदील घेऊन चाललीये. दुसरा हात डोक्यावर घेतलेल्या बाजेला घट्ट धरलेला. बाजेमुळे तिचा चेहरा दिसतच नव्हता. दिसत होता तो तिच्या अंगोपांगीचा आवेश, तिची असीम ओढ. नाजुक असून हे सगळं पेलायला तयार झालेली तिची आस, वासना... तिचं त्या प्रियकराला भेटण्याचं साहस... किती प्रेम करीत असेल तो तिच्यावर! असं हे अघोरी धाडस प्रेमातूनच उद्‌भवतं; नुसत्या देहाकर्षणातून नाही.

तिच्या अंगावर पुस्तकाच्या पानांतून पिसून काढलेल्या मोरपिसासारखी संतूर शिरशिरी आली— तं न्न न्न न्न न न न्नं... आवडली ती अनुभूती. किती तरी दिवसांनी गात्रांनी अनुभवली ती. ती एकदम त्याला बिलगली. हातातला ग्लास हिंदकळत डोलला. तो सांभाळत तिनं एक मोठा सिप घेतला. त्याला कपडे खुले करायला त्याच्या नकळत मदत केली. 'उत्सव'मधल्या रेखासारखी. आता मनावरचे, अंगावरचे निर्बंध मुक्त व्हायला लागले. त्याच्या हातांत तिचे हात गुंफले गेले. श्वासांची येरझार गतीनं चालू झाली. ओठांना ओठ भिडले.

"नो— नो, घाई-घाई नको रे. अजून ड्रिंक्स संपायची आहेत, चकणाही तसाच आहे; जेवण तर लांबच राहिलं." तिनं आहे त्या अवस्थेत फक्त ओढणी

खांद्यावरून घेतली. सीडी बदलली. चकण्याची चिमूट तोंडात टाकली. तो घाईत वाटला, म्हणून तिनं विचारलं, ''घाईत आहेस का? काळजी नको करूस— कितीही उशीर म्हटला तरी आरामात दीड-दोन वाजेपर्यंत पोचशील तुझ्या घरी...'' उत्स्फूर्त आपलेपणानं विचारलं गेलं ते. त्याला तिच्या इथे राहा म्हणायचा प्रश्नच नव्हता. करणार तरी काय होता त्यानंतर तो? तिच्याकडे पाठ करून झोपणार, घोरणार— सिगारेट पिऊन. नेहमीसारखा! उद्धार केल्यासारखी नजर टाकणार. नाही; आणि तिनं गृहीतही धरलं नव्हतं त्याचं मुक्काम करणं.

''तू तुझा कोटा पुरा कर. मी वाढून आणते, तू काय आणलंय ते.'' विमान तरंगवत ती पार्सल घेऊन आत गेली. ओट्यापाशी जाऊन तिनं पार्सल उघडलं, तर आत फक्त शेझवान नूडल्स. ते मात्र भरपूर; दोघांना पुरून उरणारे. त्याला भरपूर आवडणारे आणि तिला— आलेच समोर तर आणणाऱ्याचा मान राखायचा म्हणूनच घेण्याइतपत इच्छा असलेले. ओहो! माय गुडनेस! इथंही आपल्यापलीकडे जगच नसल्याची ठाम समजूत. आता अशा या सो कॉल्ड दोघांच्या अखेरच्या भेटण्यातही कमालीचा सेल्फ सेंटर्डनेस. तिला आपल्या निर्णयाचा पुन्हा एकदा आनंद वाटला. डिशमध्ये नूडल्स घेऊन ती बाहेर गेली.

''उनको खयालमें लानेसे कभी ना हम बाज आए
उनके खयालमें जानेसे अपनेपे कभी नाज आए...''

मुन्नी बेगम गात होती. अनिश अगदी रस घेऊन गाणं ऐकत होता. अरे गृहस्था, तुझ्या खयालांमध्ये कधी कोणी येऊ शकतं का तुझ्याशिवाय? हे विचारण्याऐवजी तिनं दाद देणारी मान हलवली. आलेला प्रसंग साजरा करणं, हेच सयुक्तिक होतं. प्रसंग की संग? हा: हा: हा:... प्रसंग आधी, संग नंतर... ही: ही: ही:! तीही आतापासूनच ते एंजॉय करायला लागली.

त्यानं डिश ओढूनच घेतली तिच्या हातातून. 'तू घे की! तुझं झालं का?' काहीच नाही. पण हेही जुनंच. तेव्हा नाही कधी सुचलं, ते आता काय सुचणार कपाळ! पानाचं पुडकं सोडून दोघांनीही पान चघळायला सुरुवात केली. पान मात्र दोघांचं लाडकं, किवाम खुशबूवालं. तेवढा एकच जोडणारा तंतू... तिला वाटलं.

''येऽऽ ना— अशी जवळ ये की—'' त्याला तेच म्हणायचं होतं, की वेगळं? बेडवर जाऊन बसल्यावर त्यानं शेजारची चादर नीट केल्यासारखं थापटून तिला म्हटलं. ती जराही अडखळली, अवघडली नाही; थेट जाऊन बसली. हातांच्या ओंजळीत तिचा चेहरा पकडून तो न्याहाळू लागला. तीही त्याच्याकडे एकटक पाहू लागली. इतक्या जवळून तोच जुना हरवलेला, कायमचा

पुसू घातलेला चेहरा पाहताना धमन्यांतले प्रवाह गरम झाले. श्वास फुलारू लागले. अंग फुरफुरू लागलं.

त्याचा स्वभाव, मनोवृत्ती तिला आवडत नव्हती. त्याबद्दल तिटकारा होता, पण देहाशी काही भांडण नव्हतं. मग आता आपणही फक्त देह होऊ, म्हणत ती तयार झाली. कितपत साधेल तितका निर्लेपपणा? ही आशंका कुठे तरी वळवळत होती.

तिच्या गाला-ओठांवर आपल्या ओठांचे ठसे उमटवत त्यानं हात लांब करून दिवा बंद केला. साऱ्या जुन्या खुणांची नवी ओळख पटवत ते एकमेकांना हाताळत स्पर्शत होते. स्वैर मुक्त होताना येणारे अडसर काढत होते, फेकून देत होते. फक्त सकाळी घोटून केलेल्या त्याच्या दाढीचं कुठे कुठे घासणं... रोमांचाचं गच्च बन डोलवत होतं तिच्या कायेवर.

अशा घडीला तो सुखाचं तगडं उत्तम साधन व्हायचा. तिला जखडबंद करून जागच्या जागी खिळवायचा! सवय सुटलेली भेदक सुखद वेदना सरसरत गेली.

आवडून नाही घ्यायचं, असं कितीही म्हटलं तरी त्याचं तसं असणं त्यावेळचं तिला आवडून गेलं. अशा वेळी नवथर जोडपी जशी कानात काही मस्त, उत्तेजक कुजबुजतात तसंच काही तो बोलायला लागला. छानसं 'स्वीट नथिंग्ज' प्रकारातलं. दोघंही एका लयींत आले. तो हलकेच कुजबुजीतून सांगण्यात आला. म्हणाला, "मजा बघच आता. मागचं वर्ष एवढं नाही चांगलं गेलं. पण या वर्षी लोळणार मी पैशांत. एक छान प्रपोजल आहे. मित्रच आहे. पार्टनरशिपमध्ये एक फ्लॅट स्कीम करतोय. सगळा फायनान्स त्याचा. मी फक्त माझं स्किल वापरणारे... इक्वल पार्टनरशिप. नो लॉस... ओन्ली गेन..." गतीतलं सातत्य राखत तो अधून-मधून हुंकारत होता, तेवढाच सांगण्यातला खंड.

–हुं: आता या क्षणीसुद्धा मी माझा. असा मी, असा मीच. आठवतंय— आपण उटीला गेलो होतो ते? नाहीच आठवायचं. मी तुला बोटॅनिकल गार्डनमध्ये चल म्हणत होते. तू नाही आलास. काही तरी काम आहे म्हणालास आणि मोबाईलवर कुणाकुणाशी बोलत राहिलास. मी एकटीच निघाले. या झाडापासून त्या झाडापर्यंत हिंडत राहिले. आजूबाजूला सगळी हनीमूनर्स जोडपी. एकमेकांच्या नजरेत गुंतलेली. एकटी फक्त मी. तुझी, तुझ्या फोनची वाट पाहणारी. तशीच हिंडत हॉटेलमध्ये आले. वेटिंगमधल्या सोफ्यावर टीव्ही पाहत बसले. तुझी जेवायची वेळ झाली आणि मग लगबगीत तू खाली आलास. काहीच न झाल्यासारखा 'चला, जेवू या' म्हणालास. उत्साहानं सांगायला लागलास की,

मित्रानं कसा तुझ्यासाठी रँग्लरचा टी-शर्ट घेऊन ठेवलाय ते. ती काहीच बोलली नाही. हे सगळे मनातल्या मनातले विचारांचे आंदोळ.

"यू नो मीता, आयॅम प्लॅनिंग टू गो अ‍ॅब्रॉड! एमिरेट्सला जाईन. तिथे जाऊन नवीन टेक्निक शिकणार आहे. जॉब-टाईपच असेल ते एखाद्या वेळेस. वर्षभरासाठी जाईन. स्काय स्क्रॅपर्सची टेक्नॉलॉजी खूप अ‍ॅडव्हान्स्ड आहे तिथे. त्याचा माझ्या पार्टनरशिपमध्ये खूप फायदा..." अनिश बोलणंही रेटत राहिला.

–गेली बिचारी आई माझी. इथं कधी आली राहायला, तरी तू तिच्याशी नीट बोलायला नाहीस. कधी आलात, कधी जाणार, जेवलात का— यापलीकडे नाहीस. म्हणजे बोललास खूप; आपलं सांगितलंस खूपच. नेहमी सांगतोसच ना, तसं. हे करणार, ते करणार! ती साधी मास्तरीणबाई. किती आनंदली! सनातनी विचारांची ती. वाटलं तिला— आपल्या हिरकणीला सोन्याचं कोंदण मिळालंय म्हणून. पुढे- पुढे त्या बोलाच्या कोंदणाचा भडिमार झाला तेव्हा—

हिसक्यांसरशी तिचे विचारही हिंदकळत होते. "साल्ला आज मी जाम खूष आहे. काय वाटेल ते माग मीता, मी लगेच हाजीर करीन. आज मला ना, एक सॉलिड डील कळलंय ना, की बस्स. चार दिवसांत दहा लाख नाही मोकळे केले, तर नावाचा अनिश नाही. मेरा मर्सिडिसका इरादा है" त्याची वाक्यं भराभरा बाहेर पडू लागली आणि आवाज उंचावत राहिला.

–तुला फारसे कुणी नातेवाईक नव्हते, म्हणून तू माझ्या नातलगांना पाण्यात पाहायचास. माणूसघाणा म्हणावं तसा. माणसांची नावडच एकंदरीत तुला. मुलांचीही ओढ नव्हती. वावडं वाटावी इतकी. काय बिघडलं मूल नसेल तर, असं तुला वाटायचं. मीच गेले शेवटी. माझ्या झाल्या सगळ्या तपासण्या. सगळ्याच अवघड, वेदनामय. तुझी तपासणी किती सोपी— दोन मिनिटांची! फक्त स्पेसिमेन द्यायचं होतं. पण तू बधला नाहीस. विषय उडवून लावलास. माझंही मन उडायला लागलं तुझ्यावरून आणि नंतर तर मी देवाचे आभारच मानले.

तिचे कातर विचार गुदमरल्यासारखे झाले. तिचा श्वास फुलला होता. दमू लागली ती.

"एक ना, फार्म हाऊस... पाहिलंय मी... खूप मोठं... पंचवीसपर्यंत डील तुटेल..." त्याची छाती धपापू लागली. धापा टाकत तो बोलू लागला.

–माझ्यात नव्हती इन्व्हॉल्व्हमेंट तुझी, घरातही नव्हती. सगळं कर्ज माझं मीच फेडलं. कधीही त्याचा उल्लेख नाही. फार निर्मम, कठोर वागलास. आय हेट यू. पण आज तू इतका का बोलतोयस? नुसता मुका, ठार बंद ओठांचा

असायचास अशा वेळी. आणि आज इतका कसा उत्साह टिकला रे तुझा? एरवी आपलं उरकून कूस पालटायचास. मला इंप्रेस करू बघतोयस की काय? काय सिद्ध करू पाहतोयस तू; मी काय गमावलंय ते? नो, आय डोंट मिस यू ॲट ऑल. काडीमात्र कमतरता भासली नाही तुझी. आय ॲम व्हेरी हॅपी. तुला मी माझ्या सुखी अस्तित्वाला चूड नाही लावू देणार— अशा पद्धतीनं. आपल्या निर्णयाची अचूकता तिला आठवली आणि निर्णयाची खात्री पुन्हा एकदा पटली.

तिचे ओठ आवळले गेले. आपले आवेग तिला सोसवेनात. स्नायूंमध्ये लाटा लोटायला लागल्या. गळ्याशी घामेजला आवंढा आला. नाका-तोंडात पाणी गेल्यासारखी ती भोवंडू लागली.

त्याचा जोर शेवटाला आला. दातांवर दात रोवले गेले त्याचे. नसा न् नसा पिळवटून गेल्या. अंगभर धडका मारणारी वीज सर्रकन ओसरून गेली. छातीचा भाता जोरजोरात खालवर होत होता. सगळे कष्ट पडले ते परमसुखाचे. फुसांडत्या तृप्तीचा शीण दाटून आला. ती कशीबशी आपल्या भानाचे तुकडे जुळवत राहिली. तिच्या आरंभापासूनच्या मौनाचा सोईस्कर अर्थ लावत त्यानं झकास प्रौढी मिरवत, फुशारकीने हाशहुशत विचारलं, "सॅटिसफाईड?"

अंधारात हा प्रश्न तिच्या कानी पडला आणि झालेल्या दमणुकीची जागा संतापानं घेतली... दग्धतेनं घेतली. त्याचे केस गच्च धरून उपटत, डोकं गदागदा हलवत त्याला कडाडत्या आवाजात विचारावंसं वाटलं तिला—

'अरे इसमा, आपल्या संसारातल्या कोणत्याही क्षणी असा प्रश्न विचारला असतास, तर उभं आयुष्य तुला सहन करत नसतं का घालवलं मी? मग असं 'वन फॉर दि रोड' वगैरेची गरज भासली नसती.'

मनातले सारे कल्लोळ तुडुंब तापल्या डोळ्यांतच बंद करून ती निपचित पडून राहिली.

धाड्कन दार बंद केल्याचा आवाज झाला आणि तिचे उष्ण अश्रू निवायला लागले. आपल्या निर्णयाची खात्री पटून तिला हायसं वाटलं. सोबतीतही एकटं राहण्यापेक्षा आपली आपल्याशी एकटी सोबत कधीही चांगली— म्हणत तिनं स्वत:ला सावरलं, आवरलं. डोळे निपटून हॉलमधल्या ग्लासातली उरली-सुरली जीन तिनं घशात ओतली. 'वन फॉर दि रोड, पक्का— कन्फर्म रोड' म्हणत तिच्या रस्त्यात आलेला तो किरकोळ खड्डा तिनं सहज मागे टाकला.

❖❖❖

"मणी ना तू, सामंतांची?"

तपासणीच्या टेबलावर पोटावरचे कपडे बाजूला सरकवून पोटाला गोंद आणि संवेदक लावून पडलेली रमणी एकदम दचकली. कुणाचा आवाज होता हा? हं, त्या डॉक्टरबाईंचाच असणार तो. तिच्या हृदयाची धडधड अचानक वाढली. आणलेलं अवसान गळू पाहत होतं. गोंद लावून सोनोग्राफी मशिनचे इलेक्ट्रोड्स लावणारी मुलगी बाहेर जाण्यास वळली आणि रमणीनं तिचा हात घट्टच धरला. त्या मुलीच्या मनगटावर अगदी वळ उठेतोपर्यंत तिची बोटं आवळली गेली. ती माघारी वळून रमणीकडे बघून हसली आणि तिची बोटं फाकवून आपलं मनगट मोकळं करून घेतलं. पडद्यामागून आपल्या मॅडमच्या नजरेकडे बघताच बाहेर पळालीच ती जशी काही. नाही तर अशा पेशंट्सना ती नेहमी समजूत काढणारं काहीबाही सांगायची.

"मणीच तू! पाटील वाड्यातल्या सामंतांची. पाण्याच्या टाकीलगतचा तिसरा वाडा, अमरावतीच्या नव्या पेठेतला." डॉक्टरबाईंनी रमणीचा हात थोपटत म्हटलं. डॉक्टर मालिनी मुथ्थुस्वामी म्हणजे आपल्याला ओळखणाऱ्या कोणी तरी असतील, असं जर तिला आधी कळलं असतं; तर तिनं या धोक्याच्या साहसात भाग घेतलाच नसता. तिची छाती धपापायला लागली. रक्तदाब वाढला. नजरेसमोरच्या गोष्टींचा अर्थ लागेनासा झाला. क्षणभरच तिचा श्वास कोंडल्यासारखा झाला. लागलीच ती भानावर आली. ही काही पहिलीच वेळ नव्हती सोनोग्राफीची— अशा सोनोग्राफीची. दुसरी की तिसरी? तिसरीच असावी. नाही; अशी ही पहिलीच. आधीच्या दोन्ही अंकिताच्या वेळच्या होत्या. धैर्यशीलनं करून घेतलेल्या, त्याच्या नेहमीच्या सोनोलॉजिस्टकडून. अशी ही पहिलीच.

तिनं आवंढा गिळला. माहेरच्या नावानं ओळखणाऱ्या या

कोण डॉक्टरबाई? नाव तर दाक्षिणात्य वाटतंय. किंबहुना, ओळखलं जायची जराही शक्यता वाटली असती, तर तिनं यात सहभागी व्हायचं टाळलं असतं. टाळू शकली असती? नसतीच. धैर्यशीलला समाजसेवेची झिंगच चढली होती जशी काही. अंकितानंतरचं हे दुसरं गरोदरपण. ती आठ वर्षांची. खरं तर नकोच होतं रमणीला. धैर्यशीलनं भरीस घातलं. नाही म्हणायला जागाच ठेवली नाही. त्यात पोटात पाणी ठरत नाही. तरी शीलची हौस पुरी व्हावी, म्हणून ती तयार झाली.

"मी वसूं गं मोहित्यांची. आठवत नाही का? किती तरी खेळ खेळलोय आपण. आठव जरा—" उत्तरासाठी न थांबता डॉक्टरबाईंनी सोनोग्राफीला सुरुवात केली. रमणीच्या पोटावरून सोनोग्राफीचा 'माऊस' फिरत होता आणि तिकडे मॉनिटरवर त्याच्या प्रतिमा उमटत होत्या. सरसर हात फिरवत वसुधा सराईतपणे काम उरकत होती. अधून-मधून तिची कॉमेंटरी चालू होती.

"बघ मणी, तुझं बाळ कसं जांभई देतंय! ते त्याचं तोंड. झोपाळू होणार, असं दिसतंय.

"हात कसे हलताहेत बघ लुटुलुटु.

"ही नाळ त्याच्या पोटाशी जोडली गेलीय, तुझ्या गर्भाशयापासून."

रमणीला सगळं ठाऊक होतं. अंकिताच्या वेळेला शील आणि ती गेले होते सोनोग्राफीला, तेव्हा त्याच्या सरांनी सगळं कौतुकानं दाखवलं होतं आणि पहिल्यावहिल्या अपत्याचं दर्शन त्यांना सोनोग्राफीच्या पडद्यावर झालं होतं. आता हे दुसरेपणाचं गरोदरपण. या वसूला कळलंच असणार ना, पोटावरच्या आईपणाच्या खुणा बघून; मग पट्कन मुद्द्यावर येऊन आटोपत का नाही ही तपासणी?

सगळ्या पेशंट्सना ती असंच दाखवत असेल? नसणारच. त्यांच्या त्या वेळच्या मन:स्थितीत त्या बाळाची असली कौतुकं बघू शकणारच नसतील. डॉक्टर आणि पेशंट्स दोघांच्या दृष्टीनं तो रोकडा व्यवहार असणार. सोनोग्राफीशिवाय रिपोर्ट देता येत नाही, या तपासणीखेरीज निष्कर्ष सांगता येत नाहीत; म्हणून ही पोटावरून यंत्राची फिरवाफिरवी. आपद्धर्मासारखी. दोन्ही पक्षांच्या सोईची, निकडीची. बाकी इतर वेळेसारखी बाळाची उंची, रुंदी, त्याचा घेर, त्याची वाढ यांची उठाठेव ही वसू इथं नेहमी करत नसेल. नसणारच. तिच्या पेशंट्सनाही त्याची काय गरज असणार आहे? गर्भाचे हात किती लांब आहेत, पाय किती लांब आहेत, याची उठाठेव दोन्ही पक्षांना नकोशीच असणार. मांड्याच्या घेरांपेक्षा

त्या मांड्यांच्या मधोमध सपाटी आहे की मांसाची मुटकुळी, हाच त्यांच्या लेखी जीवन-मरणाचा प्रश्न. अर्थात गर्भाच्या जीवन मरणाचा प्रश्न. गर्भलिंगनिदान!

"छान आहे हं सगळं, एकदम नॉर्मल." वसू हसून हात पुसत म्हणाली. पण तेवढंच. पुढचं काहीच नाही. थेट मुद्द्यावर नाही आली अजून. कशी येत असेल ती पॉइंटवर... त्या अत्यंत महत्त्वाच्या पॉइंटवर? दिलेल्या नॅपिकननं पोटावरचा गोंद पुसत रमणीही तपासणीच्या टेबलावरून खाली उतरली. साडीच्या निऱ्या पोटावरून थोड्या वर घेतल्या, पदर सारखा केला आणि वसू पुढे काय बोलणार आहे, ते कान देऊन ऐकू लागली. ती जे काही बोलेल, त्याला फार महत्त्व असणार होतं. सगळं आठवून-आठवून तसंच सांगायला लागणार होतं.

"बस इथे समोर. तुला मी पाहताच ओळखलं होतं आणि म्हणूनच आधी दोन-तीन पेशंट्स घेऊन शेवटी घेतलं बघ तुला तपासायला—" वसुधाच्या बोलण्याची तार तोडली ती आलेल्या फोननं. नवऱ्याचा होता तो. जाणवतच होतं बोलण्यावरून. "नाही हो, जास्त नाही उशीर होणार. शक्य तेवढं लवकरच आटोपते आणि येते. उशीर झाला, तर प्लीज बाहेरनं काही तरी ऑर्डर करा कार्तिकसाठी— प्लीज..."

रमणी डॉक्टरबाईंकडे पाहत होती. तिचे डोळे तिला सांगत होते— होय, हीच वसुधा मोहिते. हीच ती वशी, कोपऱ्यावरच्या वाड्यात तिसऱ्या मजल्यावर राहणारी. हुशार आणि चटपटीत. घट्ट बांधलेल्या वेण्या, उभट चेहरा, चिटाच्या रंगीबेरंगी कापडाचं परकर-पोलकं, कानात रिंगा आणि नाकात सुंकलं. तीच ही आत्ताच्या बॉबमधली उंच, शेलाटी, अंगानं भरलेली, सतत स्माइल देणारी, कमावलेलं प्रोफेशनल हसू— कसं अगदी नेमकं, बेतीव आणि कोरडं; खदाखदा हसणारी, भडकणारी, रुसणारी, मैत्रीची अपेक्षा करणारी, जीव लावणारी.

...आणि आता जीव घेणारी! तिचा विचार विषारी बाणासारखा तिच्या मनात घुसला. डोळ्यांत अतिशय तिटकारा, राग, संताप उतरायला लागला तिच्या. तो आधीच अवेळी दिसायला नको, म्हणून तिनं पापण्या झुकवल्या. वसूचा फोन चालूच होता. पण ती बराच वेळ नुसतं ऐकूनच घेत होती, हूं-हूं करत. नवरा झापत, ओरडत असावा. हिचं बोलण्यापेक्षा ऐकून घेणंच जास्त होतं. रमणी आपली नखं निरखत बसली होती. नेलपॉलिश फिकट झालं होतं. सालं निघाली होती. या सगळ्या प्रकरणाच्या गडबडीत जमलंच नाही बोटांकडे बघणं. शिवाय हे गर्भारपण. पाणी टिकत नाही पोटात. शीलचा अतिरेकी आग्रह, म्हणून तर ती मनाविरुद्ध तयार झाली होती.

"मणी— सांग ना, बाकी कशी आहेस तू?"

"सॉरी डॉक्टर, मघापासून तुम्ही मला वेगळ्याच नावानं हाक मारताताय. मी राधिका ऐनापुरे. मला डॉक्टर पवारांनी पाठवलंय तुमच्याकडे टेस्टला. माझा केसपेपर बघा— तुमच्या त्या मुलीनं तयार केलेला. त्यात रेफरन्स म्हणून त्यांचं नाव आहे आणि माझंही पेशंट म्हणून. मी राधिका ऐनापुरे." रमणी ठामपणे बोलली.

इतकं ठाम, ठाशीव ठरवल्यागत बोलणं तिला शिकवलंच होतं, तालमीही घेतल्या होत्या त्याच्या— शील आणि ग्रुपनं आधी.

बराच वेळ अविश्वासानं पाहत राहिल्यावर मालिनी जरा सावरली. धक्का बसल्यागत थक्क झाली होती. नजर रमणीच्या चेहऱ्यावर खिळली होती. रमणीही तिच्याकडे एकटक पाहत राहिली— नजरेत नजर रुतवून. शिकवलं होतं तिला. शीलच्या सहकार्यांनी घोटून घेतलं होतं. फक्त ते पापणी न लववता बघणं, हे वेगळ्या संदर्भात होतं रिपोर्ट मागण्याच्या वेळी तसं अविचल वागायचं होतं. बराच वेळ गेल्यासारखं भासल्यावर मालिनीनंच सुरुवात केली बोलायला.

"सॉरी... एक्स्ट्रीमली सॉरी हं, मिसेस ऐनापुरे. अगदी तुमच्यासारखीच होती एक मैत्रीण माझी, लहानपणीची. पण झाली असेल गफलत माझी. खूप वर्षं झाली ना बघून, त्यामुळे मी तुम्हालाच ती समजले. सॉरी! बाहेर बसले आहेत ते तुमचे मिस्टर का? निळ्या शर्टातले, कुरळ्या केसांचे? सोनेरी काड्यांचा चष्मा—"

"हो— हो, तेच. पण डॉक्टर, आम्ही रिपोर्ट न्यायला कधी येऊ?" रमणीनं चुळबुळत जीभ रेटली.

"कशाला परत फेरा घेताय? आत्ता तयार करून देते मी रिपोर्ट. सगळं नॉर्मल तर आहे बाळाचं." मालिनी स्थिर नजरेनं शांतपणे म्हणाली.

"नाही आता नाही थांबत, परत येऊ. कधी येऊ?"

"कधीही या तुमच्या सोईनुसार. पण महिन्याभरात. नंतर आलात तर मिळेलच याची गॅरंटी नाही." तिची नजर आणखी टोकदार झाली. नजरेनं ती रमणीच्या मनाचा वेध घेत होती.

"पण तरीही... तुम्ही सांगाल तेव्हा... तुमच्या सोईनं एखादा वार सांगितलाच तर..."

"बुधवार, सोमवार सांगितला तर चालेल; की..." बोलता-बोलता तट्कन थांबत, एकेका शब्दावर वजनानं थांबत, मालिनी नजर न हटवता म्हणाली.

"तुम्हाला असं तर अपेक्षित नाहीये ना मिसेस ऐनापुरे, की मी तुम्हाला फ्रायडेला या म्हणावं किंवा मण्डेला रिपोर्ट न्या, असं म्हणावं? तेच अपेक्षित आहे ना तुम्हाला?"

मालिनीच्या नजरेचा तीव्र झोत सहन न झाल्यानं रमणीची नजर खाली वळली. पापण्या आणि मान खाली झुकली. 'फ्रायडे की मण्डे' यांपैकी एकही शब्द नाही; कसं शक्य आहे? पार गोंधळून गेली ती. डॉक्टरबाईंच्या तोंडून तो शब्द येणं आवश्यक होतं. नंतर तिला शपथेवर सारं सांगावं लागणार होतं. तिच्या तोंडून ते वदवून घेणं रमणीला भाग होतं. ती एक फार महत्त्वाची गोष्ट ठरणार होती एकंदरीत. "आम्हाला फ्रायडे किंवा मण्डेलाच येणं शक्य आहे. कधी येऊ?" रमणीच्या दोनदा विचारलेल्या या प्रश्नाला 'कधीही या' असंही न म्हणता मालिनी फक्त मंद हसली. आणि 'आता निघा' या आविर्भावात गप्प बसली. रमणीला समजेना, काय करावं ते. तिनं दुसरा प्रयत्न केला, म्हणाली,

"उशीर झालाय. बाहेरची तुमची मदतनीस गेली असेल, तर मग मी तुमच्या फीचे पैसे इथेच जमा करते." खुर्चीतल्या खुर्चीत तिनं उठल्यासारखं केलं.

"काही नाही फीचे पैसे वगैरे! तुम्हांला पाहून मला माझ्या बालमैत्रिणीची आठवण झाली ना, त्यामुळे मी काही फी घेणार नाही." डावीकडे मान झुकवत मालिनी म्हणाली आणि तोंडभर हसली. उठू पाहत असलेली रमणी मट्कन बसली पुन्हा खुर्चीत. ती बावचळून गेली.

"बसा, निवांत बसा मिसेस ऐनापुरे— राधिका ऐनापुरे! बस रमणी, आरामात बस. स्टिंग ऑपरेशन करायला आलीस ना, मग आता कसं होणार गं? ना डॉक्टरांच्या तोंडून 'फ्रायडे, मण्डे' येतंय, ना ते पैसे घेताहेत! मजा आहे ना सगळी? मग आता मॅजिस्ट्रेटसमोर नंबर नोंदवून आणलेल्या या नोटांचं काय करायचं? सगळेच प्रश्न. बस, नीट बस रमणी! तू राधिका ऐनापुरे वगैरे काही नाहीयेस. तुला काय वाटलं, मी तुला ओळखलं नसेल की काय? पूर्वीची तू आठवतेयस मला आणि सध्या तू कुठे असतेस, काय करतेस, तेही माहितीये मला. तुझं आणि धैर्यशीलचं लग्न कुठे, कधी झालं; तेही सगळं कळलं होतं मला. त्या वेळेस माझं लग्न झालं नव्हतं आणि मी काही कारणानं तमिळनाडूमध्ये होते. मेडिकल असोसिएशनची मी मेंबर आहे. पण कधीच कुठल्या मीटिंगला वगैरे जात नाही. वेळच नसतो तेवढा. पण कुणाचं काय चाललं आहे, ते कानावर येतं अधूनमधून.

"मला कसं कळलं या स्टिंग ऑपरेशनचं, हाच प्रश्न असेल ना तुझा? कोल्हापूर, ठाणे, नाशिकनंतर इथलाच नंबर लागणार, असा आडाखा होता. शिवाय तुमच्या गर्भलिंगनिदान विरोधी मंचाच्या बैठकीतूनही काही बातम्या आमच्यापर्यंत येत होत्या. नुकतीच डॉ. रानड्यांची केस झाली ना इथं, पण तुम्हा लोकांचं एक चुकलं. परत त्याच शहरात, तिथल्याच माणसांना हाताशी धरून असा स्टिंग ऑपरेशनचा घाट घातला की ओळखू यायची शक्यताच जास्त ना!"

रमणी सुन्नपणे बसली. हा धैर्यशील डॉक्टरांचा आग्रह. शील एवढा समाजसेवा टाइप कधीच नव्हता. ना पूर्वी, ना आत्ता. अगदी महिना-दीड महिना झाला असेल त्यानं रमणीला सांगितलं की, आपल्या घरी चार-पाच जणांचा एक ग्रुप येतोय. समाजाचं भलं व्हावं म्हणून ते काम करत असतात. गर्भलिंग निदानाविरोधात त्यांची चळवळ चालू असते, त्याची माहिती देण्यासाठी आणि सहकार्यासाठी येणार आहेत ते.

"हे काय आणखी नवीन? नंतर बघू ते समाजकार्य वगैरे. पाणी ठरत नाही पोटात. तिसरा महिना चालू आहे; माहितीये ना तुला? आणि एकदम असा कसा रे तू सामाजिक कार्यात, सुधारणेत इंटरेस्ट घ्यायला लागला आहेस एकाएकी? नवीन बाळ पायगुणाचं होणारेय बहुधा! समाजाची सुधारणा नंतर करा डॉक्टर धैर्यशील, आधी आपल्यात सुधारणा करा. हटवादीपणा, पुरुषी बाणा, ताठा कमी करा आपला." रमणीनं हसत-हसत नेमकं त्याच्या वर्मावर बोट ठेवलं.

पण ऐकेल तो शील कुठला! शील होताच तसा. आग्रही, ठाम पण लाघवी. गोड बोलून आपलं काम कसं साधायचं, हे त्याला चांगलंच जमायचं. बेरकी होता. मनातलं काही कळायचं नाही त्याच्या. थांग लागत नसे. हे असलं समाजसेवेचं खूळ वगैरे त्याच्यात आधी नव्हतं. रोजच्या रोज व्यवस्थित कमवावं, सगळी चैन करावी, आरामात जगावं, डॉक्टरकीचा व्यवसाय सांभाळून मजा करावी— या मनोवृत्तीचा. चांगला जम बसलेला, पुण्यातला पहिल्या फळीतला डेंटिस्ट होता तो.

"हे चांगलंय हं तुमच्या डेंटिस्ट लोकांचं. डॉक्टरकीचे सगळे फायदे मिळतात तुम्हाला म्हणजे समाजात आदराचं, सन्मानाचं स्थान वगैरे; पण डॉक्टरकीचे तोटे मात्र सोसायला लागत नाहीत. इमर्जन्सीसाठी रात्री दोन-तीन वाजता कुणी तुमचं दार ठोठावत नाही कधीच." लग्न झाल्यावर सुरुवातीच्या दिवसांतच

रमणीनं शीलला हसत-हसत ऐकवलं होतं. बहुतेक त्या हेतूनचं शीलनं हा कोर्स निवडला होता, असा रमणीला संशय आला होता. नक्कीच तसं होतं. शील फार दूरवरचं प्लॅनिंग बेमालूमपणे करायचा.

ते पाच-सहा जण आले. गर्भलिंगनिदान विरोधी मंचाचे कार्यकर्ते. ध्येयानं पछाडलेले. म्हणून कडकडीत, कडवट झालेले. दोन-चार दिवसांत जग बदलू पाहणारे, भाबडट.

गर्भारपणाची सवय नसलेल्या रमणीला त्यातल्या पहिल्या दिवसांच्या उलाघाली अस्वस्थ करत असताना असल्या अभियानात सहभागी व्हायची अजिबात इच्छा नव्हती. पण शीलनं आणि त्या कार्यकर्त्यांनी— विशेषत: त्यांच्यातल्या महिलांनी— तिची समजूत काढायला, पटवायला सुरुवात केली.

"आज भारतात लाखो मुलींची गर्भातच हत्या केली जातीय. हजारी आठशेपर्यंत प्रमाण घसरलंय मुलींचं.

"अशीच जर परिस्थिती राहिली, तर काही वर्षांनी भारतात पाचातले दोन किंवा एकच मुलगा लग्न करू शकेल. इतरांना अपरिहार्यपणे अविवाहित राहावं लागेल.

"मुलींवर अत्याचार वाढतील. बलात्काराची शिकार होतील त्या. जर लग्नंच होत नसतील तर कसं काय होणार?"

"निसर्गाचा, मानवजातीचा समतोलच ढळून जाईल. स्त्री-पुरुष संबंधावर, म्हणजे परस्परसंबंधांवर म्हणायचंय मला— आधारलेली आपली संस्कृती विस्कटून, तुटून-फुटून जाईल... सगळाच अनर्थ होईल.

"आणि ही जी गर्भलिंगनिदान करणारी जोडपी असतात ना— म्हणजे खरं तर नवरेच त्यातले— ती सधन असतात. घरात दोन-दोन गाड्या, शेतीवाडी, पैसा-अडका भरपूर असतो. पण त्यांना मुलगी नको असते; वंशाचा दिवा हवा असतो. तो असला तरी मुलगी नको असते, मुलगाच हवा असतो. त्याच्यामुळेच तर पुढे त्यांच्या घरात बक्कळ पैसा येणार असतो, हुंड्याच्या रूपानं. आणि घरात राबायला, मार खायला एक स्त्री येणार असते, सुनेच्या रूपानं... आणि पुढे तीच तिच्या मुलग्यांना जन्म देणार असते. नवऱ्याच्या सांगण्यावरून पोटच्या पोरीच्या गर्भाची मारेकरी होणार असते. मनोमन रडत, श्रापत नवऱ्याच्या हातचं खेळणं होणार असते."

नवऱ्याच्या हातचं खेळणं? ते मात्र नक्कीच होतं. एका समाजहितैषी मंत्र्यांनी पुण्यातल्या सनसनाटी ठरलेल्या आधीच्या स्टिंग ऑपरेशनंतर अकलेचे तारे तोडले होते. शिक्षा कराव्यात अशा प्रकरणातल्या सगळ्या दोषींना आणि

त्या होणाऱ्या आयांना. तेव्हा अनेक महिला संघटनांनी त्याला विरोध केला. या सगळ्या प्रकरणात त्या बाईवरच खरं तर प्रचंड दबाव येतो. नवऱ्याचा, सासऱ्याचा, सासूचा वगैरे वगैरे. त्या नवऱ्याच्या दबावाला असहाय बायका मान तुकवतात. त्याशिवाय गत्यंतरच असत नाही त्यांना. अशिक्षित, सुशिक्षित— सगळ्याच.

'तू नाहीस तुकवलीस मान? झुकलीस ना शीलच्या इच्छेपुढे? एवढी सुशिक्षित असून मुलीसाठी कॉलेजमधली नोकरी सोडून सांसारिक झालेली तू. एवढा त्रास होतोय डोहाळ्यांचा, तरी सहभागी झालीस ना या स्टिंग ऑपरेशनमध्ये? केलंच ना त्यानं त्याच्या मनासारखं? मग त्या गरीब, असहाय बायकांना नवरा दाखवील ती पूर्व दिशा असणारच. नांदायचं असतं सासरी. आधीची एखादी किंवा दोनही बऱ्याचदा, लहान मुली असतात. आधीच मुलगी जन्माला घालते म्हणून तिला घरात, नवऱ्या वा सासऱ्यालेखी काही किंमत उरलेली नसते. त्यातून तिलाही सुटका हवी असते. तेवढ्या स्वार्थापोटी नवऱ्याच्या आज्ञा ती मुकाटपणे पाळते. पण तुझ्यापुढे होते पर्याय—' रमणीच्या मनात खळबळ माजली होती.

'नाही— नाही, शीलमुळे मी नाहीच तयार झाले अगदी. त्यानं खूप आग्रह केला. पण मला त्या कार्यकर्त्यांचं सगळं म्हणणं पटलं, म्हणूनच ना मी हे असं सगळं अंगावर घेतलं. चांगली सुशिक्षित दिसणारी सधन कुटुंबातली बाई त्यासाठी हवी होती. त्याच्या बरोबरीला डॉक्टरांनी विचारलेल्या आडव्यातिडव्या प्रश्नांनी गोंधळून जाणारी अशी व्यक्ती नको होती. सगळ्यात महत्त्वाचं म्हणजे, गर्भपाताच्या मुदतीच्या आतले दिवस गेलेली, मध्यमवयाच्या अलीकडची स्त्री हवी होती. शिवाय आधीच्या झालेल्या मुलीच्या खुणा ओटीपोटावर बाळगणारी हवी. आणि हे किती पुण्याचं काम— एक हत्या टाळण्याचं!' रमणीच्या मनात हा विचार कितव्यांदा तरी ठामपणे प्रकटला आणि तिनं तट्कन मान वर केली. तिचे ओठ फुरफुरले, मुद्रा आपसुक निश्चयी झाली. तिनं थेट समोरच्या फिरत्या खुर्चीत बसलेल्या आणि तिच्याकडे एकटक पाहणाऱ्या डॉक्टरबाईंच्या नजरेत नजर मिळवली. छातीत अवसान भरलं तिच्या आणि ती तुच्छपणे थुंकल्यासारखी बोलला—

"तू वसू... माझी लहानपणची मैत्रीण. लाज वाटते मला— तू माझ्या पूर्वीची का होईना ओळखीची असल्याची. मोहितेगुरुजींची मुलगी ना तू? इतक्या खालच्या थराला गेलीस? गर्भातल्या जीवांच्या जीवावर उठलीस? तूच ना ती प्राजक्ताची फुलं कोमेजतात म्हणून ओंजळीत न घेणारी... प्यासा पिक्चर आवडणारी

आणि मला तिसरी बहीण झाली म्हणून परकर फलकावत सगळ्या आळीत नाचणारी...'' मालिनीच्या डोळ्यांत टचकन उभ्या राहिलेल्या पाण्यानं रमणीचा आवेश सादळून मऊ पडला.

''तीच मी गं, तीच मी खरी. कवितेत रमलेली, बुचाच्या फुलांचे दांडे गुंफून वेण्या करणारी, हादग्याची गाणी गाणारी... अशा अनेक गोष्टी करणारी तीच मी! बरं झालं मणी, तू समोर आलीस आणि आपली अशी का होईना, भेट झाली. बस थोडा वेळ— सांगते पुढचं सारं तुला.'' भान सावरून, घसा मोकळा करून, डोळे टिपून मालिनी बोलू लागली.

''तुला तेव्हाचंच माहिती आहे; पुढचं नाही मणी. पुढे तुझे-माझे रस्ते वेगळे झाले. तू शिक्षणासाठी दुसऱ्या गावी गेलीस. चार बहिणींतली मी थोरली. फार वाईट चाललं होतं आमचं. अवलक्ष्मीची कृपा झाली. शेतीवाडी— सगळं गेलं. भाऊबंदकीचे बळी झालो. मी नर्सिंगला गेले. एका हॉस्पिटलमधल्या डॉक्टर मुथ्थुस्वामींच्या नजरेनं मला हेरलं. लग्नाची मागणी घातली. नाही म्हणण्यासारखं काही नव्हतं... आणि लग्न झाल्यापासून माझा छळ सुरू झाला. पैशांची फार हाव आहे डॉक्टरांना. मला त्यांनी साधन मानलं, पैसे कमावण्याचं. संसारातले कष्ट, सासुरवास, कर्मठ कर्मकांडं... सगळं करून परत मला निरनिराळे कोर्स करायला लागले. सोनोलॉजिस्ट केलं त्यांनी मला. माझ्यावरही प्रयोग झाले गं या असल्या निदानाचे... मलाही माझ्याच पोटातले दोन बळी द्यायला लागले... कैदी झाले मी त्यांची! अमानुष नवरेगिरीला बळी पडतात, त्या काही फक्त अशिक्षित आणि गरीब घरातल्याच बायका असतात, असं नाही. उलट, अत्यंत प्रतिष्ठित आणि अब्रूदार खानदानी घरांतच हे असले प्रकार जास्त चालतात. आणि त्या बायकांना बोलताही येत नाही काही. मी साखळदंडांनी बांधून घातलेली गुलाम आहे. माझ्या प्रत्येक हालचालीवर त्यांची नजर असते. रोज संध्याकाळी त्यांना माझ्या कमाईचा हिशेब द्यायला लागतो. सगळ्या केसेस त्यांच्यामार्फत येतात. स्त्रीरोगतज्ज्ञाकडून आमच्याकडे आणि आमच्याकडून गर्भपात करणाऱ्यांकडे— असं ते दुष्टचक्र आहे. प्रत्येक पायरीवरचा प्रत्येकाचा वाटा ठरलेला असतो. मला सुटका नाही यातून मणी. तुझ्या केसचं मी त्यांना एवढंच सांगू शकते की, स्टिंग ऑपरेशनचा संशय आला म्हणून नाही घेतले पैसे. तेवढी सूट मिळेल मला आजच्या गल्ल्यात.'' मालिनी बोलता-बोलता थांबली. घसा खाकरून पाणी पिऊन आवेगातून ती सावरली. म्हणाली,

''मी शंभर टक्केच पापीण आहे, हे मान्य... पण यातून माझी सुटका

नाही. ऐक, एका मालिनी मुथ्थुस्वामीनं ही अशी प्रॅक्टिस सोडली म्हणजे झालं, असं नाही. मी नाही तर माझी जागा दुसरं कोणी तरी घेईल. आपल्या देशात बंदी घातलीय, पण दुसऱ्या देशात जाऊन ती आरामात करता येते. पोट मोकळं करण्याची सोयही मग लगोलग होते. हा मेडिकल टूरिझम आहे— भारतातून थायलंड, मलेशियाकडे होणारा. श्रीमंतांना तो परवडतो आणि श्रीमंतांनाच पोरी नको असतात.''

''तू समर्थन करतेयस का तुझ्या कृतीचं? बोथट करू पाहतेयस का धार तुझ्या कृष्णकृत्यांची?''

''नाही, तुला सत्य परिस्थितीची थोडी जाणीव देतेय. मलाही वाटतं, हे आपण खूप मोठं पाप करतोय; पण मला दुसरी गती नाही. माझ्या तुरुंगवासामुळेच हे थांबेल बहुतेक. माझा नवरा इतका प्रभावशाली आणि तयार आहे की, तो मला अटक होऊ देणारच नाही मुळात; पण झालीच, तर तो काहीही करून मला त्यातून सोडवेल. आपल्या देशात पंतप्रधान, न्यायाधीश यांपासून चपराशापर्यंत सगळे विकाऊ असतात; विकले जातात. झाली अटक तर आवडेल मला. पण एकाच्या अटकेनं हे चुकणार नाही, एवढंच म्हणायचंय मला. त्यासाठी आपल्या समाजाची मनोधारणा बदलायला लागेल.

''लोक पूर्वीपासून स्त्रीला देवता मानत. नको असलेल्या मुलींना जिवंत गाडायचे. दुधाच्या हंड्यात बुडवून मारायचे. हजारो माणसं पोसणाऱ्या राजघराण्यांनी आपल्या पोरींना असं मारून टाकलंय.

''गर्भ नको असेल, तर त्यापासून सुटका करून घ्यायचा अधिकार प्रत्येक स्त्रीला आहे. पण तो अधिकार तिच्या हाती नसतोच.''

''हे मी बोलतेय ते स्त्रीगर्भाविषयी. पण आता स्त्रीबीजांत नेमके पुरुषगर्भ आकाराला आणणारे शुक्राणू सोडता येतात, हे तुला माहीत आहे का? त्यामुळे तर हमखास मुलगाच होतो. आज ते तंत्रज्ञान महाग आहे, पण कालांतरानं स्वस्त होईल— मोबाईलसारखं. हे तर काहीच नाही. फलनासाठी आवश्यक असलेल्या शुक्राणूंतल्या स्त्रीगर्भ निर्माण करणाऱ्या स्पर्म्सची गती औषधांनी कमी केली की झालं. फक्त पुरुष गर्भ निर्माण करणारे शुक्राणूच फलन करतील! किती सोपा उपाय! त्या संदर्भातही जोरात संशोधन सुरू आहे...''

''मग ते ताबडतोब थांबवलं पाहिजे. बंदी घातली पाहिजे सरकारनं.'' रमणी आवेशानं चिडून म्हणाली.

''संशोधन थांबवायचं? कसं शक्य आहे ते? हे काड्यापेटीसारखं झालं.

अग्नी उत्पन्न करून सहज आग लावता येईल, म्हणून त्यांच्यावर बंदी आणण्यासारखं. काडी पेटवली की दिवेही उजळता येतातच की! तंत्रज्ञान चांगलंच असतं; त्याचा वापर कसा होतो, यावर सारं अवलंबून असतं!

"मणी विचार कर— आज मुली नको आहेत; पण कशावरून उद्या मुलगे नकोसे होणार नाहीत? मुलींसाठी खास प्रयत्न करतील लोक आणि त्याही पलीकडे जाऊन लोकांना मुलं, पुढची पिढीच नकोशी होईल!" मालिनीनं फार विचार करण्याजोगा विचार मांडला होता. रमणीही त्यात गुंतून पडली आणि अचानक तिला वास्तवाची जाणीव झाली. चटका बसल्यासारखी ती भानावर आली.

"समाज मन बदलेल तेव्हा बदलेल. तो जरी अंतिम आणि सर्वव्यापी उपाय असला, तरी आता त्याचं काय आहे? तू बहुतेक मला या असल्या बोलण्यात गुंतवून ठेवायचा प्रयत्न करते आहेस."

"नाही मणी, माझं हे प्रकट स्वगत किंवा आत्मचिंतन होतं, असं समज. मला कशापासूनही पलायन करायचं नाहीये. मला माझ्या आईनं जन्मत:च मारून टाकायला हवं होतं, असं म्हणालीस तरी चालेल; तसंच काम मी केलंय. पण हे नुसतं मनात येऊन काय फायदा आहे? अशा शिव्या, तळतळाट मला त्या गर्भांनीच लाखो वेळा दिले असतील. कठपुतळी आहे मी. माझ्या दोऱ्या पुरुषाच्या हातात आहेत, नवरा नावाच्या. चल, सोड सारं. आता आपण मॅटर ऑफ फॅक्टली विचार करू." मालिनीच्या या बोलण्यावर रमणी काहीशी शांत झाली. हातवाऱ्यांची हाताची घडी झाली. चेहऱ्यावरच्या तिरस्काराच्या खोल रेषा सपाटल्या. नजरही काहीशी निवळली. धुमसणं मात्र बऱ्याच अंशी तसंच होतं.

"फार बिकट प्रश्न आहे हा. याची उकल साधी-सरळ नाही. समाजपरिवर्तन होणं आवश्यक आहे. अशा काही स्टिंग ऑपरेशन्सनं काही डॉक्टर्स गजाआड जातील, पण अशा गोष्टी करणारे आणखीनच चलाख होतील. नवनवीन क्लृप्त्या शोधून काढतील. मुलींच्या गर्भपाताला बंदी आहे ना; मग असे गर्भ उत्पन्न होणारच नाहीत, असं काही तरी शोधून काढतील. एकूण काय, परिणाम तोच. चल, आता पुढचा विचार करू या. माझ्यावर आता तू काही कारवाई करू शकत नाहीस. तू मला परत-परत विचारूनसुद्धा मी तुला 'मंडे' की 'फ्रायडे' सांगितलं नाही, ना मी तुला 'शनिवारी या' किंवा 'मंगळवारी या' असं सांगितलं! कळतंय ना तुला? मंडे म्हणजे मेल, शनिवार मारुतीचा, त्यावरून अर्थ घ्यायचा म्हणजे होणार मुलगा. फ्रायडे म्हणजे फीमेल. मंगळवार देवीचा. त्याचाही अर्थ तोच—

मुलगी असा. मी तुझे पैसेही घेतले नाहीत, त्यामुळे पोलिसांना बोलावून घेता येणार नाही तुला.'' गंभीर मुद्रेनं मालिनी तिच्याकडे बघत राहिली.

रमणीचा पारा चांगलाच चढला. तिला रागानं कापरं भरल्यासारखं झालं, गरगरून आलं आणि त्या भरात ती उठत असताना मट्कन खाली बसली. बी. पी. वाढल्यासारखं वाटलं, घाम फुटला.

मालिनी झट्कन पुढे झाली. तिनं मेडिकल जर्नलनं रमणीला वारा घातला. तपासणीच्या टेबलावर तिला झोपवलं. पाणी दिलं. शांत केलं. चेहऱ्यावरचा घाम नॅपकिननं पुसून तिच्या कपाळावर आपला तळहात ठेवला.

''कशाला इतका ताप करून घेतीयस मणि. इतक्या उशिराची तुझी प्रेग्नन्सी. तुला सवय नाही अशा टेन्शनची, धावपळीची. ताण फार पडला तुझ्यावर. सॉरी! फार बोलले का मी? तू कशाला... मला म्हणायचंय असं की या धकाधकीची, मानसिक ताण सोसण्याची तुझी स्थिती नसताना का.....''

रमणीला न उमगता अर्धस्फुट हुंदका आला. त्या क्षणीचा मालिनीचा आश्वासक सूर, स्पर्श यानं ती हेलावली. ओठांवरून जीभ फिरवून मालिनीचा हात घट्ट धरून ती कष्टल्यासारखी म्हणाली,

''शीलचा फार आग्रह झाला— जोराच झाला गं. मी हे असं काही केलं नव्हतं. टेन्शनच यायचं मला. त्याचाही असा काही स्वभाव नाही. पण गेल्या दीड महिन्यात काय डोक्यात घेतलं त्यानं या गोष्टीचं—''

''तो सामाजिक कार्यात रस घ्यायचा का गं आधी; की हे एकदम, एकाएकी संचारलं त्याच्या अंगात? आधी काही रक्तदान शिबिरं, मोतीबिंदू शस्त्रक्रिया, चष्म्यांची शिबिरं... काही नाही? अचानकच? मागेपुढे काही समाजसेवेची परंपरा...''

रमणीला अर्धवट विचारत, अर्धवट आपल्याशी बोलल्यासारखी मालिनी म्हणाली, ''कोडंच आहे सगळं!''

थोड्याच मिनिटांत तिच्या सारं लक्षात आलं. मनोमन तिनं धैर्यशीलला आई-माईवरून शिवी घातली आणि संतापानं पाणीच आलं तिच्या डोळ्यांत. ते पाहून रमणीला काही कळलंच नाही, सुधरलंही नाही. मालिनीनं सावरून घेत रमणीला पुन्हा थोडं पाणी पाजलं. ग्लुकोजची गोळी चघळायला दिली. तिला खुर्चीवर बसायला हात देऊन झाल्यावर तीही आपल्या खुर्चीत बसली आणि हलक्या सौम्य आवाजात बोलू लागली,

''मणी, नीट घरी जा आता बाहेर बसलेल्या तुझ्या साथीदारासोबत.

कसलंही टेन्शन घेऊ नकोस. आजचं तुझं हे स्टिंग ऑपरेशन फेल झालं, हे कळेलच शीलला. पण त्याला सांग की, सोनोग्राफीच्या यंत्रात काही बिघाड झाला म्हणून करता आली नाही डॉक्टरांना ती. बराच वेळ वाट पाहून मी निघाले. डॉक्टरांनी अजून पाच-सहा दिवसांनी बोलावलंय म्हणावं आणि खरंच पाच-सहा दिवसांनी ये. तेव्हा मी तुझ्याकडून पैसे घेईन. मंडे किंवा फ्रायडे सांगणार नाही, शनिवार किंवा मंगळवारही नाही. जुने झाले आता हे कोडवर्ड्स. सध्या आम्ही मुलगा असेल तर 'गाथा वाचा' सांगतो आणि मुलगी असेल तर 'गीता वाचा', असं सांगतो.''

तिच्या या संवेदनशीलपणे बदललेल्या विचारांनी रमणीनं चक्रावून विचारलं, ''म्हणजे?''

''अगं, गाथा म्हणजे मुलगा. गा म्हणजे मुलगा या शब्दाचं अखेरचं अक्षर आणि 'गीता'मधलं पहिलं अक्षर म्हणजे मुलगी! सध्याचा हा नवा कोडवर्ड आहे, आमच्यापैकीच्या डॉक्टरांमधला. तर मी तेव्हा तुला हे किंवा ते वाचा, असं सांगेन. तुला योग्य वाटेल ते तू तेव्हा कर. तक्रार कर, पोलिसांना बोलाव, काहीही कर. इतक्या केसेसचं पाप शिरावर आहे, त्याचं प्रायश्चित्त मला घ्यायला हवं. मी तुला तसं वचन देते आणि तूही मला वचन द्यायचंस— आपल्या लहानपणीच्या त्या रंगीबेरंगी दिवसांची शपथ आहे तुला... तू अजिबात तुझ्या सध्याच्या गायनॉकॉलॉजिस्टला सोडून दुसऱ्या गायनॉकॉलाजिस्टकडे जायचं नाहीस— शीलनं कितीही आग्रह केला तरी! आणि घरी नीट पोहोचलीस की, हळूच मला एक मिस कॉल दे.''

रमणी हुशारली होती एव्हाना. पुढं काय करायचं वगैरे प्रश्न तिनं मनाआड टाकले आणि मालिनीनं सांगितल्याप्रमाणे तिच्या केबिनबाहेर पडून घरी गेली. साथीदार तिला तिच्या घरी सोडून गेला.

धैर्यशील बेचैन होता. हे ऑपरेशन यशस्वी झालं नाही, हे तिच्या आविर्भावावरूनच त्याला कळलं होतं. शिवाय तिचा 'ऑल ओके'चा एसएमएसही आला नव्हता. थोडंफार औपचारिक, 'चालायचंच— उसमें क्या—' पद्धतीचं बोलून त्यानं त्या साथीदाराचा निरोप घेतला... आणि अतिशय अधीर होऊन त्यांच्या बेडरूममध्ये गेला.

''का गं, काय झालं? चेहरा उतरल्यासारखा दिसतोय.'' त्यानं रमणीचा दंड धरून तिला हलकेच बेडवर बसवून विचारलं. त्याच्या आवाजात काळजी होती.

''बरं वाटेनासं झालं... डोकं गरगरलं—''

"ओके. त्यात काय एवढं? पुढच्या वेळेस."

"नो, नाही. पुढची वेळबीळ काही नाही. इनफ् शील. मला नाही हे निभवत. टेन्शन येतं. मी धडाडी धाडसी गुणाची नाहीये. मला नाही जमणार हे— एक म्हणता भलतंच व्हायचं!" रमणी आवेगानं बोलली. मनातलं सगळं पोटतिडकीनं भडाभडा बोलून टाकावं, असं वाटत असताना तिची नजर त्याच्या डोळ्यांना भिडली. तिथं दोन पिंगट बुबुळं कोरडेपणानं तिच्यावर एकटक स्थिर झाली होती. दिवस गेल्यापासून तिच्या एवढ्याशा उमाशावर 'ओ डार्लिंग, झोप ना शांतपणे— नको दगदग करूस ही गोळी घे—' वगैरे बोलणारा तिचा नवरा तिऱ्हाईत, परका झाला होता जणू.

झाला तो भासच असणार, असं वाटून तिनं त्याच्याकडे परत पाहिलं. आणि तो भासच होता, याची तिला खात्री पटली. तो अतिशय काळजीनं तिच्याकडे पाहत होता. त्यानं चट्कन पुढे होऊन तिला कवेत घेतलं. तिला निजतं केलं आणि तिच्याशेजारी लवंडून तिच्या गालावरून, केसांवरून तो हात फिरवायला लागला. सेकंदापूर्वी आपण त्याच्याबद्दल काय ग्रह करून घेतला होता, या विचारानं तिला गलबलून आलं.

"जाऊ दे, नको जाऊस. पुन्हा या फंदात नको पडूस! बास झालं. आता तर खूश? पण काय काय झालं, ते आता सांग नीट आठवून. का नाही झालं आपलं स्टिंग ऑपरेशन पूर्ण?"

"त्या डॉक्टरबाईंचं सोनोग्राफीचं यंत्र मधेच बिघडलं रे, तपासणी करताना. मग थांबलो थोडा वेळ. खटपट केली त्यांनी, पण नाही झालं सुरू."

"हो? पण आधी चालू होतं ना, तेव्हा काय म्हणाल्या त्या?" त्याचा आवाज दोन सुतं उंचावला.

"म्हणाल्या ना त्या की, बाळाची वाढ एकदम छान आहे. अगदी नॉर्मल आहे बाळ."

"रिपोर्ट न्यायला कधी या म्हणाल्या— मंडे की फ्रायडे, असं." आवाज प्रयत्नपूर्वक नॉर्मल ठेवत शील म्हणाला

"नाही, तसं काही नाही बाई म्हणाल्या त्या."

"अगं, होतो गोंधळ बायकांचा, म्हणून म्हणाल्या नसतील तसं. पण मग मंगळवारी किंवा शनिवारी या, असं तर नक्की म्हणाल्या असतील ना?"

"काय की! तसलंपण काही म्हणाल्या नाहीत."

"म्हणाल्या असतील. तू अर्धवटासारखं ऐकलं नसशील. त्यांनी काळजी

कशी घ्यावी, कोणती पुस्तकं वाचावीत... असं काही म्हणजे... गीता वाचा किंवा गाथा वाचा म्हणाल्या त्या?''

रमणीनं चमकून त्याच्याकडे पाहिलं. त्याच्या डोळ्यांत प्रचंड उत्सुकता साठून आली होती. लाखमोलाचा, जीवन-मरणाचा प्रश्न असल्यासारखा तो तिच्याकडे एकाग्रपणे बघत होता. ती बोलेल ते ऐकायला कानांत प्राण आणून जसा काही सिद्ध झाला होता तो.

रमणीची नजर दगडासारखी झाली. 'गीता की गाथा'... मालिनीनं हेच शब्द सांगितले होते... म्हणजे मुलगा की मुलगी! शील तिला राहून-राहून आडवळणानं विचारत होता. डॉक्टरबाई काय म्हणाल्या, ते काढून घ्यायचा आटापिटा तो करत होता. गरगर फिरणाऱ्या, भोवंडून टाकणाऱ्या वावटळीत सापडावं, तसं रमणीला झालं. तिच्या अंगाला रागानं थरथर सुटली. एकंदरीत असं आहे तर! या खानदानी घराण्यातल्या कुलदीपकाला होणारं बाळ मुलगा आहे ना, हेच जाणून घ्यायचं होतं. त्यासाठी ही अचानक उपटलेली समाजसेवेची ऊर्मी... त्या अवस्थेतल्या बायकोला बळजबरीनं स्टिंग ऑपरेशनसाठी तयार करणं... ते परवलीचे शब्द ...हे सारं कशासाठी होतं, हे रमणीला कळून चुकलं. वीतभर अंतरावरचा त्याचा गोरा लोभस चेहरा सैतानासारखा भासू लागला आणि नजर चेटक्यासारखी. इतका जवळचा माणूस शतयोजनांनी दुरावला गेला.

तिला मालिनीचे शब्द आठवले, ''आधीच्या गायनॉकॉलॉजिस्टखेरीज दुसऱ्या गायनॉकॉलॉजिस्टकडे अजिबात जाऊ नकोस.'' ते ती करणारच होती.

...पण आधीच नशिबाला बांधलेल्या नवऱ्याशिवाय ती दुसरीकडे कशी जाऊ शकणार होती?